Quê Người - Quê Nhà

GỬI LẠI CHO NHỮNG NGƯỜI THÂN YÊU NHẤT CỦA TÔI

Vợ: Nguyễn Thị Xuân Diệu

Con gái: Nguyễn Thúy Diệu Minh

Con rể: Lê Như Lân

Cháu ngoại: Brandon

Cháu ngoại: Allison

Con trai: Nguyễn Đức Minh Tâm

Con dâu: Nguyễn Thị Thanh Thúy

Cháu nội: Charlie

Cháu nội: Emma

QUÊ NGƯỜI - QUÊ NHÀ
Hồi ký – Duy Nhân

Nhân Ảnh xuất bản 2025
ISBN: 979-8-3481-7070-7

Ảnh bìa: Duy Nhân
Thiết kế bìa: Uyên Nguyên Trần Triết
Dàn trang: Công Nguyễn

DUY NHÂN

QUÊ NGƯỜI - QUÊ NHÀ

Hồi ký

NHÂN ẢNH 2025

Chương 01:

Tại sao
Quê Người - Quê Nhà?

Cuộc đời vốn muôn màu muôn vẻ, đã đầy đủ đắng cay, chua chát, mặn nồng. Dòng đời có những lúc êm như suối mơ, có những lúc dữ dội sóng cuồn, lại có lúc éo le, gay cấn, bất ngờ và lý thú hơn cả những gì con người có thể tưởng tượng được. Nước Mỹ như tên gọi đầy đủ: Hiệp Chủng Quốc Hoa Kỳ, hình thành bởi nhiều chủng tộc nên có nền văn hóa hết sức phong phú, đa dạng. Hàng ngày có biết bao điều xảy ra mà tưởng chừng như là tiểu thuyết. Người ta dùng rất nhiều từ khác nhau khi nói về nước Mỹ: Đó là đất nước vĩ đại, đất nước lạnh lùng, đất nước của cơ hội, đất thiên đàng, và cả… địa ngục!

Nhiều người rất ghét nước Mỹ nhưng lại đổ xô đến nước Mỹ, muốn con em họ được học hành ở Mỹ. Cũng có nhiều người nhìn thấy nước Mỹ rất nhân đạo và dễ thương. Không ít dân tộc, không ít người chịu hàm ơn nước Mỹ, trong đó có người Việt Nam. Tôi mặc dầu đã là công dân Mỹ nhưng suốt đời vẫn là người Việt Nam, tự hào mang trong mình dòng máu Việt Nam. Quê hương vẫn cứ chập chờn hiện ra trong từng miếng ăn, giấc ngủ, lúc đi, đứng, nằm ngồi, khi lất phất mưa bay hay mịt mùng bão tuyết!

Một câu ca dao mà tôi thích và đưa vào các bài viết nhiều nhất đó là câu: "*Cây có gốc mới nở cành xanh ngọn. Nước có nguồn mới bể rộng sông sâu*". Sở dĩ tôi thích là thích cách nói đơn giản mà thâm thúy cũng như cái ý nghĩa thiêng liêng của nó: "Người ta có gốc từ đâu? Có Tổ Tiên trước rồi sau có mình".

Từ khi qua Mỹ đến nay, không lúc nào tôi không nghĩ về Việt Nam. Khi nhớ về Việt Nam thì tôi nhớ đến những người thân của tôi. Tôi nhớ bà ngoại tôi, ba tôi, anh hai tôi, ba vợ tôi, là những người đã mất. Nhớ về họ và viết về họ tức là nhớ về quá khứ và viết về quá khứ, mong sao các em, các con và các cháu tôi sẽ đọc, hiểu mà không quên ông bà, tổ tiên, cội nguồn, gốc rễ của mình, nhất là các cháu tôi đã sinh ra và lớn lên ở Mỹ. Hiện tại là sự tiếp nối, là hình ảnh kế thừa của quá khứ và là nguồn gốc của tương lai. Có lần con gái tôi thắc mắc: "Ba đã trên 80 tuổi rồi, đã trải qua và chứng kiến biết bao là thăng trầm của quê hương đất nước, kể cả trong gia đình, dòng họ và chính cuộc đời vất vả, sôi nổi và vô cùng phong phú của ba, Ba đã sống dưới hai chế độ Cộng Sản và Tự Do ở Việt Nam cũng như ở Mỹ... Sao Ba không viết hồi ký để các con còn đọc, nghiên cứu mà hiểu thêm về tình hình đất nước và hiểu Ba nhiều hơn. Ở trường học người ta chỉ dạy có một chiều, nếu không muốn nói là nhồi sọ, là tẩy não". Tôi nói: "Không phải Ba không viết mà là chưa viết đó thôi. Ba đã viết trước về những người thân yêu của ba. Ba đã sống với họ, có nhiều kỷ niệm với họ, trong bóng dáng của từng người đều có hình ảnh của Ba trong đó. Khi đọc, con cũng sẽ thấy Ba. Phật Giáo quan niệm "vô khứ, vô lai", không có gì đi, không có gì mất. Nếu có mắt nhìn vô tướng theo quan điểm Phật Giáo thì mình không còn thấy xa cách với những người đã khuất. Một ngày nào đó Ba sẽ ra đi, điều đó đâu có nghĩa là Ba vĩnh viễn mất đi mà Ba vẫn tồn tại ở thế gian này, bên cạnh gia đình, bạn bè, người thân dưới hình thức khác: Cả ngàn bức ảnh mà Ba đã chụp, bao nhiêu sách vở mà Ba đã viết, nào những nhân sinh quan, lý tưởng về cuộc sống, những vui buồn của Ba vẫn còn nằm đó, tức là Ba vẫn còn đó. Vậy thì những người ở lại đâu cần phải bi ai, sầu khổ mà phải biết sống như thế nào cho có hạnh phúc trong từng phút giây của cuộc đời, vậy là quá đủ". Dầu sao thì gợi ý của con gái tôi cũng rất hay. Tôi chỉ cần sắp xếp lại những bài viết của tôi theo trình tự thời gian là hoàn thành tập hồi ký. Tôi sẽ thực hiện việc này khi tâm hồn tôi lắng đọng, chớ bây giờ thì còn sôi nổi lắm, sôi nổi theo nhịp sống hàng ngày ở xã hội Mỹ.

Chương 2:

Nhà Bè nước chảy chia hai.
Ai về Gia Định Đồng Nai thì về

Đồng Nai là quê Cha, Gia Định là quê Mẹ. Lúc nhỏ tôi sống với bà ngoại ở xã Phú Xuân Hội, huyện Nhà Bè, tỉnh Gia Định. Ba tôi làm việc ở hảng xe buýt có tên là Công Quản Chuyên Chở Công Cộng Đô Thành Sàigòn, còn mẹ tôi có sạp bán trái cây ở chợ Cầu Muối. Mẹ tôi sanh được tất cả là sáu người con, toàn là trai, anh hai tôi lớn hơn tôi một tuổi, kế đến là tôi và bốn đứa em nữa. Mẹ tôi mê con gái quá nên khi sanh đến đứa thứ năm thì bắt nó giả làm con gái, lúc nào cũng cho mặc đồ đầm. Thời đại bây giờ mà làm như vậy thì nó mắc cỡ, không chịu đâu. Mấy anh em tôi sau này ai cũng tham gia sinh hoạt văn học, nghệ thuật, tôi sẽ nói tại sao. Biến cố quan trọng xảy ra với gia đình tôi vào năm 1954 khi mẹ tôi mất vì bệnh và ba tôi bị cho thôi việc. Cùng năm đó, cậu Tám tôi cũng tử trận khi đi chiến đấu dẹp loạn Bình Xuyên. Lúc đó tôi mới tròn mười tuổi, đứa em út mới một tuổi. Đại gia đình tôi lâm vào cảnh tan đàn xẻ nghé kể từ ngày đó. Ba tôi đùm bọc mấy anh em tôi trở về quê nội, tá túc nhà người cô thứ năm ở xã An Lợi, huyện Long Thành, tỉnh Biên Hòa, bây giờ gọi là Đồng Nai. Ngoại tôi thì về sống với gia đình người em thứ bảy ở xã Long Đức, tỉnh Gia Định. Lúc đó đứa em thứ sáu của tôi được hai tuổi rất ốm yếu, hay bệnh hoạn, nhất là bệnh động kinh nên ông Bảy nhận em về nuôi cho Ba tôi đỡ gánh nặng. Ở nhà cô Năm một thời gian thì gia đình mới "ra riêng" khi ba tôi mua được miếng đất gò và cất một căn nhà nhỏ phía trước hướng ra quốc lộ 15, nơi có một cây cầu với dòng suối mát lạnh trong veo, con cá lòng tong lội dưới đáy cũng nhìn thấy được. Vì vậy mà địa danh này có tên gọi là "Cầu Nước Trong", cách thị trấn Long Thành hơn bốn cây số trên đường đi Vũng Tàu. Ba tôi vừa làm vườn vừa làm gà trống nuôi con. Hàng ngày anh hai và tôi đạp xe đi học ở trường tiểu học Long Thành, mấy em tôi thì học trường làng xã An Lợi. Vài năm sau thì ba tôi được hảng xe buýt ở Sàigòn gọi đi làm trở lại, anh hai tôi thi đậu vào trường trung học Ngô Quyền, Biên Hòa. Căn nhà ở Cầu Nước Trong bây giờ chỉ còn lại mình tôi và bốn đứa em, Ba và anh hai tôi cuối tuần mới về một lần. Năm anh em tôi sống với nhau như một loài hoa dại giữa đồng không mong quạnh, bốn mùa cỏ cháy, xa hẵn chốn thị thành rộn rịp ngựa xe. Khi xuống suối mò tôm, câu cá, bắt ốc hái rau, lúc lên rừng đào củ mài củ sắn, tối về mấy anh em ôm nhau mà ngủ. Cứ thế, cuộc đời lặng lẽ trôi đi. Bạn thì có sóc, có chim, cào cào, châu chấu, bươm bướm , chuồn chuồn, con còng, con dế… Đâu có ai biết được tôi lúc đó mới mười lăm tuổi cùng với bốn đứa em sống với nhau trong một căn nhà cheo leo giữa cánh đồng mênh mông, mặt trước nhìn ra bờ suối, mặt sau là rừng cây, không có ai là bạn bè, không có láng giềng hàng xóm. Sợ nhất là ban đêm khi trộm cướp về làng, người ta báo động bằng cách khua chiêng, gióng trống, nồi niêu xoang chảo tạo nên âm thanh hỗn loạn vang lên trong đêm khuya thanh vắng nghe mà rợn người. Mấy anh em tôi hồn vía lên mây, chỉ biết ôm nhau, lấy mền trùm kín từ đầu tới chân cho đến khi tiếng báo động chấm dứt mới dám thò đầu ra. Thật là một cảm giác kinh hoàng không ai có thể tưởng tượng được.

Chắc là nhờ có hương hồn của Mẹ phù hộ, mấy anh em tôi vẫn cứ tồn tại và lớn lên theo hai mùa mưa nắng mà không có bệnh hoạn đau yếu gì cả. Vui nhất có lẽ là ngày mà đứa em thứ sáu của tôi được ba rước về sum họp với anh em chúng tôi. Lúc mới về thì em tôi gọi Ba là Anh Hai, nó kêu theo dì Sáu, con của Ông Bảy, người trực tiếp nuôi em tôi từ nhỏ. Khi nhìn xe chạy trên đường thì gọi là tàu vì nơi em ở trước đây toàn là sông nước mà phương tiện giao thông duy nhất là ghe , thỉnh thoảng mới có những chiếu tàu lớn. Ngày vui sum họp được đứa em kế tôi, bút danh là Ngọc Thùy Giang mô tả trong một tự truyện có đoạn như sau: "*... Lúc tiễn người khách cuối cùng ra về, mọi người nhìn nhau rưng rưng. Còn gì cảm động hơn ngày đoàn tụ đó. Tiếng cười được thắp lên, nhưng sao trên đôi mắt của cha, của anh em tôi long lanh hàng sương mỏng. Phải rồi, Thượng Đế từ lâu bỏ đi trong tim, trong tình người, giờ đã trở lại với căn nhà mới tạo bởi mồ hôi, nước mắt của cha tôi. Và từ đó, tôi có một quê hương thứ hai, tuy chưa quen nhưng rộng lượng, tuy mới lạ nhưng nồng nàn...*". Vì thiếu tình thương nên đa sầu đa cảm, từng sống gian khổ nên rộng lượng và bao dung, từ nhỏ đã gắn bó mật thiết với thiên nhiên nên tâm hồn luôn rộng mở. Đó là hành trang, là tố chất quý báu và cần thiết mà định mệnh đã an bày, đã trao ngòi bút cho mấy anh em tôi sau này khi bước vào đời. Ngoài văn thơ, chữ nghĩa,.mấy anh em tôi ai cũng tiếp cận được ít nhất một bô môn nghệ thuật khác, như viết kịch bản sân khấu, sáng tác nhạc, hội họa, nhiếp ảnh... Mặc dầu nghệ thuật chưa đạt tới trình độ chuyên nghiệp nhưng đã thể hiện được tấm lòng vị tha đầy nhân bản, làm đẹp cho đời. phục vụ tha nhân trong khi hoàn cảnh gia đình vô cùng nghiệt ngã! Một phần nhờ sự thừa hưởng từ di sản của một người cha đạo đức và "hiền như cục bột", giáo huấn con cái mình nếu không được như hoa hướng dương luôn luôn đứng thẳng, hướng về ánh mặt trời thì phải biết sống lương thiện và hướng thượng như một loài hoa, tuy lá cành mềm mại nhưng lúc nào cũng cố vươn cao, tìm nơi ánh sáng, ánh sáng của cuộc đời. Đó là CHÂN, THIỆN, MỸ. Sở dĩ tôi nhắc tới chuyện này vì đó là điều mà tôi hãnh diện, là niềm tự hào của gia đình chúng tôi giữa một xã hội nhiễu nhương, bất trắc và lừa đão như ở Việt Nam và một xã hôi thực dụng , thiên về vật chất và hưởng thụ kiểu Mỹ ngày hôm nay. Theo gương của Ba, tôi cũng dạy con, cháu tôi y như vậy nên đứa nào cũng học giỏi, ngoan ngoãn và lễ độ với mọi người, biết yêu thương và chia sẻ với mọi người, biết trân quí giá trị gia đình, gìn giữ tiếng nói và phong tục, tập quán Việt Nam.

Chương 3:

Sàigòn, ngày trở lại

Không nhớ chính xác năm nào ba tôi đòi được căn nhà cho thuê ở đường Tôn Đản để rước mấy anh em tôi lên Sàigòn trở lại. Căn nhà này ba tôi cho thuê khi dắt anh em tôi về Long Thành sau khi má tôi mất. Mấy năm đầu người ta còn trả tiền nhà, về sau thì không trả nữa, ba tôi phải nhờ luật sư thưa họ ra tòa và phải mất nhiều năm mới lấy lại được. Đây là bước ngoặc quan trọng thứ hai trong đời. Vì khi theo Ba lên Sàigòn thì chúng tôi từ giã tuổi thơ, từ giã những ngày sống với thiên nhiên như loài hoa dại, từ giã dòng suối, cây cỏ hoa lá, côn trùng, con dế, con sóc, con chim, từ giã căn nhà nhỏ thân thương ở Cầu Nước Trong với biết bao kỷ niệm. Đã nửa thế kỷ trôi qua nhưng tôi còn nhớ như in mỗi tuần vào chiều thứ bảy thì ba về thăm chúng tôi để rồi chiều chủ nhật ra con lộ trước nhà đón xe đò lên Sàigòn cho kịp đi làm ngày thứ hai. Sáu giờ chiều ba mới về nhưng mới hai giờ trưa thì tôi và bốn đứa em (anh hai tôi học ở Biên Hòa chưa về) đã ra ngồi thành hàng một trước hiên nhà, hướng mắt ra quốc lộ 15 để trông ngóng ba tôi, hy vọng sẽ nhìn thấy một chiếc xe đò nhỏ vừa qua khỏi Cầu Nước Trong thì chậm lại rồi ngừng hẵn: Một người đàn ông vóc dáng trung bình, cao độ một thước sáu mươi lăm, áo sơ mi trắng bỏ ngoài, quần tergal màu xanh lợt, một tay cầm ổ bánh mì, tay kia xách con vịt quay, bước xuống. Ba tôi đó! Có những thứ tình cảm mà chữ nghĩa không thể diễn tả và diễn tả hết được. Một em bé ngồi ở ngạch cửa chờ mẹ đi chợ về chỉ trong chốc lát đã thấy dài vô tận. Còn anh em tôi phải chờ đến bảy ngày mới gặp lại ba thì nỗi khát khao, vui mừng kia nó to lớn đến mức độ nào? Tôi cũng nhớ chú sóc nhỏ. Tôi lượm nó ở bìa rừng sau nhà đem về nuôi bằng sữa bò từ nhỏ. Nó luôn ở trong nhà, chỉ khi nào tôi rời khỏi nhà thì nó chạy vào rừng, khi tôi về nhà thì nó chạy về bám trên người tôi để được cho uống sữa và ăn trái cây. Khi tôi về Sàigòn không biết con sóc của tôi đi về đâu?

Chỉ trừ anh hai tôi là vẫn tiếp tục học trường công ở Biên Hòa còn tôi và các em được Ba dẫn đến ghi danh học ở trường Hưng Đạo của thầy Nguyễn văn Phú trên đường Cống Quỳnh, gần chợ Thái Bình và rạp chiếu bóng Khải Hoàn bên quận 1. Tôi học lớp đệ ngũ A 6. Không biết lúc đó tôi mấy tuổi có điều chắc chắn là lớn hơn những bạn cùng lớp vì học trễ mà lại chuyển trường nhiều quá. Bài thơ đầu tiên tôi làm đăng báo ở Sàigòn có tên là Tuổi Hai Mươi. "*Tuổi hai mươi như hoa mai vừa nở. Đẹp vô vàn như cánh bướm vờn Xuân....*". Không hiểu với đồng lương ít ỏi của một nhân viên bán vé xe buýt làm cách nào mà Ba tôi lại có thể vừa chạy ăn cho cả gia đình, vừa lo áo quần, sách vở và học phí cho năm anh em tôi ở một đô thị đắc đỏ như Sàigòn? Chắc là Ba mệt lắm. Một thời gian sau khi chuyện nhà cửa và việc học hành của chúng tôi ổn định thì ba về quê ngoại, tìm và rước ngoại lên ở chung với chúng tôi. Vậy là hơn mười năm bà cháu tôi mới sum họp lại, mừng mừng tủi tủi, có bút mực nào mà tả cho hết. Lúc má tôi còn sống, ngoại đã nuôi dưỡng và chăm sóc chúng tôi, bây giờ bà lại tiếp tục khổ cực vì chúng tôi! Thấy sức khỏe của ngoại ngày càng suy yếu, Ba mới xin phép ngoại cho Ba tục huyền để có người phụ ngoại lo việc chợ búa, cơm nước, coi sóc gia đình và ngoại đồng ý. Người này ở xã An Lợi, hiền lành và ít nói, có lẽ do cô Năm tôi giới thiệu. Ngày rước dì tôi lên, ba đốt nhang khấn vái trước bàn thờ của Má, Ba sai tôi qua nhà bà Năm bên cạnh mua một xị rượu, ba và dì làm lễ với ngoại dưới sự kiến của mấy anh em tôi. Buổi "lễ cưới" cực kỳ đơn sơ nhưng trang nghiêm và xúc động. Anh Hai và đứa em út của tôi thì hân hoan còn tôi thì có cảm giác bâng khuâng khó tả, không buồn mà cũng không vui, mặc dầu tôi hoàn toàn tán thành việc tục huyền của Ba. Thật ra trước đó Ba đã hỏi ý kiến của mấy anh em tôi rồi. Có dì thì ba bớt cô đơn và mệt óc, ngoại cũng đỡ vất vả. Rồi một ngày, ngoại lui về Phú Xuân cất một căn nhà nhỏ, giống như cái am bên cạnh nhà ông Năm, em của ngoại, ngày đêm tụng kinh niệm Phật, khi nhớ cháu thì bà lên thăm. Anh Hai tôi từ Biên Hòa cuối tuần đạp xe về Sàigòn sum hợp với gia đình. Ít lâu sau anh mất vì bệnh.

Chương 4:

Kỷ niệm anh Hai tôi

Ba tôi suốt ngày bận rộn trồng tỉa, chăm sóc miếng vườn mới tạo dựng. Anh Hai tôi mới mười bốn tuổi phải đóng vai "chị" cả, phụ ba, chăm sóc đàn em nhỏ dại. Anh lớn hơn tôi một tuổi nhưng rất bặt thiệp, điềm đạm và chính chắn còn tôi thì bướng bỉnh và lì lợm không ai bằng. Tên khai sanh của anh là Nguyễn Thành Kỉnh nhưng vì lúc mới sanh thường hay đau yếu nên bà nội đặt anh tên là Chỏi, cầu mong cho anh có thể chống chỏi, vượt qua mọi khó khăn. Vậy mà anh tôi bị tai nạn hoài. Một lần tôi và anh cùng ngồi xe lôi do người anh họ lái đi thăm bà con, bận về xe bị lật. Tôi thì không sao, còn anh bị thương rất nặng. Lần khác, tôi và anh cùng ra vườn xoài riêng ở nhà cô tôi làm cỏ vườn. Bất ngờ một trái xoài riêng từ trên cao rơi xuống trúng đầu làm anh bất tỉnh, máu tuôn xối xả, phải điều trị hết mấy tháng. Tôi thì to con nhưng "thấp" hơn anh một "cái đầu". Khi ba dắt hai anh em tôi đến trường tiểu học Long Thành ghi danh thì thầy cho làm bài toán một đồng trừ cho chín mươi xu. Anh Hai tôi làm được, được nhận vào lớp ba còn tôi không biết làm nên bị xuống lớp tư (lớp hai bây giờ). Mỗi ngày ba dậy sớm nấu cơm giờ ra hai cái mo cau cho hai anh em tôi mang theo ăn trưa ở trường, chiều học xong thì đạp xe về nhà. Mỗi ngày đi về hai bận là tám cây số. Khi cần tắm, giặt, anh tôi dẫn mấy em xuống suối trước nhà, tha hồ đắm mình trong dòng nước trong veo, mát rượi. Suối thì có chỗ cạn chỗ sâu. Tôi và anh phải canh chừng mấy đứa em vì nếu bất cẩn xẩy chân sẽ bị nước cuốn đi trong nháy mắt. Cũng tại dòng suối này, hai anh em tôi đi hái rau, xúc tép, bắt những con cá nhỏ trong những đám rong rêu hai bên bờ, thỉnh thoảng cũng bắt được những con rắn bông súng, đem về kho mặn thành một món ăn ngon lành. Khi trời mưa lớn, nước từ thượng nguồn chảy xuống mang theo đất đỏ làm dòng suối đục ngầu, chúng tôi đi câu cắm, thế nào cũng được nhiều cá lớn, cả nhà có bữa ăn thịnh soạn hơn mọi ngày. Thường thường thì ba dắt anh Hai và tôi vào khu rừng sau nhà hái củi nấu cơm, đun bếp. Cũng có lúc chỉ có anh Hai và tôi, mỗi đứa cầm trên tay một cái rựa, cùng đi hái củi. Hái xong, lại rủ nhau đi sâu vào rừng tìm trái gùi, trái sim, trái trâm, có khi chỉ là trái cò ke chín đem về cho các em tôi. Khoản vườn trước nhà có một cái giếng. Chừng vài ngày thì anh Hai hoặc tôi ra đó xách nước đem về đổ vào một cái lu để uống và nấu nướng. Gọi là giếng, thật ra đó là cái mạch nước ngầm sâu hơn một thước. Ba tôi đặt xuống đó một cái khạp thủng đáy. Nước từ dưới phun lên, trong veo, tinh khiết. Anh tôi có khiếu văn nghệ nên lúc nào cũng làm trưởng ban văn nghệ lớp. Anh làm bích báo, ca hát, diễn kịch. Văn nghệ cuối năm anh đóng vai Phàn Lê Huê trong tiểu phẩm "Tiết Đinh San bắt tội Phàn Lê Huê". Ở nhà, để làm vui cho các em, lâu lâu anh tự diễn kịch, một mình đóng hai vai đào và kép theo kiểu hát bội. Cho tới bây giờ, gần sáu mươi năm tôi vẫn còn thuộc nhiều đoạn trong vở kịch của anh: "trên phu tướng cho đòi thần thiếp, dưới tôi nay vội vã ứng hầu… ."

Cuối năm lớp nhất anh thi đậu vào lớp đệ thất (lớp sáu) trường trung học Ngô Quyền Biên Hòa. Ba tôi tìm người bà con ở tỉnh cho anh ở trọ đi học, nghe đâu ở gần dưỡng trí viện Biên Hòa. Đây là một biến cố quan trọng đối với anh em tôi, đặc biệt là đối với tôi. Suốt nhiều năm anh và tôi lúc nào cũng cặp kè bên nhau, có với nhau biết bao là kỷ niệm, không chỉ thời gian ở Long Thành mà là trước đó nữa. Lúc mẹ tôi còn sống, có lần bà sai chúng tôi nấu cơm. Hai anh em giành nhau vo gạo khiến cho nó nát bét, kết quả nồi cơm thành cháo. bị mẹ cho một trận đòn nên thân! Nay anh đi học xa, để lại trong tâm hồn tôi một sự trống vắng không gì có thể thay thế được. Là anh cả, đảm trách mọi việc trong gia đình, nay anh đi, để trách nhiệm đó lại cho tôi. Tuy nhiên, từ nhà quê được lên tỉnh học là điều đáng mừng vì được tiếp xúc với xã hội văn minh và tôi chính là người gián tiếp, qua anh tôi, nhận được mọi điều tốt đẹp đó. Từ Biên Hoà, mỗi chiều thứ bảy anh tôi đều đạp xe vượt quãng đường ba mươi cây số về thăm chúng tôi để rồi chiều Chủ nhật đạp xe trở lên chuẩn bị cho một tuần lễ mới, tuần nào cũng vậy! Mỗi lần về, anh tôi mang theo biết bao là sách vở và hình ảnh, anh còn kể cho chúng tôi nghe biết bao điều hay điều lạ nơi thành phố mà anh sống và nhìn thấy hàng ngày. Nhiều lúc anh kể cả chuyện của những người bệnh tâm thần ở dưỡng trí viện mà người ta thường gọi là nhà thương điên Biên Hòa. Có một thanh niên trèo lên cột nhà nói để tôi làm trái mít rụng. Nói xong, anh ta buông tay rớt xuống đất chết rất thảm thương. Người mang lại cho tôi những hiểu biết, những khái niệm đầu tiên về nền tân nhạc hiện tại chính là anh Hai tôi qua một số nhạc phẩm của Phạm Duy, Lam Phương, Hoàng thi Thơ, mà anh mang về và hát cho tôi nghe. Đó là những nhạc phẩm mà tôi yêu thích nhất hiện giờ. Trong số những card postal có ảnh của Nguyễn Công

Án, được bầu là lực sĩ đẹp nhất thế giới thời đó. Tôi thích quá, bèn vào rừng chọn một nhánh cây suông sẻ đường kính bằng cổ tay, dài chừng sảy tay về nhà đẽo gọt lại cho láng rồi lấy hai cái tỉn đựng nước mắm đã dùng rồi, đổ cát, xi măng vào đúc thành một cái tạ để tập thể dục cho có thân hình đẹp như lực sĩ Nguyễn Công Án? Dầu sao, lòng yêu mến thể thao, thể dục của tôi đã xuất phát từ đó và được duy trì cho tới bây giờ cũng là nhờ anh Hai tôi. Tôi thích dùng hình ảnh đơn giản mà chính xác, ít ra đối với một đứa trẻ nhà quê rằng chính anh Hai là người đã dùng xe đạp để chở cả thế giới lại cho tôi. Không biết bằng cách nào, lên Biên Hòa có mấy tháng mà anh lại biết thêu thùa, may vá. Mỗi tuần về nhà anh đều dắt mấy anh em tôi đi tắm, giặt giũ và soạn quần áo, cái nào rách anh vá lại cho anh em tôi bằng cái máy may của mẹ để lại.

Năm sau đó, không hiểu sao Ba tôi không tính chuyện cho tôi thi vào trường Trung học Ngô Quyền như Anh Hai tôi? Có hai lý do để giải thích. Một là bốn đứa em tôi còn quá nhỏ, em kế tôi nhỏ hơn tôi đến bốn tuổi, nó mới mười ba, em út thì bảy tuổi. Hai là ở Long Thành lúc đó đã có trường trung học tư (trường Phước Long) và tôi có thể tiếp tục học ở đó, thay vì phải lên Biên Hòa như anh tôi. Quyết định của Ba xem ra cũng hợp lý. Tôi ở lại cùng với ba vun sới miếng vườn và chăm sóc các em. Anh tôi thì vẫn đi về hàng tuần. Tôi ghi danh học lớp đệ thất trường Phước Long, mỗi ngày đi bằng xe đạp.

Một hôm Ba từ Sài Gòn về trên một chiếc xe hàng loại nhỏ. Ba nói lần này về đem cả gia đình lên Sài Gòn sống vì Ba đã đòi được nhà rồi. Tôi khóc quá, không chịu đi nên Ba chỉ đem các em tôi đi thôi còn tôi thì ở lại. Điều này thể hiện rõ tính bướng bỉnh và gan lì của tôi lúc nhỏ, dám sống một mình trong một căn nhà quạnh hiu giữa đồng không mong quạnh.. Không nhớ thời gian này kéo dài được bao lâu thì mọi thức ăn đã hết và nguồn tiếp tế của Ba bị cắt đứt, tôi đành phải về Sài Gòn cùng với các em tôi và từ đó chấm dứt đời sống thiên nhiên: giã từ dòng suối nước trong trước nhà, giã từ khu rừng quen thuộc sau nhà và giã từ chú sóc thân thương bé nhỏ của tôi. Lúc đó tôi đang học lớp đệ ngũ (lớp tám).

Khi chúng tôi trở lại Sài Gòn thì Ba đi tìm rước Ngoại về sống chung. Sau nhiều năm xa cách nay bà cháu được tái hợp thì không còn hạnh phúc nào bằng. Anh Hai tôi cũng làm đơn xin chuyển từ trường Ngô Quyền về trường Võ Trường Toản Sài Gòn nhưng không được chấp thuận. Thế là anh vẫn tiếp tục học ở Biên Hòa và cuối tuần thì về Sài Gòn. Anh là người được ngoại cưng nhất. Thời gian này anh dẫn về giới thiệu với gia đình cô bạn gái của anh tên là Ánh Nguyệt. Chị Nguyệt là cháu của bà chủ nhà nơi anh ở trọ đi học. Chị đẹp phúc hậu, nết na, đảm đang, vui vẻ và ứng xử thật khéo léo với mọi người. Cả nhà ai cũng thương chị và mong sao anh tôi được thành hôn với chị. Thật ra lúc đó anh tôi chỉ mới học lớp đệ tam. Trước đó anh đã từng có hai mối tình. Cô thứ nhất tên Giàu, con thầy hiệu trưởng trường tiểu học Long Thành. Riêng với cô thứ hai,Thu Sương quê Mỹ Tho là sâu đậm hơn, nhưng cuối cùng cũng đi lấy chồng, anh trở thành thi sĩ si tình với những vần thơ ướt át:

Mùa Xuân năm trước mới quen nhau
Tình đầu chưa vẹn nghĩa trầu cau
Xuân này nàng vội sang thuyền khác
Để lại lòng tôi cảnh khổ đau

Thật ra trong sáu anh em, anh là người bước vào đường văn chương sớm nhất, có lẽ vì anh bước vào đường tình ái sớm nhất. Khi viết văn làm thơ anh lấy bút danh là Thanh Hải. Một ngày nọ chị Nguyệt báo tin về là anh tôi đau nặng. Ba và Ngoại vội lên Biên Hòa rước anh về, đưa ngay vào bệnh viện Grall. Sáng hôm đó tôi vẫn đi học (trường Hưng Đạo) như thường lệ, trưa về mới hay tin anh mất, lúc đó anh mới hai mươi hai tuổi, đang chuẩn bị thi Tú Tài! Ngoại tôi kể lại, trước khi nhắm mắt anh còn cố kêu lên hai tiếng "Ngoại! Ngoại" bà như đứt từng đoạn ruột. Khi anh tôi mất, tôi như người mất hồn và nhiều lần ngất xỉu. Ba đưa anh về an nghỉ ở Long Thành. Trong một thời gian dài sau đó, chị Nguyệt vẫn lên xuống nhà tôi để an ủi Ngoại và trao lại cho gia đình quyển nhật ký của anh. Trong đời, tôi đã chứng kiến nhiều cái chết của người thân nhưng chưa lần nào tôi cảm thấy mất mát và đau khổ nhiều bằng cái chết của anh Hai tôi. Cho tới bây giờ tôi vẫn không hiểu vì sao anh tôi mất. Nghe bạn bè anh nói lại là anh bị bệnh tim vì tập thể thao quá sức, cũng có nguồn tin nói rằng trong một buổi sáng chào cờ ở trường học, lá cờ vướn vào sợi dây, anh tình nguyện leo lên cột cờ để gỡ và bị té xuống đất.

Nếu được sống cùng cha mẹ và gia đình có lẽ anh hai tôi không chết sớm như vậy.

Chương 5:

Bà ngoại tôi

Tôi không được ở với Mẹ ngay từ nhỏ và Mẹ tôi đã mất từ khi tôi mới mười một tuổi. Thành thử, tôi không có được một kỷ niệm nào sâu sắc về Mẹ. Một đôi khi cố vận dụng ký ức thì cũng chỉ thấy hiện ra những hình ảnh rất mờ nhạt. Những "chuối ba hương", "xôi nếp một", "đường mía lau" và "mật ngọt" của đời đối với tôi vẫn chỉ là mơ ước, chập chờn trong giấc ngủ cô đơn hay lắng đọng trong những giây phút tĩnh lặng nhất của lòng mình! Đó là niềm đau, là nỗi tủi thân mà tôi đã mang nặng cho tới bây giờ, đã gần 70 năm! Mỗi khi nghe lại bản nhạc Lòng Mẹ của nhạc sĩ Y Vân, tôi đều ngậm ngùi rơi lệ. Tôi vẫn ao ước, phải chi tôi có Mẹ! Ông Trời vẫn còn thương nên thay vào vị trí của Mẹ, đã cho tôi có Bà Ngoại.

Ngoại tôi lại là hiện thân của sự bất hạnh. Viết về bà là viết về sự bất hạnh. Ngoại sanh tất cả bảy người con nhưng cuối cùng rồi thì ai cũng bỏ bà, ra đi hết. Trong số này tôi chỉ biết có hai người: Một là Mẹ tôi, con đầu lòng, hai là Cậu Tám, con út. Những người khác thì tôi không biết vì lúc họ mất tôi chưa ra đời hoặc là còn quá nhỏ.

Quê ngoại tôi ở Long Kiểng, xã Phú Xuân Hội, Quận Nhà Bè, tỉnh Gia Định. Sau này "tản cư" lên Sàigòn, sống ở Quận Tư, bên Khánh Hội. Đường Matelot Manuel, nơi có căn nhà của Ngoại, khi chánh quyền Ngô Đình Diệm lên thì đổi thành đường Tôn Đản. Ông Ngoại tôi là người văn hay, chữ tốt, hiểu nhiều về Hán học, lại cưới Bà Ngoại tôi là người hoàn toàn mù chữ, vì thời đó quan niệm con gái đi học biết chữ để viết thư cho trai chớ có ích gì! Sau này bà mò mẫm tự học và nhờ con cháu chỉ thêm mới biết chữ để đọc kinh sách và dạy dỗ chúng tôi về triết lýĐạo Phật. Sáu anh em tôi đều do Ông Ngoại tôi nghiên cứu sách vở, đặt tên rất đẹp và ý nghĩa. Do ảnh hưởng sâu xa truyền thống gia đình nội ngoại và trực tiếp qua cái tên của Ông Ngoại đặt, nên anh em tôi ai cũng có đời sống thanh cao, nhân từ và đạo đức, đặc biệt ai cũng có năng khiếu và đam mê văn chương, nghệ thuật như viết văn, viết báo, làm thơ, soạn nhạc, hội họa, nhiếp ảnh, là những bộ môn thuộc lĩnh vực xã hội hơn là khoa học.

Quê nội tôi ở quận Long Thành, tỉnh Biên Hòa. Ông Nội tôi cũng giòng giỏi Nho gia, là chức sắc trong làng. Ba tôi rất khá tiếng Pháp, lên Sàigòn rất sớm, làm ở hãng xe buýt có tên là Công Quản Chuyên Chở Công Cộng Đô Thành Sàigòn. Nơi đây, Ba tôi "gặp" Mẹ tôi. Hai ông bà sang một cái sạp bán trái cây ở chợ Cầu Muối, thuộc Quận Nhì, Sài gòn. Ba hàng ngày đi bán vé xe buýt còn Mẹ ngồi bán trái cây tại sạp, cũng là nơi ở của gia đình. Vì bận việc buôn bán và nơi ở chật hẹp cho nên mấy anh em tôi lần lượt được Mẹ gửi về Ngoại. Mẹ chỉ giữ lại đứa nhỏ nhất và mướn người phụ giúp. Đó là lý do tại sao lúc nhỏ tôi phải sống với Ngoại và Cậu.

Tôi là đứa trẻ lì lợm. Lúc bốn, năm tuổi tôi thường bị Cậu Tám bắt nhốt vào nhà tắm giữa đêm khuya. Mặc cho tôi gào thét, kêu la cách nào Cậu Tám vẫn không mở cửa. Lúc nào Ngoại cũng là người cứu tôi. Bà thường rầy Cậu: "Mày làm nó sợ, lớn lên nó bị tâm thần, nó khật khùng thì làm sao?" Vậy mà tôi đâu có sợ. Tôi vẫn trèo cây lấy tổ chim, đào hang bắt dế, đi vớt cá lia thia, đánh trổng, thả diều giữa trời nắng chang chang. Không biết làm gì thì tập họp bạn bè đi phá làng phá xóm, đi rinh đồ cúng của người ta ở bàn thiên, chọc ghẹo người này người kia. Có lần gây lộn với bạn, tôi nói: "Tao không nói chuyện với mày. Hãy kêu ba mày ra nói chuyện với tao." Thế là nó về mét ba nó và kêu ba nó ra thiệt. Gặp phải lúc say rượu, ông bèn đến nhà gặp Cậu tôi, làm dữ. Lần này tôi nhận một trận đòn nên thân. Vì tôi chứng nào tật nấy, rầy la không kết quả, đánh đòn cũng không ăn thua nên Cậu mới nẩy ra sáng kiến rất độc đáo là lấy tông đơ gọt phân nửa và chừa phân nửa tóc còn lại để cho tôi mắc cở không ra khỏi nhà. Nhưng tôi vẫn tỉnh bơ, lấy nón chụp lên đầu và đi chơi tiếp! Lần này báo hại Ngoại phải đi xuống Phú Xuân gọi Ông Cậu Năm, em ruột bà (Ngoại tôi thứ tư) lên gọt nốt phần tóc còn lại. Tôi thì thích thú nhưng bạn bè thì được dịp chế nhạo cho tới khi tóc trên đầu mọc ra bình thường mới thôi.

Phải nói Ngoại là người chịu nhiều vất vả và khổ tâm nhất vì tính lì lợm của tôi, nhất là khi tôi có những trò chơi nguy hiểm. Đá dế là một trò chơi mà trẻ con nào cũng thích. Tôi cũng thích đá dế mà không thích mua dế. Một là đào hang bắt dế, hai là đợi tới đêm khuya, khi đèn đường cháy sáng, tôi trèo lên cột điện nơi có những cái bóng đèn trên cao để bắt. Ngoại không biết làm sao, chỉ có thể canh tôi bằng cách cầm roi đứng rình từ xa mà không dám lại gần vì sợ tôi hốt hoảng, buông tay té xuống đường mà chết. Ngoại chỉ có thể cầu nguyện cho tôi leo xuống bình an. Nghĩ lại mà thương ngoại biết bao!

Ở đường Tôn Đản mà đến trường Khánh Hội rất xa, vậy mà tôi vẫn đi bộ mỗi ngày. Mỗi chiều đi học về đến Bến Đò Long Kiển thì cởi quần áo bỏ trên bờ nhảy xuống sông tập lội. Lúc đó nước lớn đầy sông, có những chiếc ghe chài cập bến. Bám vào những sợi dây lòi tói cột ghe, tôi tập lội và chuyền từ ghe này sang ghe khác. Không bao lâu tôi biết lội và bơi được từ bờ sông bên này sang bờ sông bên kia trong vài phút. Một hôm, có đứa về mét Ngoại là tôi đang tắm sông ở Bến Đò. Sông này nổi tiếng là có ma da (?) năm nào cũng có vài đứa trẻ chết chìm. Ngoại tôi hoảng quá, hớt ha hớt hãi chạy xuống bến đò tìm tôi. Bà không ngờ tôi dám tắm sông. Cũng như khi tôi leo cột điện bắt dế, bà cũng chỉ có thể núp đâu đó mà rình và cầu nguyện cho tôi. Bà sợ nếu tôi thấy bà tôi lại bơi ra xa. Về nhà lần này bà đét vào mông tôi mấy roi và dặn từ rày về sau không được tắm sông nữa. Tôi thì cười hề hề và khoe với bà: "Ngoại ơi con biết lội rồi!"

Khi còn ở Phú Xuân thì cậu tôi làm việc ở hãng Shell xăng dầu Nhà Bè. Có lần ba tôi cũng làm ở hãng này. Một lần Việt Minh và Pháp xung đột, Cậu tôi bị Việt Minh bắt. Khi Cậu tôi được thả ra, cả nhà sợ quá mới bỏ Phú Xuân, tản cư lên Sài gòn. Thật ra từ Phú Xuân lên Sàigòn chỉ hơn chục cây số. Ông Ngoại tôi cất hai căn nhà liền vách ở đường Tôn Đản, một bên cho gia đình Ba tôi và một bên cho gia đình Ngoại và Cậu. Căn của Ba thì cho mướn vì ba mẹ tôi đã có sạp bán trái cây. Tôi nghe kể lại là Ông Ngoại khi cất nhà đã bị thợ mộc ếm bùa, không ở được nên một thời gian sau thì Ngoại tôi đi mướn nhà khác gần đó để ở. Vậy mà khi chuyển sang căn nhà mới không bao lâu thì Ông Ngoại tôi chết vì ung thư cổ họng. Cùng năm đó, năm 1954 Mẹ tôi cũng mất vì bênh bao tử.

Thế là bây giờ Ngoại chỉ còn lại có một mình Cậu Tám tôi. Lại phải chuyển nhà lần nữa. Cậu tôi rất đam mê ca hát, viết văn, làm thơ và chụp hình, nên có nhiều bạn bè, nhà cửa lúc nào cũng rộn ràng tiếng đàn, tiếng hát. Cậu tên là Phạm Công Đạt, viết văn lấy bút hiệu Fạm Đạt. Cậu lấy vợ, năm 1952 sinh được một cô con gái đặt tên Phạm Thị Kim Dung. Sau khi Mẹ tôi mất thì Ba tôi cho mướn lại sạp trái cây ở chợ Cầu Muối và về sống chung với Ngoại và Cậu. Nhờ đó, Ngoại tôi cũng đỡ buồn.

Thành ngữ tiếng Anh có câu" Misfortunes never come singly", thành ngữ Hán Việt cũng có câu với ý nghĩa tương tự "Phúc bất trùng lai; họa vô đơn chí". Câu này áp dụng cho trường hợp của Ngoại tôi là cực kỳ chính xác: Khi Ông Ngô Đình Diệm về chấp chánh, thành lập nền Đệ Nhất Cộng Hòa thì Cậu tôi nhập ngũ. Năm 1955 khi đi dẹp loạn Bình Xuyên thì Cậu tử trận! Trong vòng một năm mà Ngoại tôi phải chịu ba cái tang của ba người thân yêu nhất, là một điều kinh khủng không thể tưởng tượng được. Ngoại chỉ còn lại một rể, một dâu, cả hai đều hiền như cục bột, cùng với sáu đứa cháu ngoại và một cháu nội. Lúc này tôi được mười hai tuổi và em út của tôi mới có hai tuổi.

Biến cố đau thương này đã làm cho đại gia đình chúng tôi tan rã, phân tán mỗi người mỗi ngã. Mợ Tám thì dẫn em Kim Dung trở về nhà cha mẹ ruột ở Phú Xuân. Ba tôi thì dắt năm đứa con mồ côi mẹ về tá túc tại nhà người Cô thứ Năm ở xã An Lợi, quận Long Thành. Còn đứa em thứ sáu của tôi lúc đó được ba tuổi, hay bị bệnh động kinh, được Ông Cậu Bảy, em của Ngoại nhận về nuôi giúp trong nhiều năm mới trả về sum họp với anh em chúng tôi.

Về phần Ngoại thì chồng và tất cả mấy đứa con đều mất, bà chỉ còn lại mấy đứa cháu ngoại và một đứa cháu nội, cũng không được ở gần, quả là một điều đau khổ tột cùng. Do đó, bà đã bị điên loạn. Thời gian này Ngoại tôi còn ba người em ruột. Hai người thứ Năm và thứ Bảy thì ở quê nhà Long Kiển, người em gái thứ Mười ở Tây Ninh. Lúc thì Ngoại ở với gia đình người này, lúc ở với gia đình người khác. Các cháu kêu bằng dì và cô rất thương Ngoại. Vậy mà cũng phải mất nhiều năm nỗi buồn của Ngoại mới nguôi ngoai, cũng là lúc mà Ba tôi có điều kiện dắt mấy anh em tôi về lại Sàigòn, rước Ngoại về sống chung. Thời gian mà ngoại tôi vui nhất có lẽ là lúc anh Hai tôi đem người yêu về giới thiệu với cả gia đình. Sự xuất hiện của chị Nguyệt đã mang lại cho gia đình chúng tôi một không khí mới lạ, đầm ấm, thân thiện, nhất là Ngoại, được lên tinh thần rất nhiều. Nhưng tình hình này kéo dài không được bao lâu! Một hôm chị Nguyệt báo tin về là Anh tôi đang đau nặng. Ba tôi tức tốc đi Biên Hòa đem anh về Sàigòn và đưa thẳng vào bệnh viện Grall. Lúc bấy giờ tôi đang ở trường học, chỉ có Ba, Ngoại đưa Anh vào bệnh viện. Tôi không nhớ là có mặt chị Nguyệt hay không. Trưa đi học về tôi mới hay rằng Anh tôi đã mất. Ngoại kể trong nước mắt: Trong giây phút lìa đời, Anh tôi còn cố kêu: "Ngoại!" "Ngoại!" "Ngoại!". Bà như đứt từng đoạn ruột. Hết khóc chồng, đến khóc con, bây giờ thì khóc cháu!

Không thể có bút mực nào diễn tả được nỗi khổ của Ngoại. Nếu có thể thì tôi bắt chước ai đó để nói rằng: "Bao nhiêu đau khổ của trần gian, trời chỉ dành riêng để tặng bà". Sau khi anh tôi chết, chị Nguyệt vẫn lui tới với gia đình tôi trong một thời gian dài, cốt để an ủi Ngoại. Chị có trao lại cho gia đình quyển nhật kýcủa anh. Qua đó, tôi biết được anh đã trải qua nhiều mối tình trước khi quyết định chọn chị Nguyệt. Đã chứng kiến biết bao cái chết của người thân, kể cả ba tôi sau này, nhưng không hiểu sao chỉ có cái chết của anh tôi mới làm tôi đau khổ nhất, tôi cảm thấy mất mát nhiều nhất. Tôi đã ngất xỉu nhiều lần và uẩn trí một thời gian. Nhân dịp này, bạn của chị Nguyệt tên là Huê sau đám tang, bèn ở lại nhà tôi, bám sát theo tôi để "an ủi", nhưng vẫn không hình thành nổi một cuộc tình như Huê mong muốn. Sau khi anh tôi chết thì bao nhiêu tình cảm Ngoại dồn hết vào tôi, xem tôi là điểm tựa cuối cùng của đời bà.

Sau khi Mẹ tôi mất cũng có vài người theo đuổi Ba, nhưng ông không chịu vì cho rằng chúng tôi còn quá nhỏ, cưới "dì ghẻ" về sẽ bị ăn hiếp. Chịu cảnh "gà trống nuôi con" hơn mười năm, Ba mới tục huyền là do các cô, chị của ba tôi thuyết phục, thúc đẩy và giới thiệu "để có người lo cơm nước, chăm sóc gia đình". Người nầy cùng xã An Lợi với Cô Năm tôi. Một thời gian sau khi ba rước dì tôi về thì Ngoại quyết định về Phú Xuân cất một cái nhà nhỏ kế bên nhà của người em ruột thứ năm để thờ Phật và tu hành. Ở đây, Ngoại gần được em Kim Dung, là cháu nội duy nhất của bà. Tôi là người thường xuyên chạy xuống chạy lên giữa Sàigòn và Phú Xuân để thăm nom bà. Khi nhớ chúng tôi thì Ngoại lên thăm. Thu nhập chính của Ngoại lúc bấy giờ là tiền tử tuất của Cậu Tám (dành cho tổ phụ) và tiền cho mướn nhà Tôn Đản. Quyết định của Ngoại là hoàn toàn sáng suốt và hợp tình hợp lý. Anh em tôi đã lớn. Ngoại cần nơi yên tĩnh để tịnh tâm, để nhìn lại đời mình, nương theo câu kinh tiếng kệ, tìm ra cho mình con đường cứu rỗi từ một định mệnh quá khắc khe, cay nghiệt. Đồng thời, bà cũng ngày đêm cầu nguyện cho đám cháu ngoại không biết sẽ ra sao giữa cuộc đời vốn không êm ả.

Thật vậy, Ba tôi được kêu trở lại làm việc đâu chừng bốn năm thì hãng lại cho nghỉ việc. Lần này Ba cùng với bà dì trở về quê Long Thành sửa lại miếng vườn và ở luôn dưới đó. Thế là sáu anh em toàn là trai, bây giờ chỉ còn năm mà tôi là lớn, lúc đó đang học đệ nhị, chừng hai mươi ba tuổi, em út mười ba tuổi. Đã không có Mẹ, bây giờ xem như không có cả Cha lẫn Mẹ. Chúng tôi tự đi chợ, nấu ăn, giặt giũ, tự học hành, tự chăm sóc nhau khi ốm đau, bệnh hoạn. Vậy mà chúng tôi đã tồn tại từ năm này sang năm khác, cũng là nhờ ơn trên phù hộ. Sau khi đậu bằng Tú Tài phần hai thì tôi đi làm thông dịch viên ở tận Bình Dương, cuối tuần mới về thăm em và Ngoại một lần, đồng thời ghé trường Luật lấy bài vở để chiều chủ nhật đi xe đò lên Bình Dương kịp đi làm ngày thứ hai.

Mỗi năm đến kỳ thi thì tôi xin nghỉ phép nửa tháng hoặc một tháng về ở với Ngoại để học bài thi. Những lúc này là lúc Ngoại vui nhiều nhất vì Bà được dịp gần gủi, chăm sóc miếng ăn, giấc ngủ cho tôi. Ngoại ăn chay nhưng vẫn làm được những món ăn ngon mà tôi thích, chẳng hạn như trứng vịt lộn chiên, cua lột lăn bột chiên… Trong thời gian này Ngoại biết tôi có nhiều bạn gái nên cứ nhắc tôi sớm lấy vợ để bà có cháu dâu (Bà đã từng hụt cháu dâu Ánh Nguyệt một lần rồi). Tôi không nói gì nhưng đã khẳng định trong tâm, chỉ cưới vợ khi nào có nghề nghiệp ổn định và gặp được người xứng đáng.

Bạn gái của tôi tổng cộng có khoảng năm, sáu người: Người ở đối diện nhà, người ở Chợ Lớn, ở Bình Dương, ở Vĩnh Long, ở Vĩnh Bình… Trong số này, Ngoại biết mặt hai người. Một là cô Nguyệt ở bên kia đường Tôn Đản, đối diện nhà tôi, trong đêm hôm khuya khoắt vẫn xuống tận Phú Xuân tìm tôi, hai là cô Vân, dạy học ở Bình Dương, có nhà ở Chợ Lớn, rất giàu, đã tự động dắt Ngoại về nhà cô ta, ýchừng để khoe nhà giàu? Tiếc thay, hai cô này được tôi đánh giá thấp nhất. Cuối cùng thì ước mơ của Ngoại cũng được tôi thực hiện, mặc dầu không trọn vẹn, khi mà hai điều kiện do tôi đặt ra đã hội đủ. Đó là khi tôi được tuyển dụng vào làm việc ở Ngân Hàng Quốc Gia. Nơi đây, tôi đã gặp Diệu, nàng cũng tốt nghiệp Cử Nhân Luật như tôi, ban Kinh Tế, người vui vẻ, tử tế, nết na, đằm thắm và đặc biệt là rất hiền lành.

Tôi đưa Diệu về giới thiệu với các em, dắt Diệu về Long Thành giới thiệu với Ba và bà con bên nội. Với ai tôi cũng hỏi ý kiến và tất cả mọi người đều hết lời khen Diệu, đồng thời mừng cho tôi, và người mừng nhất không ai khác hơn là Ngoại. Có việc làm lý tưởng, lại gặp được người mơ ước là hạnh phúc lớn nhất của đời người, Tiểu đăng khoa và đại đăng khoa tôi đã đạt cùng một lúc thì thật là tuyệt vời. Ngoài ra, còn một ýnghĩa khác rất quan trọng là tôi được sống cùng các em và không xa Ngoại nữa. Tương lai đã hé mở, tôi thấy lạc quan và yêu đời hơn bao giờ hết.

Nhưng Hạnh Phúc là cái gì rất mong manh. Năm 1972 tôi bị động viên, nhập ngũ, khiến cho Ngoại phải buồn rầu, lo lắng vì Cậu Tám tôi đã chết khi đi lính. Sau đó, tôi được biệt phái về lại ngân hàng thì Ngoại như được hồi sinh. Nhưng ngày 30 tháng 4 năm 1975 ập đến, ảnh hưởng từng gia đình, từng cá nhân. Đối với Ngoại đó là thảm kịch cuối cùng của đời bà! Tôi đi khi chưa kịp làm đám cưới với Diệu! Cứ tưởng ra đi thì mười ngày sau sẽ về. Nhưng hết mười ngày này đến mười ngày khác, hết tháng này đến tháng khác, rồi năm này đến năm khác mà cũng không thấy dấu hiệu ngày về. Trong thời gian này, Diệu thường xuyên xuống Phú Xuân thăm viếng, chăm sóc, và an ủi Ngoại. Điều này cóý nghĩa đặc biệt và giúp làm vơi đi phần nào nỗi khổ đau, phiền muộn của Ngoại trong lúc khó khăn nhất. Đáng khâm phục biết bao về nghĩa cử của Diệu khi mà nàng chưa phải là vợ tôi, chưa có một sự ràng buộc nào cả về pháp lýcũng như đạo lý, bất quá nàng chỉ là một bạn gái đặc biệt trong số những bạn gái của tôi vào thời điểm đó. Rồi thì niềm an ủi cuối cùng của Ngoại cũng không còn khi Diệu chuyển công tác từ Ngân Hàng Quốc Gia ở Sàigòn xuống Ngân Hàng tỉnh Tiền Giang, quê nhà của Diệu, để cho tôi được về sớm (?).

Thời gian sau thì Ngoại bị bệnh. Ngoại dặn Diệu khi nào tôi về thì nói xuống gặp bà ngay. Nhưng khi tôi được thả về, thấy bà nằm trên giường, tay chân lạnh ngắt, bà đã tắt thở! Điều làm cho tôi ray rứt cho tới bây giờ và mãi mãi về sau là tôi không được về sớm hơn để nghe được những lời nói sau cùng của Bà, không biết Bà muốn nhắn gửi với tôi điều gì?

Thời gian sao mà qua nhanh quá! Mới ngày nào tôi là đứa cháu ngoại bị Cậu Tám bắt nhốt vào nhà tắm giữa đêm khuya mà bây giờ tôi đã thành Ông Ngoại bảy mươi tuổi. có hai cháu, một trai, một gái. Riêng cháu Brandon, tôi nuôi nấng, chăm sóc từ khi cháu mới vài tháng tuổi, bây giờ cháu được bốn tuổi. Tôi giữ cháu năm ngày một tuần, chỉ giao lại cho ba mẹ cháu ngày thứ bảy và Chủ Nhật. Vậy mà chỉ vắng cháu một ngày tôi thấy nhớ, phải chạy tới nhà cháu để nhìn thấy và chơi với cháu. Từ khi có cháu Brandon tôi mới ý thức sâu sắc, mới cảm nhận được từ con tim là ngày xưa Ngoại tôi cũng thương yêu tôi như vậy. Hình như có một sự sắp đặt nhiệm mầu: Ông Trời cho tôi có cháu Brandon để tôi yêu thương, hy sinh mọi điều cho nó, để bù lại phần nào công ơn trời biển mà Ngoại đã dành cho tôi nhưng tôi không có cơ hội đền đáp.

Chương 6:

Bốn năm vừa đi làm vừa đi học

Gia đình tôi ổn định được 5 năm thì Ba tôi lại bị cho nghỉ việc, vừa lúc tôi thi đậu tú tài toàn phần , nghĩa là vừa xong trung học. Lần này ba quyết định cùng với dì trở về quê, sửa lại căn nhà, chăm sóc lại mảnh vườn đã hoang phế từ nhiều năm. Năm anh em tôi lại sống một mình. Lần này không phải là nơi đồng không mông quạnh mà là giữa lòng đô thị với tất cả phức tạp và nghiệt ngã của nó. Thật là may, ngay khi Ba bị nghỉ việc và trở về quê thì tôi được nhận vào làm thông dịch viên tại Ty Cảnh Sát Quốc Gia tỉnh Bình Dương, cách Sàigòn 30 cây số, với số lương khá cao. Sở dĩ tôi làm được điều này là vì ngoài giờ học phổ thông buổi sáng ở trường Hưng Đạo, Ba đã cho tôi học thêm Anh Văn vào buổi chiều, suốt bốn năm cuối trung học. Nếu trước đây Ba từ Sài gòn về Cầu Nước Trong thăm chúng tôi vào cuối tuần thì đến phiên tôi, từ Bình Dương tôi về thăm các em tôi ở Sài gòn cũng vào cuối tuần. Tôi đi làm ở Bình Dương đồng thời ghi danh học hàm thụ ở đại học Luật Khoa Sàigòn. Mỗi tuần tôi về thăm mấy đứa em xong thì chạy vội đến trường Luật ở đường Duy Tân lấy bài vở, đến chiều chủ nhật thì ra bến xe lên Bình Dương cho kịp đi làm ngày thứ hai. Tuần nào tôi không về được thì đứa em kế lên chỗ tôi ở trọ lấy tiền về chi dùng.

Trong thời gian này, cùng lúc tôi chịu hai áp lực, một là gánh nặng gia đình, hai là bị gọi đi lính. Tôi được hoãn dịch vì lý do học vấn. Nếu năm nào tôi rớt một chứng chỉ ở trường Luật thì phải trình diện nhập ngũ ngay. May mắn cho tôi, vừa làm vừa học cực kỳ gian nan, vậy mà sau bốn năm tôi cũng có được mảnh bằng Cử Nhân Luật. Kế đến một may mắn nữa là tôi trúng tuyển vào Ngân Hàng Quốc Gia, ở số 17 Bến Chương Dương Quận Nhất, ngạch chuyên viên, lương cao không thua gì lương dân biểu hồi đó. Hàng tháng, ngoài chi phí học hành, chi tiêu trong gia đình cho mấy đứa em, tôi còn giúp được Ba. Thường thì mỗi tháng Ba lên Sàigòn, ghé thẳng ngân hàng gặp tôi để nhận tiền rồi về ngay. Việc tôi làm Ngân Hàng không phải là nguyện vọng của tôi. Ở trường Luật tôi chọn ban Công Pháp chớ không phải Kinh Tế với ý định sẽ thi vào Tham Vụ Ngoại Giao hay Đốc Sự Hành Chánh. Vậy mà tôi lại trúng tuyển vào Ngân Hàng với thứ hạng rất cao trong số 15 người được chọn, vì đề thi gần trúng với đề tài mà tôi yêu thích và đã nghiên cứu từ lâu, đó là "Viễn ảnh kinh tế Việt Nam khi hòa bình vãng hồi". Giờ đây chiêm nghiệm lại mới ngộ ra một điều là trên đường đi đến mục tiêu đôi khi cũng có những lối rẽ bất ngờ và lý thú vì ước muốn là một chuyện, thực tế lại là chuyện khác.

Chương 7:

Đời quân ngũ

"Mùa Hè Đỏ Lửa" năm 1972 luật tổng động viên ban hành, tôi giã từ ngân hàng, nhập khóa 1/72 Sĩ Quan Trừ Bị Thủ Đức. Suốt chín tháng ở quân trường người duy nhất đến thăm tôi vào cuối tuần là chị Loan. Chị làm ở Nha Ngân Quỹ, Ngân Hàng Quốc Gia Việt Nam, nơi tôi đến tập sự khi mới vào. Mỗi tuần về phép thỉnh thoảng tôi cũng có ghé thăm chị ở chợ Nancy và dùng cơm trước khi trở lên quân trường chiều Chủ Nhật. Không hiểu sao chị Loan lại có cảm tình đặc biệt với tôi trong khi chị thuộc "gia đình cách mạng" thứ thiệt. Hai người em chị đang ở ngoài Bắc, ba chị đang bị giam ở khám Chí Hòa mà gần ngày 30 tháng 4 tôi mới biết. Sau ngày "giải phóng" thì hai người em trở về, một người làm bí thư tỉnh ủy ở quê nhà, người em kế tên Lê văn Năm, làm Viện Trưởng Viện Quy Hoạch thành phố Hồ Chí Minh. Anh Năm là người đã nhận tôi vào làm ở Viện Quy Hoạch và lo nhập hộ khẩu cho tôi ở lại thanh phố sau khi tôi đi "học tập cải tạo" trở về. Cũng chính chị Loan là người tác hợp cho tôi và bà xã Xuân Diệu cùng lảm Nha Ngân Quỹ với chị. Không hiểu sao cuộc đời này lại quá ưu ái với tôi, ai cũng tốt với tôi. Tôi không tin vào tâm linh vì nó gần với mê tín dị đoan, không phải là khoa học, nhưng tôi tin vào luật nhân quả, tin vào điều rất giản dị là "ở hiền thì gặp lành". Mỗi lần tôi lâm vào tình huống khó khăn thì thế nào cũng có người giúp đỡ, có "quới nhân" xuất hiện, không phải một hai lần mà là rất nhiều lần cho tới bây giờ tôi đã trên 80 tuổi, lúc nào tôi cũng gặp may mắn.

Khi mãn khóa Thủ Đức ra trường tôi không chọn các quân binh chủng nổi tiếng mà chọn đơn vị hiền lành là đơn vị Địa Phương Quân ở vùng 4 chiến thuật vì tin rằng chỉ thời gian ngắn thôi thì tôi sẽ được biệt phái về lại ngân hàng. Không như tôi nghĩ, từ sau Tết Mậu Thận 1968 và mùa Hè đỏ lửa 1972 lính địa phương quân cũng chiến đấu gian khổ và nguy hiểm không thua gì các binh chủng Hải, Lục, Không Quân khi mà chánh quyền Mỹ toan tính rút khỏi Việt Nam và cắt dần viện trợ, còn Việt Cộng thì dốc toàn lực tranh giành và lấn chiếm lãnh thổ để đạt ưu thế trên bàn hội nghị ở Paris. Vậy mà sau một thời gian ngắn đi tác chiến ở các tiểu đoàn Địa Phương Quân thì tôi được biệt phái về lại Ngân Hàng Quốc Gia làm việc cho đến ngày "sập tiệm". Tình trạng biệt phái đối với tôi đúng là một vận may, nếu không muốn nói là một phép mầu. Trong lúc đang chiến đấu ở mặt trận Vĩnh Bình thì tôi được ông trung tá tỉnh trưởng gọi về phòng kinh tế ở Tòa Hành Chánh tỉnh. Tôi nhớ lại: Khi từ giả trường bô binh Thủ Đức trong lúc ngồi xe đò đi trình diện đơn vị mới, tình cờ tôi ngồi cạnh một ông già râu tóc bạc phơ, tên ông là Vạn, là một chức sắc đạo Cao Đài ở Cần Thơ. Trong suốt cuộc hành trình tôi và ông trao đổi với nhau nhiều đề tài nhất là chuyện Đạo, chuyện Đời. Ông tỏ ra rất tâm đắc và hào hứng khi nói chuyện với tôi. Ông hỏi tên họ, số quân của tôi và ghi vào sổ tay, tôi cũng không thắc mắc, không hỏi ông lấy tin tức của tôi để làm gì. Khi tới bắc Mỹ Thuận thì chia tay. Ông đi tiếp Cần Thơ còn tôi rẽ sang

Vĩnh Bình, trình diện Tiểu Khu và nhận đơn vị mới là tiểu đoàn địa phương quân 471. Về tiểu đoàn tôi được cho làm đại đội phó chỉ huy công vụ và hành quân liên miên nên không còn nhớ gì về ông Vạn nữa. Sau này ông tỉnh trưởng cho biết ông Vạn đã đến tư dinh ông gửi gắm tôi, nhờ ông giúp đỡ. Do đó ông tỉnh trưởng điều tôi về phòng kinh tế giúp ông trong việc xuất tỉnh lúa gạo. Ông tỉnh trưởng nói: "Ông Vạn nhờ tôi giúp đỡ anh nhưng sự thật là tôi cần anh giúp. Anh hãy suy nghĩ rồi cho tôi biết làm thế nào để lúa gạo được mua từ các thương lái vận chuyển bằng ghe chài về thành phố nhập kho ở bến Bình Đông Sàigòn mà đúng chất lượng, không bị thất thoát, không để lọt vào tay Việt Cộng". Phải nói đây là một nhiệm vụ hết sức quan trọng và khó khăn mà tôi là một chuẩn úy mới ra trường chưa bao giờ nghĩ đến. Đây cũng là một thử thách đầu tiên đối với tôi trong công tác tổ chức, quản lý và điều hành trong hoàn cảnh đặc biệt chiến tranh chớ không phải là thời bình. Dầu sao tôi cũng hoàn thành rất tốt nhiệm vụ được giao. Khi việc xuất tỉnh lúa gạo chấm dứt ông tỉnh trưởng trả tôi về tiểu đoàn 405 làm trưởng ban 1, quản trị nhân viên, làm việc ở hậu cứ, đóng ở Ao Bà Ôm, một thắng cảnh đẹp nhất ở Vĩnh Bình, và tôi không phải đi tác chiến nữa. Nhưng khi cuộc chiến đi vào giai đoạn ác liệt nhất, thì ông tỉnh trưởng bị đổi đi, người khác tới, đày tôi ra mặt trận rất nguy hiểm ở tận Kiến Tường, hầu như suốt ngày phải núp trong hầm tránh pháo kích của Việt Cộng từ bên Kampuchea rót qua. Một ngày khi đang hành quân thì nhận được công điện từ tiểu khu Kiến Tường gọi tôi trình diện gấp. Về tới tiểu khu tôi được cấp sự vụ lệnh trình diện Bộ Tổng Tham Mưu ở Sàigòn. Khi về Bộ Tổng Tham Mưu thì tôi biết việc này nằm trong chiến lược cải tổ quân đội để đối phó với tình hình mới: Lính ngoài mặt trận phải thao lược và thiện chiến, lính ngồi văn phòng phải có trình độ và chuyên nghiệp. Do đó những ai có bằng cử nhân Luật hoặc tốt nghiệp học viện Quốc Gia Hành Chánh sẽ được điều về các binh chủng, cục, sở. Tôi được điều về và làm việc ở trung tâm hồ sơ cá nhân trực thuộc phòng Tổng Quản Trị, bộ Tổng Tham Mưu. Như vậy lần này tấm bằng Cử nhân Luật đã cứu tôi ra khỏi các chiến trường rất nguy hiểm ở miền Tây. Khi về Bộ Tổng Tham Mưu thì tôi thường xuyên đến Ngân Hàng Quốc Gia để theo dỏi tình hình thì được biết phòng hành chánh đang soạn thảo công văn gửi Bộ Tổng Tham Mưu đề nghị cho những chuyên viên đang tại ngũ được biệt phái trờ về làm việc lại, trong số đó có tên tôi. Khi công văn đươc ký tôi mới đề nghị với phòng hành chánh để cho tôi cầm tay công văn này gửi đến Bộ Tổng Tham Mưu vì tôi đang làm việc ở đây. Một buổi sáng đẹp trời tôi cầm công văn của Ngân Hàng Quốc Gia vào gặp và trao tận tay cho Đại tá Hoàng, Phó Trưởng Phòng Tổng Quản Trị để giải thích và xin giúp đỡ. Đại tá nói để ông xem xét. Qua tìm hiểu tôi được biết đai tá Hoàng có đứa cháu cũng ra trường Thủ Đức cùng khóa 1//72 với tôi, hiện đang phục vụ tại tiểu khu Long An, tôi liền dùng anh làm làm cầu nối, làm mối dây liên kết giữa tôi với đại tá Hoàng, mắc dầu tôi chưa hề quen biết anh và cho bây giờ tôi cũng không nhớ tên anh là gì. Một hôm biết đại tá Hoàng đang nghỉ bệnh tại nhà ở đường Trần Hưng Đạo, Quận 5, tôi đến thăm và mang theo một chục cam sành và trứng gà để biếu ông. Nhân dịp này tôi có nhắc đến người cháu ông và cái văn thư mà tôi đã trao cho ông tuần trước. Khi bắt tay ông ra về ông nói là vài bữa nữa khi trở lại làm việc ông sẽ ký. Từ khi văn thư được gửi đi cho đến khi có kết quả trả về Ngân Hàng Quốc Gia chưa tới một tháng. Cho đến nay cả ngân hàng và mấy anh em được biệt phái không ai biết vì sao và do ai mà mà kết quả đến nhanh như vậy.Với cá tôi thì đây là một việc làm tích cực với ít nhiều may mắn và người mà tôi cần phải cám ơn là anh trung sĩ làm ở văn phòng đại tá Hoàng, người đã cho tôi biết mọi thông tin về đại tá để cho tôi vận động với ông.

Con người ai cũng có số, nhưng không ai lúc nào cũng khổ đau cũng như không ai luôn luôn hạnh phúc, vì "sông có khúc, người có lúc". Xem ra đau khổ hay hạnh phúc chủ yếu là do chính mình. Tôi học Luật, không làm luật sư nhưng nhờ văn bằng đại học đã nhiều phen giúp tôi thoát nạn, cải thiện được hoàn cảnh. Để có được mảnh bằng đại học tôi đã phải phấn đấu rất nhiều ngay từ nhỏ, chớ đâu có dễ dàng gì. Trong đối nhân xử thế, tôi luôn luôn chân thật và tốt với mọi người. Do đó, khi tôi gặp hoạn nạn có người giúp tôi thì cũng đúng quy luật "gieo nhân nào thì gặt quả đó". Người giúp tôi có thể tôi biết, có thể tôi không biết, nên cứ gọi là "quới nhân". Người đời thường nói "đức năng thắng số" nghĩa là đạo đức, phúc đức có thể làm chuyển đổi cái số mệnh, giúp ta vượt qua được thảm họa, tai ương. Phúc đức này có thể do chính mình tạo nên, cũng có thể truyền thừa từ cha mẹ, ông bà mình để lại, cũng giống như nếu cha mẹ mình bị tim mạch, bị ung thư thì cái xác suất mình bị tim mạch, ung thư rất cao. Tôi là người có cá tính mạnh, lúc nào cũng tích cực, lạc quan để vượt lên hoàn cảnh, số phận. Nhờ đó mà "thần" may mắn thường mỉm cười với tôi. Trong nhiếp ảnh tôi có may mắn chụp được nhiều bức ảnh đẹp. Sự may mắn này không đến từ phép lạ nào mà từ lòng kiên nhẫn và đam mê nghệ thuật. Chẳng hạn, tôi có thể ngồi canh hàng giờ mới chụp được cảnh mặt trời lên chỉ trong khoảnh khắc. Tôi chụp cả trăm tấm hình mới có được tấm hình ba con bồ câu đậu trên người của một ông già bên vệ đường trong tư thế hoàn hảo mà tôi ưng ý nhất. Nhiều người vẫn còn quan niệm may mắn hay xui xẻo là do số mệnh. Thời đại ngày nay người ta đã chứng minh sự may mắn không thuộc phạm trù thần học hay tâm linh mà là khoa học. Do đó, ta có thể luyện tập, học cách để gặp may mắn. Giáo sư Richard Wiseman, đại học Hert Fordshire bên Anh đã bỏ ra 10 năm để nghiên cứu, khảo sát trên 400 người từ 18 đến 84 tuổi. Kết quả cho biết, may mắn thường thuộc về những người:

- Có mắt nhìn rộng rãi, quan điểm phóng khoáng.
- Có đầu óc sáng tạo.
- Có lòng kiên nhẫn.

Chương 8:

Học tập cải tạo

Như biết bao người khác, sau ngày 30/04/1975, tôi lên đường đi "học tập cải tạo" theo lệnh chánh quyền mới. Thật ra không có học tập và cải tạo gì hết mà là lao động khổ nhọc, chính xác là tù khổ sai, không bản án. Nhiều người đã chết trong trại tập trung, nhiều người phải đến 17, 18 năm mới được thả về. Tôi có quan niệm sống riêng: không than van, không oán trách, không hận thù, tôi xem khó khăn là một thử thách. Thời gian ở tù là thời gian tôi làm thơ nhiều nhất, toàn cho bà xã, lúc đó chưa cưới, trong đó có bài "Cám Ơn Ngục Tù". Nghe lạ lắm. Ai đời bị nhốt tù, không nói lời thù hận mà còn cám ơn. Trong gian khổ vẫn tìm được nguồn cảm hứng. Bà xã chính là niềm hy vọng của tôi lúc đó. Bài thơ này tôi viết ở Long Giao, Long Khánh vào tháng 2 năm 1976

Trót sinh ra với tâm hồn thi sĩ
Chốn lao tù, ta vẫn cứ làm thơ
Yêu làm sao, áng mây trắng trên trời
Mà mơ đến những bến bờ vô định...
Ta chỉ muốn một lần xác định

Vị trí của nàng trong trái tim ta
Bằng những vần thơ
Trong cay đắng vẫn mượt mà
Đã bị nghiêm cấm từ khi xa nàng, đi biền biệt
Ví trí của ta? Thì ta đã biết:
Khi được mời lên chiếc motolova (1)
Bỏ mui kín trong đêm xa thành phố (2)
Trong lao tù, ta "tiếp thu" thật kỹ:
KHÔNG CÓ GÌ QÚY HƠN ĐỘC LẬP TỰ DO
Kể từ đó, tâm tư ta thay đổi
Ta không còn nhốt tư tưởng của ta
Trong quy luật vần bằng hay vần trắc
Vậy đọc anh, xin em đừng thắc mắc
Thơ của anh sao thay đổi lạ kỳ
Ý nghĩ của em? Em cứ việc tùy nghi
Gọi là thơ cũng được
Mà không cũng đươc
Vấn đề là làm thế nào cho em hiểu
Lời của anh?
Từ con tim vẫn tràn đầy máu nóng
Từ linh hồn bé bỏng rất mong manh
Lời của anh?
Đôi khi cũng có vần
Và lời của anh?
Lúc nào cũng tràn đầy âm điệu
Em khẻ bảo...
Anh đi tù, bây giờ em mới hiểu:

" Chuyện chúng mình đẹp tựa những vần thơ"
Nhưng làm thơ...
Ai lại khóc bao giờ
Phải không bé, trọn đời anh yêu dấu!

Ghi chú:
(1) Loại xe tải chở lính của Liên Xô
(2) Đêm 24/6/1975

Trong tù có biết bao chuyện xảy ra, đáng nhớ nhất là chuyện "Người Không Nhận Tội". Không chỉ là câu chuyện giữa người thua cuộc và người thắng cuộc mà là sự đối đầu không cân sức giữa hai lý tưởng, hai chánh sách, hai chế độ trong hoàn cảnh éo le, nghiệt ngã của thân phận con người. Khi sang đến Mỹ, tức là hơn hai mươi năm sau tôi mới viết lại chuyện này gửi đăng ở tờ Việt Báo bên California của Trần Dạ Từ và Nhã Ca, đã gây tiếng vang lớn trong cộng đồng người Việt hải ngoại, về sau được ban kịch Túy Hồng dựng thành kịch trình chiếu trên đài truyền hình SBTN. Câu chuyện như sau:

Tôi biết anh khi cùng đến trình diện "học tập" tại trường Pétrus Ký ngày 24 tháng 6 năm 1975. Anh sinh năm 1942, tốt nghiệp khóa 1 Chánh Trị Kinh Doanh Đà Lạt. Sau khi ra trường, anh bị động viên khóa 9/68 Sĩ Quan Trừ Bị Thủ Đức, rồi được biệt phái làm việc ở Kỹ Thương Ngân Hàng, tức Ngân hàng Quân Đội ở đường Nguyễn Huệ, Sài Gòn. Anh là một thanh niên khỏe mạnh, to cao, chưa lập gia đình. Vì cận thị nên lúc nào cũng mang kính trắng. Trông anh ai cũng dễ nhận ra anh là một trí thức giàu tiềm năng, nhiều nghị lực. Anh có người chú ruột là kỹ sư làm bộ trưởng bộ công nghiệp nhẹ của chế độ Cộng Sản Bắc Việt. Sở dĩ tôi biết nhiều về anh là do khi bị đưa vào trại tập trung ở Thành Ông Năm, Hốc Môn, cũng như khi ra Phú Quốc tôi lúc nào cũng được "biên chế" cùng tổ , đội với anh, chỗ nằm cũng sát bên anh, vì người ta căn cứ theo thứ tự A, B, C của tên mỗi người khi lập danh sách. Tên anh rất lạ và dễ nhớ: Kha Tư Giáo.

Khi mới vào trại tập trung, ngoài giờ lao động khổ nhọc, các "cải tạo viên" còn phải học mười (10) bài chánh trị. Sau mỗi bài học là những buổi thảo luận trong tổ, đội. Mỗi người phải viết "bài thu họach" những gì mình "tiếp thu" được sau những bài giảng của cán bộ tuyên truyền, được gọi là giáo viên. Sau bài học đầu tiên đề tài thảo luận đưa ra là mọi người phải "liên hệ bản thân", xác định mình là người có tội với nhân dân, với "cách mạng". Người cầm súng thì giết bao nhiêu cách mạng trong từng trận đánh. Bác sĩ thì chữa trị cho binh sĩ lành bệnh để đánh phá cách mạng như thế nào. Người làm ngân hàng (như tôi và anh Kha Tư Giáo) thì có tội phục vụ cho nền tài chánh, dùng tiền nuôi dưỡng chiến tranh. Cảnh sát thì đàn áp nhân dân ra làm sao, vân vân... Trại của chúng tôi đa số là sĩ quan biệt phái. Họ nói biệt phái là phái làm công tác đặc biệt. Thí dụ giáo viên biệt phái là những người lãnh lương hai đầu, một bên là quân đội, một bên là giáo dục, được phái về dạy học để đánh rớt học sinh, buộc học sinh phải đi lính, biệt phái ngân hàng là sĩ quan được đưa về làm công tác ngân hàng, kiếm thêm thu nhập cho người lính để có thêm sức cầm súng. Do đó, sĩ quan biệt phái là những người có tội rất nặng với cách mạng và nhân dân hơn những người khác. Anh KTG thì cho rằng anh và các bạn anh không ai là người có tội. Các chiến sĩ Việt Nam Cộng Hòa cầm súng chống lại bộ đội Bắc Việt và quân nằm vùng là để tự vệ mà không hề chống lại nhân dân, đồng bào ruột thịt trong Nam cũng như ngoài Bắc. Riêng bản thân anh, sanh ra và lớn lên ở miền Nam, học hành và làm công tác chuyên môn ngân hàng để sống và phục vụ cho đất nước thì sao gọi là có tội. Lập trường anh Giáo không đáp ứng yêu cầu của Việt Cộng. Đó là tấn thảm kịch của anh. Anh bị bắt làm kiểm điểm liên tục còn những người khác thì cũng bị bắt phải "giúp đỡ" anh nhìn thấy được tội lỗi của mình để được cách mạng và nhân dân khoan hồng. Càng kiểm điểm anh càng thấy mình là người vô tội. Bài viết lúc đầu thì dài, về sau chỉ còn bốn chữ thật to chiếm hết trang giấy: TÔI KHÔNG CÓ TỘI. Việt Cộng hỏi, anh trả lời những gì cần nói, anh nói hết rồi. Bạn bè trong đội thấy anh giữ lập trường như thế thì rất nguy hiểm cho anh mà bạn bè cũng khổ. Vì sau giờ lao động cực nhọc đáng lẽ được nghỉ ngơi, lại phải ngồi kiểm điểm với anh đến mỏi mệt, chán chường. Nhiều người trách anh sao không biết "nín thở qua sông", họ khuyên anh cứ viết đại vào giấy là mình có tội một cách chung chung, miễn là thực tế không làm gì hại nước, hại dân là được. Anh bảo như vậy là mắc lừa Cộng Sản và lương tâm không cho phép.

Khi tất cả cán bộ ở trại đều bất lực thì cán bộ cao cấp từ Sài Gòn được cử xuống. Những người này tỏ ta có tay nghề hơn. Nghe đâu là sư trưởng VĐG từng là thành viên của phái đoàn đàm phán Bắc Việt tham dự hội nghị Paris năm 1973, cùng với một đại tá chánh ủy sư đoàn (?). Họ không trấn áp anh mà tỏ ra lắng nghe và chịu đối thoại. Anh Giáo đã chứng tỏ bản lĩnh của mình bằng những câu hỏi đặt ra mà họ không trả lời được. Ngược lại, anh còn phản công, vạch trần tội ác của họ. Từ vai một người tù, một tội nhân anh trờ thành một công tố viên trước tòa, luận tội Việt Cộng. Bằng một giọng đầm ấm và trầm tĩnh, anh Giáo nói:

- Chúng tôi là những người sanh ra và lớn lên ở miền Nam. Nhờ hạt gạo của đồng bào miền Nam nuôi lớn và trưởng thành từ nền văn hóa và giáo dục khoa học, nhân bản và khai phóng. Chúng tôi có lý tưởng của chúng tôi cũng như các anh có lý tưởng của các anh. Lý tưởng của các anh là dùng bạo lực để lật đổ chánh phủ hợp hiến, hợp pháp Việt Nam Cộng Hòa để bành trướng chủ nghĩa Cộng sản. Lý tưởng của chúng tôi là bảo vệ Tự Do, Dân Chủ. Các anh từ miền Bắc vào xâm lăng miền Nam, buộc lòng dân quân miền Nam phải cầm súng tự vệ. Chúng tôi có câu "*giặc đến nhà đàn bà phải đánh*". Chẳng lẽ một công dân cầm súng chống lại kẻ thù để bảo vệ bà con mình, gia đình mình, tổ quốc mình thì có tội?

Hai cán bộ Việt Cộng im lặng, chỉ gật gật cái đầu. Một lúc sau, viên đại tá chính ủy lên tiếng:

- Các anh chỉ là tay sai đế quốc Mỹ. Ở đâu có Mỹ, có bom đạn Mỹ thì chúng tôi đánh. Đất nước Việt Nam là một, dân tộc Việt Nam là một…

Anh Giáo ngắt lời:

- Sông có thể cạn, núi có thể mòn, song chân lý đó không bao giờ thay đổi, chớ gì? Các anh chỉ biết lặp lại mà không biết gì về quốc tế công pháp. Tôi nhắc lại, hiệp định Genève năm 1954 mà các anh đã ký ngày 20/7/1954 quy định từ vĩ tuyến 17 trở ra là nước Việt Nam Dân Chủ Cộng Hòa, từ vĩ tuyến 17 trở vào là nước Việt Nam Cộng Hòa của chúng tôi, được Liên Hiệp Quốc và quốc tế công nhận

Tên sư trưởng phản ứng:

- Các anh là công cụ Đế quốc Mỹ âm mưu chia cắt vĩnh viễn đất nước. Còn chúng tôi đánh Mỹ là để thống nhất đất nước, mang lại Độc Lập cho Tổ Quốc, Tự Do, Hạnh Phúc cho đồng bào.

Anh KTG:

- Nên nhớ, các anh mới là người âm mưu cùng thực dân Pháp chia cắt đất nước bằng hiệp định Genève năm 1954. Chúng tôi không hề ký vào hiệp định đó. Đồng minh chúng tôi không phải chỉ có Mỹ mà có Đại Hàn, Phi Luật Tân, Tân Tây Lan, Úc Đại Lợi và tất cả quốc gia yêu chuộng hòa bình trên thế giới. Các anh mới là tay sai Liên Xô và Trung Cộng. Chủ nghĩa Cộng Sản chủ trương bành trướng, xâm lược, nhuộm đỏ toàn thế giới chớ không riêng gì Việt Nam.

Tên sư trưởng:

- Người Cộng Sản làm cách mạng là để giải phóng các dân tộc khỏi áp bức, bóc lột mà đầu sỏ là đế quốc Mỹ để mang lại công bằng xã hội, ấm no, hạnh phúc cho mọi người.

- Tôi thiết nghĩ những người cần được giải phóng là nhân dân miền Bắc đang thiếu Tự Do, Dân Chủ, đang sống đời lầm than cơ cực. Chúng tôi không cần các anh giải phóng.

Bất ngờ, tên đại tá chánh ủy đập tay xuống bàn cái rầm. Ly nước trước mặt hắn ngã đổ tung tóe:

- Quân phản động!

Anh KTG vẫn giữ điềm tĩnh và im lặng. Thời gian trôi qua nặng nề. Tên sư trưởng dịu giọng:

- Các anh ôm chân đế quốc, bị đầu độc bởi vật chất xa hoa và văn hóa đồi trụy của chủ nghĩa tư bản thối tha nên không nhìn thấy tội lỗi của mình.

Bằng một giọng ôn tồn mà cương quyết, anh Giáo trả lời:

- Chúng tôi là người Việt quốc gia, không theo chủ nghĩa nào cả. Chủ nghĩa chỉ là lý thuyết, là giáo điều do con người đặt ra để phục vụ cho những mục tiêu chánh trị nhất định trong một giai đọan lịch sử nhất định. Đến lúc nào đó nó sẽ bị đào thải do không theo kịp sự tiến hóa không ngừng của xã hội. Còn chủ nghĩa Cộng Sản chỉ là chủ nghĩa ngoại lai, duy vật và sai lầm khi chủ trương vô gia đình, vô tôn giáo, vô tổ quốc, đi ngược lại bản chất con người, ngược lại truyền thống duy tâm , trọng đạo và nền văn hóa cổ truyền của người Việt. Nó quá tàn nhẫn và sai lầm khi chủ trương đấu tranh giai cấp bằng chuyên chính vô sản. Tôi cho rằng nó sẽ không tồn tại lâu dài.

Thấy hai tên Việt Cộng vẫn im lặng, anh Giáo nói tiếp:

- Trong thời gian Tết Mậu Thân năm 1968 các anh đã đồng ý hưu chiến để đồng bào an tâm vui đón ba ngày lễ cổ truyền của dân tộc. Vậy mà các anh lại tấn công vào các đô thị miền Nam, gieo rắc kinh hoàng, chết chóc cho người dân vô tội. Khi các anh rút lui khỏi Huế lại nhẫn tâm sát hại, chôn sống hàng ngàn dân lành. Các anh ký hiệp định Paris năm 1973 để chấm dứt chiến tranh và lập lại hòa bình ở Việt Nam. Lúc nào các anh cũng giương cao ngọn cờ *chống Mỹ cứu nước* như chánh nghĩa đấu tranh của mình, nhưng khi Mỹ rút đi rồi thì các anh dốc toàn lực đánh chiếm miền Nam. Vậy mà các anh nói được là hòa bình, hòa giải dân tộc!

Nói tới đây anh Giáo ngừng lại trong giây phút, rồi bất ngờ anh chỉ tay về phía hai cán bộ Việt Cộng:

- Vậy thì giữa chúng tôi và các anh, ai mới là người có tội?

Bấy giờ thì hai tên Việt Cộng giận run, nét mặt đanh lại, xám ngắt. Chúng không trả lời câu hỏi của anh Giáo mà đuổi anh ra khỏi phòng.

Bằng đủ mọi cách đấu tranh buộc anh Giáo nhận tội không kết quả, bọn Việt Cộng để cho phong trào lắng xuống. Ai cũng hồi hộp, lo lắng, không biết điều gì sẽ xảy đến cho anh KTG. Việt Cộng có thể mang anh ra bắn công khai về tội phản động như họ đã từng làm ở trại này mà anh Giáo cũng như mọi người trong trại đều biết. Thời gian này anh Giáo cho biết các em của anh đi học tập cùng đợt đã được ông chú bảo lãnh về hết, trong đó có người em ở trại kế bên, chỉ cách nhau một hàng rào dây thép gai. Ngày hai anh em chia tay nhau bên hàng rào, anh Giáo dặn em hãy về lo cho mẹ và gia đình và đừng lo gì cho anh, chắc là lâu lắm anh mới được về. Phần anh vẫn vui vẻ sống cùng anh em với tinh thần bình thản, một đôi khi còn tiếu lâm, khôi hài nữa. Anh thường hay hát những bài như *Hà Nội, Niềm tin và Hy vọng, Anh lính quân bưu vui tính*... Tôi hỏi sao không hát những bản nhạc của mình, anh nói hãy cố giữ nội quy của họ để họ không nói được mình. Anh Giáo là thế, lúc nào cũng tự trọng. Mười bài học chánh trị rồi cũng qua. Chúng tôi có nhiều giờ rảnh hơn vì lúc này không còn phải ngồi hàng giờ để thảo luận và "giúp đỡ" anh Giáo nữa. Nghĩ lại,Việt Cộng dùng từ cũng ngộ, như từ "giúp đỡ" được dùng trong trường hợp này. Chúng tôi xét thấy chẳng có ai đủ tư cách để giúp đỡ anh Giáo, ngược lại rất nể trọng anh và được anh giúp đỡ rất nhiều.

Vào những buổi chiều sau khi cơm nước xong, anh và tôi thường hay đi bách bộ dưới tàng những cây sứ có hoa màu trắng, tỏa hương thơm ngát. Chúng tôi thường trao đổi với nhau về chuyện ngân hàng và những vấn đề mà cả hai cùng quan tâm.Thấy anh nhặt rất nhiều bông sứ, tôi hỏi:

- Chi vậy?

- Mai mốt về tặng người yêu - Anh trả lời:

- Chắc là cô bạn rất thích hoa này?

- Vì nó trắng tinh khiết và thơm dịu dàng.

- Sợ tới chừng đó nó sẽ phai màu đi - Tôi e ngại.

- Không sao. Dù hoa có phai màu nhưng chắc sẽ giữ được tình cảm của mình trong đó!

- Anh lãng mạn quá - Tôi nhận xét:

Anh Giáo cười để lộ hai cái răng khểnh và một đồng tiền dưới khóe miệng bên phải. Trông anh dễ thương hơn bao giờ hết!

Có lần trong lúc trò chuyện anh nói hiện nay anh ghét nhất là cái khẩu hiệu "*Yêu nước là yêu chủ nghĩa xã hội*". Bản thân chủ nghĩa xã hội không ra gì thì làm sao mà yêu cho được. Theo anh Giáo, yêu nước là yêu nước. Không thể và không nên gán ghép nước Việt Nam với bất cứ một chủ nghĩa nào, dù là Chủ Nghĩa Xã Hội, Cộng Sản hay Tư Bản. Nếu những chủ nghĩa này sụp đổ thì không yêu nước nữa hay sao?

Đêm 21 tháng 6 năm 1976 chúng tôi được chở bằng Motolova đến Tân Cảng xuống tàu há mồm 503 ra Phú Quốc. Chuyến đi thật kinh hoàng như địa ngục trần gian mà con người có thể tưởng tượng được. Hàng ngàn người bị dồn trên con tàu đóng kín cửa. Ăn uống, ói mửa, tiểu tiện chỉ có một chỗ, cho vào thùng phuy. Khi tàu cập bến Phú Quốc có nhiều tù nhân bị xỉu, những người còn lại đều kiệt sức. Tù nhân phải dùng chính những thùng phuy này để nấu cháo ăn ngay trong đêm. Cho tới hôm nay, khi tôi viết bài này là ba mươi bốn năm, hình ảnh hãi hùng này vẫn còn ám ảnh tôi. Tôi ghi vào nhật ký:

Đau đớn thay những linh hồn cháy lửa
Suốt đêm ngày tắm rửa với mồ hôi
Với cao tay quờ quạng chút hơi người
Miệng gào thét những âm thanh khiếp đảm

Ở Phú Quốc ngoài việc trồng rau để "cải thiện" bửa ăn, việc lên rừng đốn củi là công tác thường xuyên và cực nhọc nhất. Nhiều anh em nghe lời Việt Cộng, đi tìm vác những cây to để chứng tỏ mình là người "tiến bộ". Anh Giáo thì không. Lúc nào anh cũng ung dung, tự tại. Anh chỉ tìm vác những cây vừa sức mình. Khi thấy cần phải nghỉ thì anh dừng lại nghỉ, mặc cho bọn vệ binh ôm súng canh giữ cho tới lúc hết mệt anh mới đứng lên đi tiếp. Anh khuyên anh em phải biết giữ gìn sức khỏe vì thời gian "học tập" hãy còn dài. Giờ đây ngồi ghi lại những dòng này, cảnh tượng của năm nào lại hiện ra trước mặt: Trong một buổi chiều ảm đạm, gió thổi ào ào. Một bên là biển, một bên là rừng. Đoàn tù cả trăm người, dài hơn cây số, xếp hàng đôi, áo quần lôi thôi lếch thếch, vai vác những thân cây nặng nề, mồ hôi lã chã, chậm chạp lê bước trên những con dốc ngoằng ngoèo, trơn trợt. Nhiều người té lên té xuống. Hai bên và phía sau là những tên vệ binh ôm súng AK thúc giục.Tới đầu một con dốc, anh Giáo đặt thân cây xuống, ngồi trên đó nghỉ mệt. Khi một người không đi nổi thì cả đoàn phải dừng lại chờ. Điều này bọn cai tù Việt Cộng không muốn. Tên chỉ huy đến chỗ anh Giáo bắt phải đứng lên đi tiếp Anh Giáo trả lời mệt quá nên phải nghỉ. Tên cán bộ không chịu. Thế là cuộc đấu trí bắt đầu. Đến khi đuối lý, tên cán bộ rút khẩu

K 54 ra khỏi vỏ. Cả đoàn tù hồi hộp. Cả khu rừng như nín thở. Tên cán bộ đến bên anh , nghiêm sắc mặt:

- Anh có đứng lên không?

- Tôi còn mệt.

- Anh không chấp hành lệnh phải không?

- Tôi đã nói là tôi còn mệt. Bao giờ hết mệt tôi sẽ đi.

Tên cán bộ hướng khẩu K54 về phía anh Giáo:

- Anh không đứng lên tôi bắn.

Anh Giáo vẫn ngồi bất động, lạnh lùng đáp:

- Anh cứ bắn đi!

Tên cán bộ Việt Cộng bóp cò. Hai tiếng nổ chát chúa vang động cả khu rừng. Một bầy chim bay lên tán lọan, kêu quang quác… Nhiều người tù gục xuống, ôm ngực:

- Lạy Chúa tôi.

Sự việc diễn ra chỉ trong vài giây ngắn ngủi nhưng đã nói lên tất cả nét bi hùng của cuộc chiến sau "Hòa bình" mà kẻ có vũ khí trong tay đã thua, đồng thời tính chất anh hùng của người chiến sĩ Quân lực Việt Nam Cộng Hòa trong hoàn cảnh sa cơ thất thế vẫn sáng ngời, chói lọi. Người tù đã thắng! Không biết vì sợ hãi hay run tay mà đường đạn nhắm vào anh Giáo đã đi trượt một bên tai, làm bể nát phần thân cây mà anh Giáo đang ngồi trên đó. Tôi thì sửng sốt, bàng hoàng, tưởng như mình vừa trải qua một giấc mơ, vừa chứng kiến một cảnh chỉ có thể xảy ra trên màn ảnh, truyền hình!

Anh Giáo thường hay kể truyện Tam Quốc, truyện Thần Điêu Đại Hiệp, truyện Tây Du Ký cho chúng tôi nghe. Hết truyện Tàu đến truyện tiếu lâm, làm cho đời sống tù tội bớt căng thẳng. Sau một thời gian ở Phú Quốc, Việt Cộng nhiều lần cho họp liên trại, phát động lại chiến dịch đấu tranh bắt anh Giáo nhận tội, nhưng rồi không thể nào lay chuyển được tư tưởng của anh. Riêng đám tù binh chúng tôi bấy giờ rất thoải mái chớ không còn căng thẳng như lúc ở Hốc Môn. Người ta chỉ tổ chức đấu tranh với anh Giáo cho có lệ. Những lần như thế chúng tôi khỏi phải lên rừng vác củi, được nghỉ lao động, lại thích hơn.

Nhưng thời khắc định mệnh đã tới! Một hôm trong lúc xếp hàng điểm danh cuối ngày, cán bộ Việt Cộng ra lệnh cho anh Giáo phải bỏ kính ra. Anh trình bày vì cận thị từ lâu nên không bỏ ra được. Chỉ chờ có thế, chúng ra lệnh nhốt anh vào cũi sắt làm bằng dây thép gai, thứ mà chúng ta hay gọi là *chuồng cọp*, diện tích rất hẹp, nằm không được mà ngồi cũng không được. Chuồng cọp để giữa trời , không có mái che mưa che nắng. Ngay từ năm 1930, khi thành lập đảng Cộng Sản, họ đã có chính sách "*Trí, Phú, Địa, Hào, đào tận gốc bốc tận rễ*". Anh KTG là một trí thức mặc dầu thua trận vẫn cương quyết giữ vững lập trường chống Cộng và quyết tâm bảo vệ chánh nghĩa Quốc Gia thì sẽ bị tiêu diệt là điều khó tránh khỏi. Tiến sĩ toán Đăng Xuân Hồng, cá nhân tôi và biết bao anh em khác cùng đội cũng mang kính trắng giống như anh KTG mà không hề bị làm khó dễ. Điều này được giải thích như thế nào đây? Mỗi ngày Việt Cộng chỉ cho anh Giáo nửa chén cơm lạt. Anh lại tuyệt thực để đấu tranh và phản đối chính sách dã man và sự trả thù hèn hạ của chúng. Ngoài tuyệt thực, anh Giáo còn dùng lời ca, tiếng hát để làm vũ khí đấu tranh. Bài hát anh Giáo sử dụng là bài *Đêm Nguyện Cầu*, trong đó có những câu:

" Con tim chân chính

không bao giờ biết đến nói dối...

Nghẹn ngào cho non nước tôi,

trăm ngàn ưu phiền..."

Có lẽ trong giờ phút đó, anh Giáo biết rằng mình đã ở vào thế hoàn toàn tuyệt vọng và chỉ có thể nguyện cầu mà thôi. Đây là lần đầu tiên mà có lẽ cũng là duy nhất trong đời, tôi nhìn thấy một người hát bằng tất cả linh hồn như vậy. Anh Giáo thường cất tiếng hát của mình vào những đêm khuya thanh vắng. Giọng hát của anh bay vào không gian, vào từng lán, trại, có lúc thật cảm xúc, có lúc nghe rợn người như âm thanh phát ra từ cõi chết. Nhiều người nghe anh hát thì ngủ không được, nhiều người đang ngủ thì bừng tỉnh dậy và khóc nức nở. Bài *Đêm Nguyện Cầu* là của *Lê- Minh- Bằng*. Anh Bằng năm nay vẫn còn sống ở Mỹ, chắc anh không ngờ sáng tác của anh lại có người sử dụng trong hoàn cảnh đắng cay như vậy. Giờ đây mỗi lần nghe lại bài hát này tôi không cầm được nước mắt vì nhớ tới người bạn của mình. Lời ca của anh Giáo rồi thì cũng yếu dần và tôi không nhớ cho đến khi nào thì tắt lịm. Anh bị xuống sức rất nhanh. Từ một thanh niên khỏe mạnh cao hơn một thước bảy, chỉ trong vòng một tháng anh chỉ còn là một bộ xương, duy có đôi mắt là còn tinh anh, sáng ngời, khiến cho nhiều người không dám nhìn thẳng vào mắt anh, nhất là cán bộ Việt Cộng.

Ngày 20 tháng 6 năm 1977 Việt Cộng cho di chuyển một số tù nhân từ Phú Quốc về Long Giao, Long Khánh. Anh Giáo di chuyển đợt đầu, tôi thì đi đợt kế tiếp. Trong lúc di chuyển, anh Giáo bị còng tay, lúc nào cũng có vệ binh ôm súng canh chừng. Ngay khi về tới Long Giao tôi vội đi tìm anh Giáo. Khi gặp được anh thì anh đang hấp hối. Tôi nắm tay anh, bàn tay lạnh ngắt Lời nói cuối cùng anh nhắn lại với tôi là khi nào được về thì nói tất cả sự thật cho gia đình anh biết. Tôi hỏi địa chỉ ở đâu thì anh thều thào trong hơi thở rất yếu. Hình như anh thốt ra hai chữ *Huyền Trân*. Sau này khi đi lao động tình cờ tôi gặp được nấm mộ của anh, phủ đầy cỏ dại ở một góc sân banh hoang vắng. Trên mộ có tấm bảng gỗ nhỏ có đề tên anh, nét chữ nhạt nhòa.

Chương 9:

Liên lạc với gia đình anh Kha Tư Giáo ở Mỹ

Sau ba năm "học tập cải tạo" ở các trại tập trung, tôi được tha về cuối năm 1977. Cầm giấy ra trại trong tay, tôi như người Mán lần đầu tiên được về thành phố. Mọi việc xung quanh tôi đều thay đổi. Từ cái tên thủ đô Sàigòn thân thương đến tên các đường phố và tên các bảng hiệu, các cơ quan chánh quyền "giải phóng" đều mới lạ và khó hiểu. Thí dụ đường Công Lý thì đổi thành Nam Kỳ Khời Nghĩa, đường Tự Do thì có tên mới là Đồng Khởi. Do đó mới có câu vè: "Nam kỳ khởi nghĩa , tiêu công lý; Đồng khởi vùng lên mất tự do". Tên của các cơ quan, cửa hàng thì rất buồn cười. Nào là "Cửa hàng may đo", rồi "Cửa hàng may mặc". Phải chăng còn có cửa hàng may mà không đo và may mà không mặc? May mà không đo thì có thể suy luận là may hàng loạt, theo kiểu dây chuyền, không đo cho từng con người mà đo theo nhóm số. Còn may mà không mặc thì là nghĩa gì? "Quán Bưu Điện" nghe rất lạ! Hồi nào tới giờ chỉ biết quán tạp hóa hoặc quán ăn thôi. "Cửa hàng chất đốt thanh niên" thật là khó hiểu. Chất đốt thanh niên là chất đốt gì? Chắc không phải là đem thanh niên đi đốt rồi. Ngoài chất đốt thanh niên còn có chất đốt phụ nữ, chất đốt trẻ em không? Thì ra cửa hàng chất đốt thanh niên là cửa hàng bán củi, do một nhóm thanh niên Cộng sản ở phường điều hành. Ôi! Chữ với nghĩa! Đi tới quận nào tôi cũng thấy cái bảng hiệu có tên "Liên- Hiệp -Xã". Lúc đó tôi không hiểu Liên Hiệp Xã nghĩa gì và nhiệm vụ của nó là làm cái gì nữa. Đến khi được vào làm ở cơ quan này tôi mới biết đó là tên gọi tắt của cơ quan liên hiệp các hợp tác xã tiểu công nghiệp, thủ công nghiệp thành phố Hồ Chí Minh. Mặc dầu phải đương đầu với biết bao khó khăn trong đời sống hàng ngày đối với một người vừa mới ra tù, tôi vẫn để tâm đi tìm gia đình anh Kha Tư Giáo. Theo quyết định ra trại, tôi chỉ được tạm trú ở nhà một tháng, sau đó phải chịu sự điều động của địa phương đi "Kinh Tế Mới". Nhờ may mắn, tôi xin được giấy chứng nhận là thuộc diện sử dụng vào công việc của thành phố. Từ đó tôi xin được việc làm và dần dần ổn định được đời sống.

Mặc dầu bận rộn với biết bao công việc hàng ngày, tôi vẫn để tâm đi tìm gia đình anh Kha Tư Giáo. Tôi đã đi khắp mọi nẻo đường, từ Sài Gòn vô Chợ Lớn, Bà Chiểu, Phú Nhuận, nhất là đường Huyền Trân Công Chúa, đường có hai chữ Huyền Trân mà tôi đã nghe anh Giáo thốt ra trong lúc lâm chung. Nhưng con đường này toàn là biệt thự, có vẻ là công sở hơn là nhà tư nhân. Tôi cứ đi qua, đi lại con đường này không biết bao nhiêu lần. Khi tôi vào hỏi đều nhận được cái lắc đầu của chủ nhà. Cũng có lần tôi cầu may lên Thành Ủy Sài Gòn ở đường Trương Định, quận Ba để hỏi thăm về đồng chí KVC, Bộ Trưởng Bộ Công Nghiệp Nhẹ nhưng tôi không qua được cổng bảo vệ vì khi được hỏi quan hệ như thế nào với đồng chí bộ trưởng thì tôi trả lời quanh co mà không chứng minh được gì cả.

Trong suốt hai mươi năm ở SàiGòn không tìm được gia đình anh Giáo thì tôi được người em vợ bảo lãnh đi Mỹ, định cư ở Chicago vào cuối năm 1997. Sang Mỹ tôi vẫn tìm cách thực hiện nguyện vọng cuối cùng của người bạn quá cố. Tôi cố gắng dò hỏi trong số bạn bè mà tôi liên lạc được xem có ai biết gia đình họ Kha ở đâu không. Một lần nữa tôi không có tin vui. Điều tôi làm được là cuối tháng 12 năm 2001 tôi viết lại câu chuyện về anh Kha Tư Giáo, đặt tựa đề *Người Không Nhận Tội* và gửi cho tờ Việt Báo ở California, mục "Viết Về Nước Mỹ". Tôi chọn mục này vì đây là diễn đàn có số độc giả rất lớn, ở khắp nơi trên thế giới, biết đâu gia đình anh Giáo sẽ đọc được. Hy vọng của tôi rất mong manh vì bài của tôi không nói gì về nước Mỹ mà chỉ viết về người bạn của mình đã ngã gục trong tù Cộng Sản. Vậy mà không ngờ, bài viết cũng được chọn đăng và được phổ biến trên hệ thống thông tin toàn cầu. Tôi lại hồi hộp chờ đợi bài viết của mình đến với gia đình anh KTG. Ngày 23 tháng 1 năm 2002 tôi nhận được email của Ban Chủ Nhiệm Việt Báo chuyển cho cùng với bức điện thư của anh KTC, em của anh KTG gửi từ Autin, Texas, báo tin gia đình anh đã đọc được bài viết của tôi. Bức điện thư ngắn ngủi nhưng đã gây cho tôi một cảm xúc mạnh, một niềm vui lớn. Bạn hãy tưởng tượng cũng biết được là tôi hạnh phúc như thế nào khi nỗi niềm đã được giải tỏa, khi ước mơ 25 năm đã thực hiện được, nhất là ước mơ đó là của người quá cố, nên có tính cách linh thiêng.

Chiều chủ nhật 27 tháng 1 năm 2002, tôi đang ở nhà thì nhận được điện thọai từ Texas:

- Hello! Tôi là KHT, em ruột anh Kha Tư Giáo. Xin lỗi có phải…

- Tôi, Duy Nhân đây.

- Chào anh Duy Nhân! Có phải anh là tác gỉa bài viết *Người Không Nhân Tội?*

- Tôi đây chị.

- Hân hạnh được nói chuyện với anh. Gia đình tôi đọc được bài viết của anh trên Internet. Không ngờ sự thật như vậy..

Tới đây thì tiếng nói đứt quãng. Tôi nghe được cả sự nghẹn ngào bên kia đầu dây. Chị HT quá xúc động. Tôi cũng vậy. Tôi giữ được im lặng trong một phút, rồi nói:

- Đây là giây phút mà tôi chờ đợi suốt hai mươi lăm năm nay.

- Gia đình chúng tôi cám ơn anh nhiều lắm.

- Tôi chỉ làm nhiệm vụ đối với anh Giáo, một người bạn của tôi.

- Bài viết của anh nói lên được nhiều điều. Qua đó, gia đình tôi hiểu rõ sự thật về anh Giáo, về Cộng Sản mà nhiều cán bộ cao cấp theo Cộng Sản suốt đời cũng không hiểu được.

Tôi lại nghe tiếng nức nở bên kia đầu dây. Chị HT lại khóc. Sau đó chị kể cho tôi nghe những sự kiện tiếp theo cái chết của anh Giáo. Chín tháng sau khi anh Giáo chết thì Việt Cộng mới báo tin về gia đình, Họ có hoàn lại cho gia đình một số vật dụng cá nhân, trong đó có cặp kính trắng. Bây giờ tới phiên tôi đau lòng và xót xa khi nghe nhắc tới cặp kính trắng. Đó chứng tích của sự trả thù hèn mọn và một chính sách sai lầm đối với trí thức, đối với người thuộc chế độ cũ mà tôi là nhân chứng từ đầu tới cuối. Khi gia đình nhận được giấy báo tử của anh Giáo thì mẹ và các em đi gặp cán bộ có chức quyền để hỏi tin tức. Họ nói anh Giáo nhịn ăn cho tới chết. Mẹ anh hỏi lý do gì khiến anh Giáo phải tuyệt thực, anh Giáo có tội gì phải biệt giam, đề nghị cho xin bản án hoặc biên bản về cái chết của anh Giáo. Việt Cộng không trả lời. Mặc dầu uất ức nhưng mẹ anh cố kiềm nước mắt không bật khóc trước mặt Việt Cộng. Đến khi mẹ anh Giáo đề nghị được dẫn đi tìm mộ thì bọn Việt Cộng lại tỏ ra khó chịu và đòi hối lộ. Cuối cùng, bà và các em phải đi tìm một mình và dĩ nhiên là không thể nào tìm được! Vì quá đau buồn, mẹ anh Giáo qua đời sau đó ít lâu. Khi tôi nhắc đến tên Huyền Trân thì chị nói đó không phải là tên đường mà là tên của chị. Có lẽ trong lúc lâm chung anh Giáo gọi tên chị mà tôi tưởng là tên đường. Chị HT nói cho tới bây giờ gia đình chị không ai biết anh Giáo nằm ở đâu. Tôi thì biết rất rõ. Ngôi mộ quay đề về hướng Đông ở một góc sân banh. Trên mộ có xuất hiện một cây hoa dại có bông rất lạ. Ngày xưa mỗi lần đi lao động về ngang qua ngôi mộ tôi đề bứt vài bông đem về cắm trong lọ mà tưởng tượng anh Giáo như còn sống. Anh Giáo đã chết một cách vô danh mà anh hùng như loài hoa kia đã dũng cảm vươn lên giữa khô cằn và gai góc.

Sau chi HT thì anh KTH, em kế anh Giáo từ bên Pháp đã liên lạc với tôi bằng thư và nói chuyện qua điện thoại. Anh cho biết rõ hơn về tính tình ngay thẳng, cương trực của anh Giáo. Anh H tỏ ra rất hãnh diện và tự hào về người anh của mình, đã chọn cái chết mà không phải ai cũng làm được. Anh đã thanh thản đi vào trang sử bi hùng của Quân Lực VNCH và dân tộc.

Anh Kha Tư Giáo ơi! Ở một nơi nào đó chắc là anh đã mãn nguyện vì ước muốn sau cùng của anh đã được thực hiện, dầu có muộn màng. Bài mà tôi viết về anh người ta đã lấy dựng thành kịch (1), cho phổ biến, trình chiếu khắp nơi mà không xin phép tác giả. Thôi thì hãy ngậm cười mà tha thứ cho họ, tha thứ tất cả. Tha thứ cho những kẻ đã hành hạ anh, những kẻ bỏ đói anh, tha thứ luôn cho cái chuồng cọp nhốt anh đêm ngày và cái còng sắt siết chặt tay anh rớm máu! Bây giờ đã là ba mươi bốn năm, vậy mà tôi tưởng như mới ngày nào... Lịch sử vẫn đang ghi nhận những sự thay đổi, những bước tiếp diễn lạnh lùng của nó. Có những điều anh nhận định, anh mong mỏi bây giờ đã là sự thật, ngọai trừ Tự Do và Hạnh Phúc cho mọi người. Gia đình anh có nhiều thay đổi: Mẹ anh đã qua đời, ông chú anh cũng đã ra đi. Người ta dùng tên chú anh để đặt tên một con đường nhỏ ở Thủ Đức nhưng lại viết sai chính tả! Anh còn lại những người thân nhưng đã phân tán mỗi người mỗi ngã. Có người còn ở Việt Nam, có người ở Pháp, ở Mỹ... Tôi vẫn đang liên lạc với họ, vẫn nghe tiếng họ nói mà chưa một lần gặp mặt. Vậy mà cảm thấy như đã thân quen tự thuở nào. Về phần tôi, khi nào điều kiện cho phép tôi sẽ về lại Việt Nam. Tôi sẽ đi tìm ngôi mộ của anh, sẽ thắp lên đó một nén hương và trồng bên cạnh đó một cây sứ có bông màu trắng.

Chương 10:

Lập gia đình

Sau gần ba năm đi "học tập cải tạo" trở về thì ngoại tôi mất, hai em thứ tư và thứ sáu thì "hồi hương" về Long Thành làm ruộng với ba, căn nhà và miếng vườn ở Cầu Nước Trong cũng không còn. Quan trọng hơn là sự chia tay giữa ba và bà dì. Bà trở về sống với con bà, ba tôi thì sống với hai em tôi, đứa thứ tư và đứa thứ sáu. Tôi không biết chuyện gì đã xảy ra. Ba không nói, tôi cũng không hỏi. Khi được "tạm tha" về nhà, tôi bị công an địa phương áp lực nặng nề. Họ bắt tôi trình diện mỗi tuần và hối thúc tôi đi "kinh tế mới" như "giấy ra trại" đã ghi. Họ bảo tôi phải "chấp hành". Tuy vậy, tôi không chịu thua họ, không đầu hàng hoàn cảnh mà cải thiện hoàn cảnh và bằng mọi cách phấn đấu để vươn lên. Kết quả: tôi được nhập lại hộ khẩu, làm việc ở nhiều cơ quan nhà nước khác nhau, kể cả ở ban Tài Chánh Quản Trị Thành Ủy thành phố Hồ Chí Minh, giúp họ cải tiến công tác quản lý các công ty xuất nhập khẩu của đảng. Khi nhà nước cho phép các ngân hàng thương mại cổ phần hoạt động, tôi "nhảy ra" làm việc cho nhiều ngân hàng với nhiều chức vụ quan trọng, như khi tôi giúp nhóm tư bản Đài Loan, xây dựng cho họ một ngân hàng, họ tin tưởng, bổ nhiệm tôi làm Tổng Giám Đốc. Căn nhà cây vách ván ở đường Tôn Đản mà ông ngoại tôi cất từ thuở nào đã mục nát, được tôi xây lại bằng gạch, đẹp đẽ hơn, khang trang hơn. Tôi làm đám cưới với Diệu vào ngày 30/4/1978 đúng vào ngày đổi tiền lần thứ ba. Ngày đó ai cũng bận rộn nên người dự đám cưới không nhiều. Vợ tôi là người làm chung Ngân Hàng Quốc Gia với tôi trước năm 1975. Ba Diệu làm ở Sở Cứu Hỏa Đô Thành ở đường Trần Hưng Đạo. Lúc đó chúng tôi quen nhau mới có vài tháng, chưa đính hôn lại phải vội vã đi tù không biết ngày về. Vậy mà nàng vẫn một lòng chờ đợi tôi. Thật là đáng trân trọng và đáng tôn vinh tấm lòng cao quí của người đàn bà Việt Nam. Trong thời gian này Diệu vẫn giữ mối liên lạc với mấy đứa em tôi ở đường Tôn Đản. Hàng tháng nàng thay mặt tôi, lãnh lương đem về cho mấy em tôi và cũng thường xuyên về Phú Xuân thăm viếng, an ủi bà ngoại tôi. Tôi là niềm hy vọng, là an ủi cuối cùng của bà mà phải chia xa, không biết bao giờ trở lại. Nghĩa cử của Diệu tôi không bao giờ quên. Điểm nổi bật nhất ở Diệu là rất hiền lành, không chỉ với người thân trong gia đình mà với người ngoài cũng vậy, ở Việt Nam cũng như khi sống ở Mỹ, ai cũng quí mến. Có nhiều điều Diệu không đồng ý với con dâu mà không bao giờ nói, dầu chỉ một lời. Diệu chỉ than phiền với tôi thôi. Còn tôi một đôi khi cũng có ý kiến với con dâu, về sau thì thôi, không nói nữa vì tôi thương hai đứa cháu nội nên cũng thương con dâu. Trên đời này chắc không có người thứ hai giống như vợ tôi. Có một kỷ niệm mà tôi nhớ mãi. Có một lần tôi không nhớ lý do vì mà Diệu đánh con gái Diệu Minh một cái. Tôi liền phản ứng là tát tay lại nàng. Diệu chỉ có khóc và nói anh cứ giết tôi đi. Tôi rất ân hận về sự nóng tính của mình. Giờ tôi viết ra đây như một lời xin lỗi muộn màng, chắc cũng trên 50 năm rồi.

Sau khi lập gia đình tôi về Long Thành rước ba lên ở với tôi. Hai vợ chồng đều phải đi làm nên chúng tôi phải gửi con cho người hàng xóm. Suốt ngày tôi chỉ mong cho hết giờ làm để về nhà ẵm bồng con tôi. Có những lúc nhìn đồng hồ lộn giờ tôi về sớm hơn cả tiếng. Đến lúc các con đủ tuổi thì gửi nhà trẻ. Các con thì không bao giờ thích nhà trẻ. Diệu Minh thường hay khóc. Lúc đó thì tôi nóng ruột lại bồng về. Ngày đó tôi nghỉ làm ở nhà trông con, tự đặt ra chế độ "con khóc cha nghỉ" song song với chế độ "con ốm, mẹ nghỉ" của nhà nước. Minh Tâm thì nhỏ hơn nhưng đã tỏ ra lì lợm, không bao giờ khóc, chỉ hơi mếu mếu, còn biết đưa tay vẫy vẫy khiến cho tôi an tâm đi làm. Khi các con đến tuổi vào lớp một thì tôi lại cực hơn. Hồi đó ở Sàigòn có câu "Ăn quận năm, nằm quận ba, hát ca quận một, trấn lột quận tư" vì quận năm có nhiều nhà hàng Tàu, nơi ăn uống, hội tụ của dân làm ăn có máu mặt ; quận ba có nhiều khách sạn nhà nghỉ ; quận một có nhiều nhà hát, vũ trường, giải trí ; còn quận tư là quận ven đô, giáp ranh với quận nhất và tỉnh Gia Định, là quận nghèo của dân lao động thì từ lâu nổi tiếng là có nhiều du đảng, nơi hội tụ của giới giang hồ đâm thuê chém mướn. Năm Cam là trùm du đảng khét tiếng cả nước, cùng đồng bọn khi bị xử tử hình thì tình hình an ninh trật tự ở quận tư mới lắng xuống và ổn định. Vậy mà nhà tôi ở ngay trên đường Tôn Đản, nổi tiếng nhất quận tư. Do đó tôi đâu dám để các con tôi học ở các trường quanh quẩn ở quận nhà. Mỗi ngày tôi phải đưa rước hai con đi học ở quân ba. Trước khi đến sờ làm thì tôi chỡ Diệu Minh đến trường Colette, xong chạy đến trương Lương Định Của cho Minh Tâm xuống. Trưa về thì ngược lại. Hôm nào tôi bận họp hoặc đi công tác rước trễ thì bé Tâm tỏ ra sốt ruột, ôm cặp đi qua đi lại ở sân trường vắng hoe. Ngoài việc học tôi còn phải lo cho con tôi việc chơi. Ngày xưa không có ai hướng dẫn nên tôi cùng với đám trẻ con lối xóm chơi những trò tự phát rất nguy hiểm như đánh trõng, trèo cây bắt tổ chim, leo cột đèn bắt dế, tắm sông hoặc đi phá làng phá xóm. Rút kinh nghiệm, tôi muốn các con tôi chơi những môn thể thao lành mạnh, thanh lịch, chơi như thế nào để người ta hoan nghênh tán thưởng. Hàng ngày tôi chỡ Diệu Minh đi học đánh bóng bàn ở quận nhất, còn Minh Tâm thì học cờ vua ở quận ba, nơi có phong trào thể thao mạnh và huấn luyện viên giỏi. Không ngờ các con tôi đều trở thành những vận động viên năng khiếu xuất sắc của thành phố, đi dự giải toàn quốc. Tôi đã hồi hộp theo dõi từng đường bóng của Minh và từng nước cờ của Tâm. Các con tôi đâu biết tôi buồn như thế nào mỗi khi Diệu Minh thua trận, tiu nghiu rời bàn bóng, còn Minh Tâm thì cũng nhiều lần làm cho tôi muốn đứng tim nhưng nhờ sự lì lợm từ lúc nhỏ, đã biến thành bản lĩnh trên bàn cờ nên cuối cùng Tâm cũng chuyển bại thành thắng, làm cho tôi thở phào nhẹ nhõm như được hồi sinh. Thành tích cờ vua của Minh Tâm rất khá. Một lần vô địch Việt Nam lứa tuổi mười, một lần vô địch Mỹ Quốc lứa tuổi high school, một lần thắng giải Mc Donald 10,000 USD, được tờ Chicago Tribune và nhiều tờ báo địa phương đưa tin nơi trang nhất và các đài truyền hình Mỹ phỏng vấn. Đó là những kỷ niệm đẹp mà con đã làm được nơi xứ người. Lo chuyện học hành cho các con tôi đã cực, lo cho chúng chơi tôi càng cực hơn, nhất là khi chúng bệnh hoạn. Minh Tâm thì "đến hẹn lại lên". Năm nào khi đến mùa mưa thì cũng bệnh. Có lần đang thi đấu cờ vua ở Đà Lạt thì ngã bệnh, phải nhập viện. Tôi đang làm việc ở Mê Kông Ngân Hàng hay tin phải lập tức lên Đà Lạt thuê nguyên một chiếc xe chở con về. Có năm hai đứa bệnh và nhập viện cùng một lúc, ba mẹ phải thay phiên nhau lúc chạy qua bệnh viện này, lúc chạy qua bệnh viện kia. Tôi rối trí quá, sinh nóng nảy, gây lộn với cả bác sĩ. Gần hết cuộc đời tôi vẫn không có được một tài sản nào có giá trị. Vậy thì mai này tôi để lại gì cho các con? Tôi đã để lại nhiều thứ lắm: Đó là một trình độ văn hóa đại học. Đó là Nhân, Nghĩa, Lễ, Trí, Tín, là lòng vị tha, niềm tin và hy vọng. Hy vọng các con tôi biết vận dụng để làm giàu cho bản thân và sống bình yên, hạnh phúc, ý nghĩa với mọi người. Trong mỗi giây phút cuộc đời, biết hướng thượng và vươn lên, tiếp cận với Chân, Thiện, Mỹ như một loài hoa lúc nào cũng có khuynh hướng vươn cao, tìm nơi ánh sáng.

Chương 11:

Ba tôi

Ngày Hiền Phụ hay là Ngày Lễ Cha (Father's Day) rơi vào ngày Chủ Nhật thứ 3, tháng 6 hàng năm tại Hoa Kỳ, được Tổng Thống Lyndon Johnson chính thức công nhận là ngày lễ quốc gia từ năm 1966, sau đó Tổng Thống Nixon ký thành luật , ban hành năm 1972. Theo lịch sử Hoa Ký, vào năm 1909, bà Sonora Smart Dodd lúc đó 27 tuổi, sau khi nghe diễn thuyết về ngày Lễ Mẹ tại đền Spokane tiểu bang Washington, bà nảy sinh ý muốn có một ngày đặc biệt để tôn vinh người cha, vì cha cũng xứng đáng được tôn vinh như mẹ. Tư tưởng này xuất phát từ lòng can đảm, sự hy sinh và tình thương dành cho các con của cha bà là ông William Smart. Vợ chết ngay khi sinh đứa con thứ 6 vào năm 1898, ông William Smart đã ở vậy, một mình nuôi 6 đứa con ở một nông trại miền Đông tiểu bang Washington Hoa Kỳ. Ngày Lễ Cha do bà Sonora vận động được tổ chức lần đầu tiên ở tiểu bang Washington vào ngày 19 tháng 6 năm 1910 là ngày sinh nhật của William Smart đến nay (2024) đã là 114 năm, được trên 50 quốc gia trên thế giới hưởng ứng, trong đó có Việt Nam.

Biết được trường hợp của ông William Smart tôi hết sức ngạc nhiên, vì trường hợp của William sao mà giống với trường hợp của ba tôi quá. Năm 1954 mẹ tôi mất khi đứa em út của tôi vừa tròn một tuổi. Ba tôi 36 tuổi, cũng ở vậy một mình nuôi 6 đứa con thơ nhỏ dại, đứa lớn nhất là anh hai tôi, lúc đó mới có 12, còn tôi 11. Sau khi mẹ tôi mất, ba mới đùm túm bày con côi cút trở về quê, cất một căn nhà nhỏ ở khu vườn hoang vắng làm việc đồng áng ở địa danh gọi là Cầu Nước Trong, xã An Lợi, huyện Long Thành, cách Sài gòn 60 cây số về hướng Đông. Hoàn cảnh của ba tôi khó hơn William Smart rất nhiều: Ba phải nuôi dưỡng 6 con, toàn là trai mà đứa lớn nhất mới có 12 tuổi còn William cũng nuôi 6 con nhưng đứa con đầu là gái lúc đó đã là 16, chắc hẵn đã biết chăm sóc các em và đỡ đần cho ba tốt hơn là một cậu trai 12 tuổi như anh hai tôi!

Ông nội theo Tây học, là người có chức sắc ở địa phương, sinh tất cả 10 người con mà ba tôi là con thứ tám, sinh năm 1918 tại Long Thành, tỉnh Biên Hòa. Ông nội là người có học, có chức quyền nhưng không hiểu sao con ông không ai học cao hết, nhất là mấy cô tôi, ngoại trừ ba tôi là biết tiếng Pháp, đẹp trai mà lại hiền lành, được ông cưng nhất. Trong một lần từ Sàigòn đi Long Thành bán vé tiết kiệm, ông ngoại tôi đã "chấm" ngay ba tôi. Chấm có nghĩa là ở trong bụng ưng ý, chọn ba tôi làm phò mã, làm con rể mà chưa nói ra. Thế là ông ngoại dẫn ba tôi lúc đó mới ngoài hai mươi, lên Sài gòn, về quê ngoại, giới thiệu với gia đình, để cho má tôi, là trưởng nữ "coi mắt" ba tôi, và... chuyện gì đến đã đến. Ngặt một nỗi là ông nội không bằng lòng làm sui với ông ngoại, chê ông ngoại không ngang "vai vế" và nhỏ tuổi hơn ông, cho dầu ông ngoại là người "văn hay, chữ tốt" và rất tinh thông Hán học. Ông ngoại nhờ không biết bao nhiêu người có uy tín đến thưa chuyện cùng ông nội nhưng ông đã quyết định không là không. Thành thử đám cưới ba tôi chỉ một tay bà nội tôi lo, còn ông nội tôi không ngó ngàng gì tới! Má tôi về làm dâu với gia đình ông nội là trăm bề cay đắng, cho dầu được bà nội che chở và yêu thương hết mực. Năm sau mẹ sanh anh hai tôi, thể trạng ốm yếu, đau bệnh hoài. Bà nội nghe lời thày bói nói anh hai tôi phải là con nuôi của má mới là tốt! (?) Thế là bà nội mới đi tìm một người ăn mày, cho tiền họ, bảo họ giả bộ nhận anh hai tôi làm con, sau đó má tôi mới đến xin về làm con nuôi với hy vọng anh hai tôi hết bệnh. Ông ngoại đặt cho anh hai tôi một cái tên rất đẹp và ý nghĩa là Nguyễn Thành Kỉnh nhưng bà nội tôi đặt tên lại là Chỏi, để cho anh hai tôi có thể chống chỏi, vượt qua được cơn bệnh hoạn.

Tôi biết bà nội còn ông nội thì không, vì ông mất từ lâu. Những chuyện về ông phần lớn là nghe các cô tôi kể lại. Nổi bật nhất là sự khó tính của ông nội và lòng yêu thương vô bờ bến của bà nội với các con, bất kể đó là dâu hay rể! Có một lần nửa đêm cả nhà đang ngủ, ông nội tôi thèm thịt gà. Ông bèn tự tay bắt gà làm thịt, nấu cháo. Xong xuôi ông mới đánh thức mọi người dậy để cùng ăn với ông trong lúc các bác, các chú và cô tôi thèm ngủ chớ đâu có thèm ăn, Ai không dậy nổi ông cũng không tha mà lấy roi mây quất vào đít cũng phải tỉnh ngủ thôi. Nghe nói ông nội tôi còn có roi cá đuối, không biết để đánh ai? Vậy mà cũng có người đi trốn, tìm chỗ ngủ tiếp chớ đâu có ăn! Bà nội tôi khi về già thì được các cô tôi rước về nuôi nhưng bà không thích ở hẳn với đứa con nào mà chỉ ở với người này một vài tháng rồi người kia một vài tháng, cứ thế mà xoay vòng tròn cho đến giáp năm. Có lẽ bà nội tôi nghĩ như thế mới là công bằng? Đúng vậy, sự công bằng có kèm theo lòng yêu thương nữa: Mỗi khi bà nội tôi được bàn giao cho cô nào thì mấy cô bắt bà ngồi vào cái thúng, móc vào một cái cân tạ, loại cân heo để cân xem bà tăng ký hay sụt ký. Trường hợp thấy sụt ký thì bà lén bỏ chì vào, gọi là "bù chì" cho bằng trọng lượng của lần cân trước. Hỏi để làm gì thì bà nói để cho các cô tôi vui vẻ với nhau, ai cũng nuôi bà nội tốt hết, nếu không thì các cô tôi phân bì, phiền trách, châm biếm và mỉa mai nhau, khổ lắm!

Ông nội nghiêm khắc, bà nội thì dễ dãi, sanh ra ba tôi "hiền như cục bột". Thấy anh hai tôi bệnh hoài không hết, má tôi mới quyết định ẵm anh tôi về quê ngoại tìm thày chữa trị. Ba tôi không có lựa chọn nào khác hơn là phải theo má tôi về quê vợ, cuộc đời lật sang trang mới. Nghe đâu quê ngoại tôi ở miệt Cần Giờ, Cần Đước, sau này mới tản cư lên xã Phú Xuân Hội, huyện Nhà Bè, tỉnh Gia Định, cách Sài gòn theo đường chim bay chừng 7 cây số. Bên ngoại thì có ông bà ngoại và cậu Tám. Tôi đã được sanh ra ở đây vào năm Qúy Mùi 1943. Má tôi có sạp bán trái cây ở chợ Cầu Muối. Bà đẻ hầu như năm một. Thường thì ba đặt tên cho con. Nhưng ở đây ông ngoại mới là người đặt tên cho anh em tôi: NguyễnThành Kỉnh, , Nguyễn Thế Nhân , Nguyễn Đức Đạo Nguyễn Hữu Lý, Nguyễn Kim Lưu, Nguyễn Hữu Thời. Má tôi đẻ đứa nhỏ thì gửi đứa lớn về cho bà ngoại nuôi, bà là một bà Mẹ Việt Nam tuyệt vời. So với bà nội thì bà ngoại tôi đau khổ, bất hạnh gấp trăm ngàn lần. Sanh 9 người con nhưng cuối cùng ai cũng bỏ bà ra "đi" hết. Thời gian đầu ba tôi làm ở hãng xăng dầu Shell Nhà Bè với cậu Tám tôi. Từ Sài gòn, ba được xe của hãng đưa rước đi làm hàng ngày. Mỗi sáng tôi ra mé lộ trước nhà canh đúng giờ xe chạy ngang qua để xem coi có trông thấy ba tôi không. Khi xe chạy ngang qua, ba tôi thường thảy xuống cái gói đồ ăn mà má tôi đã làm sẵn cho anh em tôi. Hơn sáu chục năm rồi mà tôi vẫn còn nhớ như mới ngày nào, những con dế cơm lăn bột chiên, trong bụng có nhét những hạt đậu phộng dòn rụm và béo ngậy mà ba tôi đã thảy xuống cho tôi. Có lẽ ba đã bắt những con dế này ở bờ tường, cột đèn đem về cho má tôi làm thành món ăn đặc biệt cho anh em tôi.

Khi phong trào Việt Minh nổi dậy, không nhớ là năm nào, cậu Tám tôi bị Tây bắt. Thời gian sau cậu được thả ra, ông ngoại tôi sợ quá mới lên Sàigòn, qua vùng Khánh Hội mua đất cất hai căn nhà kế nhau ở đường Tôn Đản, một căn cho ông bà và cậu, một căn cho gia đình ba tôi. Bà ngoại vẫn tiếp tục chăm sóc anh em tôi, còn ba thì bán vé xe buýt cho "Công Quản Chuyên Chở Công Cộng Đô Thành Sài gòn Chợ Lớn". Ngoài giờ làm việc thì ba phụ bán trái cây với má chớ không bạn bè, đờn ca, hát xướng, văn chương, thi phú như cậu Tám tôi. Khi nào rỗi rảnh thì cậu chở ba đi chỗ này chỗ kia bằng chiếc môtô to đùng của cậu. Nếu cậu Tám tôi "bay bướm" bao nhiêu thì ba hiền lành bấy nhiêu. Có những lần ba thất nghiệp ở nhà phụ má tôi rất nhiều, vậy mà bị bà cằn nhằn dữ lắm. Tôi vẫn còn nhớ mãi một câu, ba không nói với ai được, nên phân trần với tôi: "Má mầy nấu cơm khét mà cũng đổ thừa cho ba". Không hiểu sao trên đời này lại có người hiền lành đến như vậy. Trong các anh em tôi, người giống tánh ba nhiều nhất là đứa em thứ năm của tôi. Con trai tôi cũng thừa hưởng cái gen của ông nội là hiền lành quá đổi! Hiền lành là một yếu tính của đạo đức nhưng hiền quá chỉ nhận về mình nhiều thua thiệt, khó mà thành công, vươn lên được với đời mà người tốt thì ít, người xấu thì nhiều.

Ông ngoại, cậu Tám và má tôi mất chỉ trong vòng hai năm là một tai họa khủng khiếp giáng xuống bà ngoại tôi và là một bước ngoặt quan trọng đối với ba tôi. Má tôi mất khi đứa em thứ 5 của tôi mới có 4 tuổi. Lúc tẫn liệm má thì em gào thét, khóc lóc dữ dội, không cho mọi người bỏ má vào hòm. Ba tôi thì ghì chặt, vuốt đầu, vỗ về, an ủi em tôi. Hình ảnh này làm sao tôi quên được? Khi viết tới đây thì mắt tôi đã tràn đầy ngấn lệ… Sau đám tang má, một người bà con bên ngoại mới nhận đứa em thứ sáu của tôi về nuôi giúp ba tôi cho ba bớt gánh nặng. Lúc đó em tôi hai tuổi, thể trạng rất yếu và thường hay bị động kinh. Trải qua tuổi thơ đầy cay đắng, sau này em tôi viết tự truyện nói "Mẹ là không có thật trên đời"! Bà ngoại cùng theo về với mấy người bà con bên ngoại. Trong lúc tang gia bối rối thì ba bị hãng xe buýt cho thôi việc, ông buộc phải dắt 5 anh em tôi về quê Long Thành. Đại gia đình chúng tôi tan đàn, xẻ nghé kể từ ngày đó.

Hơn một năm tá túc ở nhà người cô Năm, ba tôi mua lại một mảnh đất ở Cầu Nước Trong, cất căn nhà nhỏ, mặt tiền hướng ra quốc lộ 15, vừa làm vườn, vừa làm "gà trống nuôi con. Thấy ba tôi cực khổ quá, mấy cô tôi ai cũng đốc thúc ba tôi lấy vợ để bớt cô quạnh và có người chăm nom, săn sóc gia đình. Ba nói để anh em tôi lớn lên rồi sẽ tính chớ cưới vợ bây giờ ba rất sợ cảnh "mẹ ghẻ" ăn hiếp con chồng. Vậy mà cô Chín tôi tài khôn, từ Sài gòn dẫn về một bà, giới thiệu cho ba tôi. Ba đâu có chịu. Lại một trường hợp khác, y như chuyện thần tiên, chuyện cổ tích: Có một người trông rất sáng sủa, hiền lành, nước da trắng, ăn mặc không sang trọng nhưng gọn gàng, không biết từ đâu, hễ ba tôi vắng nhà là xuất hiện. Bà mang cho chúng tôi bánh trái, rồi sắp xếp đồ đạt, quét dọn nhà cửa từ trong ra ngoài rất sạch sẽ, tươm tất rồi ra đi. Bà xuất hiện nhiều lần như vậy rồi sau đó không thấy trở lại nữa. Tiếc là lúc đó tôi không nói chuyện với bà, cũng không hỏi ba. Câu chuyện đi vào quên lãng, bây giờ ngồi viết mới nhớ lại. Một ý nghĩ thoáng qua, hay là má tôi xuất hiện? Nhưng mà má tôi nước da ngăm đen chớ đâu có trắng như người đàn bà bí mật kia. Không biết là ba và mấy em tôi có biết chuyện này hay không?

Về quê làm vườn và làm gà trống nuôi con được mười năm, ba tôi được hãng xe buýt kêu trở lại làm việc. Ba lại đem chúng tôi lên Sàigòn cho ăn học. Riêng tôi đã tốt nghiệp đại học có việc làm tốt, rồi nhập ngũ, sau ngày 30 tháng 4 năm 1974 thì đi tù. Ra tù tôi vẫn được ở thành phố và có việc làm ổn định. Sau khi lập gia đình tôi về Long Thành rước Ba lên ở với chúng tôi.

Vào một buổi chiều mùa Thu năm 1991, ba than đau bụng. Tôi chở ba đến bệnh viện đa khoa quận. Nơi đây người ta khám qua loa, bảo là đau ruột thừa rồi quyết định chuyển ba đi bệnh viện Nguyễn Trải quận 5. Tôi về nhà lấy thêm đồ đạc cần thiết cho ba, đồng thời báo cho đứa em thứ năm, ở nhà đối diện, cùng đi theo ba với tôi. Nếu là đau ruột thừa thì phải mổ ngay. Lấy lý do là ngày chủ nhật không có bác sĩ (?), người ta để ba tôi nằm ôm bụng suốt một đêm. Sáng hôm sau ba bảo tôi cứ đi làm, một mình em tôi ở với ba cũng được. Tôi đi làm mà lòng không yên. Trưa tôi ghé bệnh viện, người ta nói ba tôi đang ở trong phòng mổ. bảo tôi ra hành lang mà chờ. Thời gian chờ đợi dài khủng khiếp. Tôi nghe như có lửa đốt trong lòng. Rồi người ta đẩy ba tôi qua một căn phòng mà từ cửa sổ hành lang tôi có thể nhìn thấy được: Ba nằm bất động trên giường, chằng chịt những dây truyền dịch, dây trợ thở.Tôi thấy ba cô đơn quá, một sự cô đơn tuyệt đối! Tôi muốn chạy đến bên người, nhưng đã nghìn trùng xa cách, vĩnh viễn xa cách! Người ta mời tôi vào văn phòng và cho biết ba tôi đã ra đi! Bầu trời trước mặt tôi đã sụp đổ. Tôi không màng hỏi xem ba tôi mất vì lý do gì và suốt đời tôi không biết vì lý do gì!

Ba tôi mất ở tuổi 73, năm 1971 nhằm ngày 21 tháng 8 Âm lịch. Nếu có ai hỏi tôi cư xử như thế nào với ba khi người còn sống thì tôi trả lời đã làm hết những gì có thể.

Tuy nhiên, có một điều quan trọng tôi rất ân hận là nói chuyện với ba ít quá. Đáng lẽ tôi phải nói chuyện với ba nhiều hơn, để hiểu ba hơn và chia sẻ với ba những nỗi niềm, ưu tư trong cuộc sống. Và, buồn nhất là trong giờ phút lâm chung của ba không có đứa con nào có mặt. Ba tôi có đầy đủ phẩm chất của một người cha (như Willam Smart) mà cả thế giới ngưỡng mộ,lấy làm biểu tượng và dành một ngày trong năm để vinh danh, gọi là ngày Từ Phụ (Father's day). Các phẩm chất đó là lòng can đảm, sự hy sinh và tình thương cao cả dành cho các con. Ngoài ra, ba tôi còn là một người rất nhân hậu và đạo đức. Đây là một di sản quý báu, đáng tự hào mà anh em chúng tôi đã thừa hưởng và phát huy được từ một người cha khả kính, đúng như nhận định rất chính xác của đứa em út Nguyễn Hữu Thời: "*Dầu không thành đạt gì về vật chất. Nhưng tất cả đều đã sống lương thiện, đàng hoàng, biết yêu cái đẹp và còn có thể làm ra cái đẹp nữa*".

Chương 12:

Ba vợ tôi

Ba vợ tôi làm việc ở Sở Cứu Hỏa Đô Thành Sàigòn. Sau năm 1975 ông hồi hương về sống ở huyện Chợ Gạo tỉnh Tiền Giang. Ông mất lúc 1 giờ 45 phút sáng ngày 10 tháng 3 năm 2018, nhằm ngày 23 tháng giêng năm Mậu Tuất tại nhà ở Ông Văn, ấp Tân Thành, xã Tân Thuận Bình, huyện Chợ Gạo, Tiền Giang, là nơi ông sinh ra và lớn lên từ nhỏ. Trong bài này tôi gọi ông là "ông ngoại", theo cách gọi của con tôi. Nếu phải nói một câu về ông ngoại thì tôi nói: "Ông là người kỹ lưỡng, khó tánh, rất hoài cổ, yêu thương con cháu, luôn mang nặng trong lòng một tâm tư phiền muộn, nhất là trong những ngày tháng cuối đời". Là con rể nhưng tôi có nhiều thời gian gần gủi với ông, hiểu ông hơn những chàng rể và con dâu khác, kể cả những người con ruột của ông. Ngoài ra, tôi có khá nhiều kỷ niệm với ông. Tôi thấy cần ghi lại cho con cháu tôi để chúng hiểu rõ hơn về ông, để chúng không quên cội nguồn. Ngoài ra, từ hoàn cảnh của ông ngoại, chúng có thể rút ra được nhiều bài học bổ ích. Có những chuyện lúc còn sống ông ngoại không biết nói với ai, nay tôi viết ra xem như nói giùm ông với hy vọng linh hồn ông sẽ được thanh thản, nhẹ nhàng nơi chín suối. Một nhà thơ đã viết: *"Sống mình không thể nói. Chết mới được ra lời"*. Đó là trường hợp của ông ngoại: Khi ông còn sống mọi người chưa hiểu hết về ông, nay ông mất hy vọng người ta sẽ hiểu ông nhiều hơn! Dầu có muộn cũng còn hơn không. Năm nay tôi đã 75 tuổi, quỹ thời gian còn lại không nhiều, không kể là tôi có thể ra đi theo ông bất cứ lúc nào, vì ai biết được ngày mai! Nếu tôi không viết thì ai viết đây? Không có ai cả!

Ông ngoại sinh tất cả bảy người con, bốn trai, ba gái, làm việc ở Sở Cứu Hỏa Đô Thành Sàigòn trên đường Trần Hưng Đạo. Sau năm 1975 theo lệnh của chánh quyền mới, ông ngoại rời khỏi Sở Cứu Hỏa. Từ đó, gia đình phân tán thành hai nhánh: Ông ngoại dẫn bà ngoại, dì năm, dì tám và cậu Hưng về quê Ông Văn. Mấy người con còn lại là Xuân Diệu, cậu Quang, Cậu Tùng thì ông mua một căn nhà ở số 24 đường Trần văn Văn, Quận 10 để ở và làm việc. Lúc đó Xuân Diệu làm việc ở Ngân hàng Quốc Gia, cậu Quang đang học những năm cuối cùng ở đại học Nông Lâm Súc, khoa nông nghiệp, cậu Tùng làm ở xí nghiệp in. Không hiểu tại sao ông ngoại phải rời sở cứu hỏa quá sớm trong khi nhiều bạn bè đồng nghiệp của ông vẫn còn trụ lại ở đó. Sau khi tôi đi "học tập cải tạo" về nhiều năm, ông ngoại có dẫn tôi đến cư xá Sở Cứu Hỏa thăm chú Sáu Thủy và bạn bè cũ của ông. Nhiều người còn mở cửa hàng kinh doanh nhỏ. Mỗi khi ông ngoại lên Sàigòn thì tôi dùng xe Honda chở ông đi các nơi và cuối cùng thì đến thăm mấy người bạn ở Sở Cứu Hỏa.

Năm 1970 sau khi tốt nghiệp Đại Học Luật Khoa Sàigòn, tôi trúng tuyển vào làm việc ở Ngân Hàng Quốc Gia, Bến Chương Dương, Quận 1 Sàigòn. Năm 1972 theo lệnh tổng động viên, tôi trình diện nhập ngũ. Ra trường được điều động xuống vùng 4 chiến thuật, đi tác chiến ở các tỉnh miền Tây. Đến năm 1974 thì được biệt phái về lại ngân hàng, nơi đây tôi gặp Xuân Diệu qua sự giới thiệu của chị Loan, một người chị tôi rất quí mến, làm việc ở Nha Ngân Quỹ: "Xuân Diệu được lắm, để chị giới thiệu cho" Ngay lần đầu thấy nàng thì tôi đã ưng bụng. Qua vài lần tiếp xúc tôi xác định được đây chính là người có đủ tiêu chuẩn của người vợ ước mơ của tôi: Con nhà đàng hoàng, có trình độ đại học và rất hiền lành. Sau thời gian ngắn tôi dẫn ba tôi đến thăm xã giao gia đình Xuân Diệu như để xác định với mọi người rằng chuyện tôi và Xuân Diệu là chuyện xây dựng, đứng đắn, cũng để gia đình tin tưởng mỗi khi Xuân Diệu xin phép đi chơi với tôi, thường là chiều thứ bảy hàng tuần. Ông ngoại và ba tôi đều ít nói. Tôi không biết hai người nghĩ gì sau lần găp gỡ đó, nhất là ông ngoại. Ông không than phiền điều gì nghĩa là đã chấp nhận? Tôi và Xuân Diệu vẫn gặp nhau hàng ngày ở ngân hàng và đi chơi với nhau vào chiều cuối tuần cho đến ngày 30 tháng tư năm 1975. Chúng tôi chỉ đi chơi quanh quẩn Sàigòn, chỉ một lần đi xa là thăm vườn lan ở Thủ Đức. Sau khi được thả về tháng 9 năm 1977 tôi liên lạc với Xuân Diệu lúc này đã chuyển công tác về ngân hàng tỉnh Tiền Giang. Tôi về Ông Văn thăm ông ngoại và gia đình. Chúng tôi lại gặp nhau vào cuối tuần ở Sàigòn. Có một hôm, giờ tôi không còn nhớ vì lý do gì mà cậu Quang có thái độ tôi cho là hỗn với Xuân Diệu nên đã viết một thư ngắn mét với ông ngoại. Hậu quả là ông ngoại đã giận tôi đến nỗi đám cưới của chúng tôi ông không tham dự, để mặc cho má của Xuân Diệu tự lo liệu mọi chuyện. Đám cưới chúng tôi cử hành rất đơn giản vào ngày 30/4/1978, lúc đó có tin sẽ đổi tiền vào ngày 2/5/1978. Một chuyện khác vào năm 2004: Lúc đó anh Hai Vinh về Ông Văn thấy việc đi "cầu cá tra" ngoài vườn thì bất tiện quá nên muốn ông ngoại xây cầu tiêu sát vách nhà. Ông ngoại nói ông gần 80 tuổi rồi, bận rộn nhiều chuyện quá và bệnh đang tái phát, để từ từ ông làm. Vậy mà anh Hai buộc ngoại phải làm ngay, nếu không làm, anh Hai sẽ không về Ông Văn nữa. Ngày 20/8/2004 ông ngoại viết thư cho tôi và nói: "Vậy Vinh coi cái cầu tiêu hơn Ba rồi". Chuyện nầy ông ngoại kể tôi nghe. Ngoài ra, ông còn viết thư cho tôi nữa, thư này tôi vẫn còn giữ. Hôm nay (14 năm sau) ông ngoại mất tôi mới kể ra như một chuyện vui, cũng để thấy ông ngoại khó tánh như thế nào chớ không hề có ý gì về anh Hai cả. Những người gần gủi, tiếp xúc với ông ngoại hàng ngày đều xác nhận ông ngoại là người khó tánh. Có lẽ chỉ có Xuân Diệu là người hiền lành, nhẫn nại, gần gủi với ông ngoại nhiều mà không bị ông than phiền điều gì. Tôi lúc nào cũng tôn trọng sự thật và thích nói thật. Tôi đồng ý với một quan niệm bên đạo Công Giáo là "*chỉ có sự thật mới cứu rỗi được chúng ta mà thôi*". Về cá nhân, khi tôi có tâm trạng hay tâm sự gì mà nói ra được thì thấy trong lòng nhẹ nhàng lắm.

Ít khi nào tôi thấy ông ngoại cười, nhất là một nụ cười sảng khoái! Chỉ dấu này nói lên rất nhiều điều. Mặc dầu khó tánh nhưng ông ngoại lại là người rất yêu thương, lo lắng cho con cháu và đối xử rất tốt với bà con, kể cả người ngoài. Vậy mà ông bị người đời cư xử bất nhân, tìm cách chiếm đoạt tài sản của ông, có lẽ vì thấy ông sống cô độc một mình không người thân bên cạnh. Tàn nhẫn nhất là khi ông vừa nằm xuống thì chính người tiếp cận với ông hàng ngày trong nhà lấy khóa mở tủ gom hết tiền bạc của ông trong khi Xuân Diệu và Dì Năm chưa kịp về đến nhà! Trước đây có lần ông ngoại cũng mất tiền theo kiểu như vậy! Thật đúng với thành ngữ "Nuôi ong tay áo, nuôi khỉ dòm nhà".Từ năm 1978 ông ngoại đã lần lượt lo cho mấy người con đi vượt biên. Nhờ trời, tất cả đều đi trót lọt. Hiện nay có hai người sống ở Canada, còn lại thì ở Mỹ.

Xuân Diệu và gia đình chúng tôi nhờ cậu Hưng bảo lãnh, đinh cư ở Chicago từ năm 1997. Đây là một cố gắng và hy sinh lớn lao của ông ngoại. Vì tương lai các con, mà cho đi hết và cam chịu sống một mình ở quê nhà. Có lần mấy cậu mấy dì muốn bảo lãnh ngoại qua Mỹ sống. Ông từ chối vì lý do còn mồ mả ông bà phải trông nôm hương khói.

Má của Xuân Diệu bị bệnh suyễn từ nhiều năm. Lâu lâu thì bà lên Sàigòn trị bệnh hoặc ghé thăm chúng tôi ở đường Tôn Đản. Mỗi khi lên Sàigòn thì má vợ tôi ở nhà đường Trần Văn Văn. Những khi đó thì tôi hoặc vợ tôi qua ở với bà. Thường thì vào ban đêm tôi ngủ lại còn Diệu thì về nhà bên Tôn Đản vì thời gian đó Bé Diệu Minh chỉ mới một tuổi. Cả hai chúng tôi đều đi làm. Tôi làm ở Liên Hiệp Xã Thành Phố còn Xuân Diệu làm ở Phòng Thương Nghiệp Quận 4. Vào một ngày của tháng 9 năm 1980. Tối hôm đó tôi cũng ở lại ngủ và canh chừng bà ngoại như thường lệ. Bà vẫn bình thường và không có dấu hiệu gì xấu về sức khỏe. Sáng hôm sau thì ông ngoại từ Ông Văn lên. Tôi giao bà ngoại lại cho ông rồi về nhà Tôn Đản sửa soạn đi làm. Thật là bất ngờ, chiều hôm đó khi tôi đi làm về ghé qua nhà Trần Văn Văn thăm bà ngoại mới hay bà đã mất. Cho đến bây giờ tôi cũng không hiểu tại sao bà ngoại lại ra đi đột ngột như vậy. Lúc đó chỉ có hai ông bà với nhau. Tôi tức tốc dùng xe Honda về Ông Văn để rước Xuân Hương, Xuân Đào lên. Về đến Ông Văn thì trời đã tối. Đêm đó tôi không ngủ được, chỉ mong cho trời mau sáng để chỡ hai em lên Sàigòn. Tôi không dám nói với hai em là má đã mất mà chỉ nói là bệnh nặng. Tuy nhiên, qua lời nói ấp úng và cử chỉ lúng túng của tôi, tôi nghĩ rằng hai em cũng biết chuyện gì đã xảy ra, mặc dầu cả hai cùng im lặng, không hỏi tôi điều gì, kể cả về bịnh tình của má. Bà được hỏa táng ở Bình Hưng Hòa. Đám tang bà ngoại có mặt hầu như đầy đủ gia đình nội ngoại như gia đình cậu

Năm, cậu Tám, cậu Chín, dì Hai, dì Ba, dì Tư, chú Tám. Về các con thì có Xuân Diệu, Xuân Hương, Xuân Đào. Lần này ông ngoại mất, bà con không có ai, chỉ có Xuân Diệu, Xuân Hương từ Chicago về. Đặc biệt là cả hai cái tang đều không có mặt những cậu con trai. Phải chăng là định mệnh? là cái số của ông bà ngoại? Sau khi bà ngoại mất thì ông ngoại tiếp tục cho Xuân Hương, Xuân Đào vượt biên. Trước ngày lên đường, tôi có dắt hai em đi chơi Vũng Tàu hai ngày để cho tinh thần lắng đọng, thoải mái. Đi vượt biên bằng tàu mà không ai biết lội! Kể từ đó, bên cạnh ông không còn người con nào, ngoại trừ Xuân Diệu ở Sàigòn. Sau này ông ngoại tục huyền, lấy vợ kế, người này ở ngã ba Ông Văn, ông ngoại gọi là cô Bảy.

Từ năm 1977 đến 1997 là hai mươi năm, gia đình chúng tôi là chỗ dựa tinh thần, và niềm an ủi gần nhất đối với ông ngoại vì mấy người con khác đều ở nước ngoài, thỉnh thoảng mới về, đặc biệt có người không một lần về. Trong thời gian này ông ngoại thường lên lên, xuống xuống giữa Sàigòn và Ông Văn. Chúng tôi cũng thường xuyên về thăm ông ngoại, nhất là vào những ngày Tết. Mỗi lần lên Sàigòn ông ngoại khệ nệ mang lên cho chúng tôi nào là dừa, đu đủ, vú sữa, xoài mỏ quạ, mận, chuối ép, kể cả me tùy theo mùa, là những thứ trái cây trong ngôi vườn già nua cằn cỗi của ngoại. Khi tôi về thăm ông ngoại và trở lên Sàigòn lần nào ông ngoại cũng gửi theo trái cây và dặn cho người này, người kia, đặc biệt ông ngoại không bao giờ quên Đông Phương là con của chú Năm, gọi tôi bằng bác, bác Ba. Chuyện này Đông Phương chưa bao giờ biết để nói một lời cám ơn ông ngoại. Mỗi khi lên Sàigòn dĩ nhiên ông ngoại ở nhà chúng tôi. Cả nhà đi ăn uống, đi sở thú, vườn Tao Đàn thật vui. Có những buổi chiều nóng nực thì kêu xích lô ra bến Bạch Đằng hóng mát, ăn kem, ăn khô mực… Hai đứa con tôi là Diệu Minh và Minh

Tâm lâu lâu nhớ ông ngoại thì nhắc lại chuyện này. Những ngày vui nhất của ông ngoại là những ngày có các con về thăm. Ông ngoại trông ngóng từng đứa, từng ngày và chuẩn bị đủ thứ. Sau này chúng tôi bàn với nhau là không nên cho ông ngoại biết sớm mà hãy để thật gần ngày về mới cho biết, sợ ông ngoại lo, tội nghiệp. Khi đứa con nào về thăm thì ông ngoại dắt đi thăm bà con, mồ mả ông bà rồi sau đó là đi du lịch Đà lạt, Nha Trang hoặc Vũng Tàu. Những ngày vui bao giờ cũng qua mau. Khi những người con từ giả ông ngoại để trở về Mỹ hoặc Canada thì ông ngoại lại đắm chìm trong nỗi cô đơn thường nhật của mình! Người mà ông ngoại nhớ, đồng thời phiền trách nhiều nhất là cậu Quang vì cậu Quang ra đi không một lần về thăm ông ngoại. Ông ngoại nói cậu Quang cứ lo làm giàu mà quên ông ngoại, quên cội nguồn. Ông ngoại cần tình cảm chớ không cần tiền của cậu Quang. Để an ủi ông ngoại, tôi nói mỗi người có một hoàn cảnh và quan niệm khác nhau, ông ngoại có phiền trách và giận cậu Quang chỉ tổn hại sức khỏe mà không thay đổi được tình hình. Từ đó ông ngoại mới thôi không thúc giục cậu Quang về nữa. Nhân đây, tôi muốn nhắn nhủ với mấy đứa con tôi rằng hãy thận trọng và tế nhị chuyện tiền bạc. Vì tiền mà vợ chồng gãy đổ, cha con chia lìa, anh em bất hòa, thậm chí còn thù oán nhau nữa. Đừng bao giờ coi tiền là mục đích, nó chỉ là phương tiện và luôn luôn nhớ rằng: *"Với nhiều tiền ta có thể mua được căn nhà to đẹp nhưng chưa chắc đã xây được mái ấm gia đình"*. Mấy lúc gần đây ông ngoại thường than phiền, nói mỗi lần cậu Quang gọi điện thoại về nói chuyện nhiều quá làm ông mệt, ông không muốn nghe mà cậu Quang cứ nói hoài.

Không biết có phải vì tinh thần hoài cổ của ông ngoại quá cao nên ông không thích đổi mới? Căn nhà vách ván, mái ngói mà ông ngoại đang ở là căn bếp cũ còn lại của một biệt thư đồ sộ của ông cố đã xây năm 1926, lúc đó ông ngoại mới mười tuổi, bị tàn phá trong một trận đụng độ giữa Việt Minh và quân đội Pháp năm 1945, giờ đã xuống cấp nghiêm trọng, đáng lẽ phải phá bỏ và xây lại cho thoáng mát hơn. Vậy mà ông ngoại cứ để vậy ở. Hư tới đâu ông ngoại chắp vá tới đó. Thời bây giờ hình như không còn gia đình nào dùng đũa sắt để ăn cơm vậy mà ông ngoại vẫn cứ sử dụng. Thấy cái mâm cơm đã hư, cũ và không còn sạch, Xuân Diệu mua về cái mâm mới thay vào. Ông ngoại chỉ sử dụng một vài lần, cuối cùng cũng đem cất và lôi cái mâm cũ ra xài tiếp! Thậm chí có những thứ là phế liệu, chẳng hạn như miếng vải bố (thứ làm vòi rồng xịt nước của lính cứu hỏa) đã cũ rách ông ngoại mang nó từ Sàigòn về cứ để đó từ năm này sang năm khác, không dùng được vào việc gì, cũng không bỏ đi, có lẽ đây là kỷ niệm một thời của ông ngoại. Có một cái cặp da, ông ngoại bọc trong bao nylon để ở đầu tủ. Tôi hỏi cặp gì, ông ngoại nói cái cặp đó trước đây mua để chuẩn bị cho cậu Quang đi du học, cuối cùng không đi. Giờ đã mấy chục năm, ông ngoại cứ để đó mặc cho bụi thời gian bám đầy. Mỗi ngày ông ngoại ra vào nhìn cái cặp mà nhớ cậu Quang. Đó, tấm lòng của ông ngoại! Làm sao cậu Quang biết được? Chẳng những trân quý những món đồ cũ, ông ngoại luôn luôn thích tìm về chốn cũ, để sống lại những kỷ niệm, những ký ức xưa cũ từ năm bảy chục năm về trước. Lần nào lên Đà lạt ông ngoại đều tìm đến căn nhà trọ ngày xưa ông đã từng ở, cho dầu nó đã xuống cấp và không tiện nghi so với khách sạn bây giờ. Ngay cả việc ăn uống, ông ngoại vẫn thích đến những nhà hàng mà ngày xưa ông ngoại đã từng ăn uống ở đó.

Có một chuyện vui: Một chồng báo cũ ông ngoại để nó trên một cái bàn tròn gỗ quí rất đẹp, mặc cho nhện giăng, bụi bám. Thấy vậy, tôi mới nói bây giờ ông ngoại đâu có đọc báo nữa thì bỏ chồng báo đó đi, dùng cái bàn để đựng trái cây hay những thứ khác cần thiết hơn. Ông ngoại nói - Để đó rồi ba tính. Một thời gian sau không biết ông ngoại tính như thế nào mà chồng báo cũ vẫn nằm y nguyên chỗ cũ! Thấy vậy tôi mới nhắc lại sao Ba không bỏ chồng báo đó đi thì ông trả lời "Đó là quyền của ba". Nghe ông nói thế thì tôi cụt hứng, đành im lặng, không dám ý kiến gì thêm. Một chuyện vui khác: Không nhớ năm nào, cả nhà chúng tôi từ Chicago về thăm ông ngoại. Chúng tôi thuê một xe 12 chỗ ngồi đi cùng ông ngoại, cô Bảy và mấy người bà con bên cô Bảy lên Đà Lạt chơi vài ngày. Khi trở về nhằm ngày lễ kỷ niệm đảng Cộng Sản , nhà nào cũng treo cờ đỏ sao vàng và cờ búa liềm, đỏ rực mọi nẻo đường, góc phố. Tôi buột miệng nói sao đi đâu cũng thấy màu đỏ, ghê quá. Ông ngoại không đồng ý, hỏi- Sao con nói vậy? Tôi giải thích - Cộng Sản có được ngày hôm nay là biết bao người nằm xuống. Cái búa dùng để đập đầu, cái liềm dùng để cắt cổ, như bọn Pôn Pốt, Êng Sary bên Kampuchia đó, như vụ thảm sát Tết Mậu Thân đó. Đến đây thì ông ngoại nổi sùng: "Con dừng xe lại, vô đồn cảnh sát hỏi xem lời con nói có đúng không?". Tôi mắc cười quá mà không dám cười, chỉ nói thầm trong bụng, ông ngoại có tư tưởng bất ngờ và độc đáo quá. Đành chịu thua thôi. Bé Tâm thì nói: "Ông ngoại ơi, con muốn về Mỹ chớ không muốn ở trong đồn cảnh sát đâu". Thật là một kỷ niệm không bao giờ quên. Mỗi lần nhớ tới là tôi phát cười, cười một mình!

Ông ngoại mang nhiều tâm trạng và tâm sự, ông nói rất tế nhị, khi nào tôi về ông kể tôi nghe.Theo lời ông ngoại, có lần cô Bảy giận ông rồi xách vali quần áo ra nhà người anh thứ ba, chúng tôi thường gọi là cậu ba, ở mấy hôm rồi xách vali trở về. Anh hai Vinh có mặt và có ý kiến như thế nào đó, làm ông rất buồn. Tôi chỉ nghe đại khái như vậy. Chuyện này phải nghe anh hai Vinh kể lại thì mới chính xác và rõ ràng hơn. Có một điều tôi biết chắc chắn là ông ngoại rất cần và rất yêu thương cô Bảy. Vợ chồng già hủ hỉ có nhau, nếu thiếu vắng một người thì người kia buồn lắm!

Một điều khiến cho ông ngoại đau đầu thường xuyên là việc quản lý nhà cửa, ruộng vườn do ông bà để lại mà một mình ông ngoại không thể nào quán xuyến nổi. Ông ngoại thường than với tôi là không có đứa con nào quan tâm, góp ý giúp ngoại việc này. Tôi cũng thấy như vậy và nhiều lần nói với Xuân Diệu mà Xuân Diệu vẫn cứ làm thinh, chẳng có ý kiến gì. Phải chăng vì đó mà ông ngoại có ý tưởng hiến tài sản cho nhà nước? Tư tưởng này vẫn luôn luôn ở trong đầu ông ngoại. Một lần ông ngoại được mấy người con bảo lãnh qua Mỹ theo diện du lịch. Khi vào phỏng vấn người ta hỏi trong trường hợp ông được qua Mỹ rồi mà vì lý do nào đó ông không về Việt Nam được thì tài sản ông giải quyết như thế nào? Ông ngoại trả lời - Tôi sẽ hiến cho nhà nước! Lần này ông ngoại bị đánh rớt và thôi không đi phỏng vấn nữa. Cho tới một lúc thấy ý tưởng hiến tài sản cho nhà nước của ông ngoại bộc lộ mạnh mẽ quá, tôi mới bay về Ông Văn thuyết phục ông ngoại một đêm. Cuối cùng ông ngoại đồng ý không hiến tài sản cho nhà nước nữa và hỏi lại tôi - Vậy thì theo ý con giải quyết như thế nào? Chỉ là con rể, tôi không muốn đi sâu vào tài sản bên vợ nên nói với ông ngoại- Sao Ba không viết thư hỏi mấy người con? Không biết ông ngoại có làm theo gợi ý của tôi không nhưng sau này khi viết thư cho tôi, ông ngoại có ý muốn Xuân Diệu, Xuân Hương về giúp Ba giải quyết nhà cửa, đất đai với lời lẽ thống thiết, vô cùng cảm động: "Ba mong Xuân Diệu, Xuân Hương về thăm ba để hai con nhận thấy hoàn cảnh của Ba, Bảy và cũng để Ba tỏ bày những sự việc tế nhị mà không thể tỏ bày trên trang giấy và để được cùng góp ý để Ba giải quyết dứt điểm nhà cửa, đất đai mà Ba còn giữ để ba được rảnh rỗi trọn vẹn trong những ngày còn lại của đời Ba…". Tội nghiệp ông ngoại, ông không bao giờ được rảnh rỗi trọn vẹn như mong muốn cho tới khi từ giả cõi đời. Sau này tôi được biết phần lớn ruộng thì ông ngoại bán được, thửa ruộng gần nhà cho người bà con canh tác thì họ cấu kết với xã cướp luôn không chịu trả, ông ngoại cắt một phần ruộng sát đường đi cho cậu Chẩn cất nhà, cậu này là người dưng, thường xuyên qua lại giúp đỡ ông ngoại một số việc. Lần nào về Ông Văn chúng tôi cũng cho tiền, kể cả trước đây ông ngoại cho cậu ta chiếc Honda 81 khi chúng tôi đi Mỹ ông ngoại đem về mà không sử dụng. Con dâu tôi còn gửi cho chiếc Iphone từ bên Mỹ nữa. Vậy mà khi ngoại nằm xuống thì cậu Chẩn nhẫn tâm mở tủ lấy hết tiền, đôla của ngoại. Miếng đất rất có giá trị ở Mỹ Tho ông ngoại bán, cho cô Bảy một nửa, gửi ngân hàng. Khi cô Bảy mất nghe nói trong tài khoản còn lại khoảng tám trăm triệu thì lọt vào tay cô Âu, cháu cô Bảy.

Tháng 5 năm 2016 tôi về thăm ông ngoại. Trong một lần nói chuyện tôi hỏi ông ngoại căn nhà và miếng đất này ba có ý định giải quyết như thế nào chưa thì ông nói đã làm giấy tờ cho cô Âu rồi. Nghe ông ngoại nói thì tôi choáng váng, và chỉ thốt lên được bốn tiếng: "Sao kỳ vậy ba!". Ông ngoại nói rất thản nhiên: "Tại mấy con không có ý kiến gì nên ba giải quyết theo ý ba". Ông ngoại nói thế chớ tôi biết ông ngoại giải quyết theo ý cô Bảy và mấy người cháu của cô Bảy. Việc này cũng dễ hiểu vì mấy người này gần gủi, ngày đêm thỏ thẻ bên tai ông ngoại, thuyết phục mãi thì ông ngoại phải xiu lòng khi mà những người con của ông ngoại thì ở quá xa và chẳng có ai quan tâm. Tuy vậy, tôi vẫn hỏi thêm- Trước khi quyết định cho tài sản của ông bà cho cô Âu, ba có hỏi ý kiến mấy người con của ba không thì ông nói họ ở xa quá. Tôi nói câu cuối cùng- Thời đại bây giờ ba chỉ cần nhắc phone lên, trong vòng một phút là nói chuyện được rồi. Ông ngoại không nói gì, tôi cũng im lặng, còn cô Bảy từ đầu tới cuối chỉ ngồi nghe mà gương mặt thì đỏ bừng. Sau này cô Bảy đem chuyện này học lại cho mấy người cháu nghe thì họ nguyền rủa tôi dữ lắm, nhất là khi vụ đòi đất nổ ra. Tôi thì tức đến nghẹn họng bởi vì ông ngoại đã nghe tôi, không hiến tài sản cho nhà nước nay lại đem cho người dưng cái phần đất cuối cùng của Tổ Tiên trên đó có mồ mả của ông cha mình, dòng họ mình. Con người thật của ông ngoại là tồn cổ, thích trở về nguồn, thích về lại chốn xưa và rất trân quý mồ mả ông bà, nay ông ngoại làm trái ngược thì khó tin quá, vô lý quá! Tôi quyết định khi trở về Mỹ thì bàn lại với Xuân Diệu và mọi người, bằng mọi cách phải đòi lại cho được miếng đất mà ông ngoại đem cho người dưng. Thật ra miếng đất này về mặt kinh tế không có giá trị gì lớn. Miếng đất đã khô cằn, phần lớn trồng dừa đã lão, mấy cây vú sữa, cây me cũng có đến trăm năm, rễ cây đã ăn hết chất màu mỡ của đất nên không cho hoa trái gì đáng kể. Lâu lâu ông ngoại nhờ người hàng xóm hái dừa khô xuống chờ người tới mua. Ông ngoại bán giá rẻ mạt, bán mà cũng như cho. Mặc dầu miếng đất không sinh lợi về kinh tế nhưng có giá trị lớn về tinh thần và tâm linh. Nó là di sản của Tổ Tiên để lại, là mồ hôi nước mắt nhiều đời của ông bà đã dày công gầy dựng nên và cũng tại mảnh đất này, thân xác của ông bà đã được ấp ủ nơi đây. Bây giờ đến phiên ông ngoại cũng chọn mảnh đất quê hương mà yên nghỉ. Đây là nơi duy nhất còn lại mà con cháu lâu lâu trở về tìm lại cội nguồn, để thắp cho ông ngoại một nén hương và nói Ba ơi! Ngoại ơi! Con đã về đây…

Sau khi từ Việt Nam trở về, tôi nói với Xuân Diệu và Xuân Hương rằng nếu trước đây mình về thăm ông ngoại mỗi năm một lần thì bây giờ phải thường xuyên hơn vì ông ngoại đã yếu lắm rồi. Thời gian còn lại của ông ngoại chỉ có thể đếm từng tháng thôi. Tháng 2 năm 2017 nhân dịp Tết Đinh Dậu tôi và Xuân Diệu về Ông Văn thăm ông ngoại, an ủi ông ngoại sau cái chết của cô Bảy, đồng thời giải quyết vụ đất đai, nói chính xác là đòi lại miếng đất ông ngoại đang ở mà đã làm giấy tờ cho cô Âu, danh từ pháp lý của nhà nước Cộng sản gọi là "chuyển nhượng quyền sử dụng đất". Trước khi đi Xuân Diệu có hỏi ý kiến của mọi người. Tất cả những người con của ông ngoại đều đồng ý là phải đòi lại đất và viết thư ủy quyền cho Xuân Diệu lo việc này.Tôi cứ tưởng thuyết phục được ông ngoại là chuyện rất khó vì một khi ông ngoại đã quyết định điều gì rồi thì coi như xong. Không ngờ chỉ một lần trong một đêm tôi và Xuân Diệu đặt vấn đề với ông ngoại với lý luận có tình có lý thì ông ngoại chấp nhận ngay mà khỏi phải trưng ra những lá thư của mấy người con viết cho ông ngoại, Tôi chỉ nói tóm tắt nguyện vọng của từng người cho ông ngoại biết, bởi vì trong số những lá thư này có nhiều thư nếu trưng ra thì rất bất lợi, trong đó có lá thư của cậu Tùng với lời lẽ quá gay gắt như đòi thưa ông ngoại ra tòa, nếu ông ngoại biết sẽ rắc rối lắm.

Một buổi sáng, ông ngoại, tôi và Xuân Diệu ra nhà cô Âu (nhà của ông bà Ba, cha mẹ cô Âu để lại) đặt vấn đề xin lại đất đai. Cô Âu nói để họp gia đình rồi trả lời sau vì khi nhận đất có nhiều người chớ không phải một mình cô. Thật ra cô Âu là người duy nhất đứng tên trong hồ sơ chuyển nhượng quyền sử dụng đất từ ông ngoại. Quyền quyết định là ở cô chớ không ai khác, nhưng cô cần có thời gian suy nghĩ và tham khảo ý kiến của thân nhân là đúng. Độ một tuần sau cô Âu gọi vào nói đồng ý trả lại đất và mời gia đình ra nói chuyện. Thái độ của cô Âu là giận dữ và phiền trách ông ngoại đủ điều, đồng thời đưa ra một số điều kiện, chẳng hạn như trước đây ông ngoại để cho cô Âu đứng tên sổ tiết kiệm tiền gửi ngân hàng thì cô Âu nói trả lại, trước đây cô Âu làm đồ ăn cho ông ngoại thì cô xách gà mên ra nói bây giờ thì đau bệnh và mệt mỏi quá rồi, ông ngoại đem về đi, không làm đồ ăn cho ông ngoại nữa.Thật ra những điều kiện cô Âu đưa ra không có gì quá đáng nhưng ông ngoại xua tay không đồng ý. Thói quen của ông ngoại không đồng ý điều gì thì đưa hai bàn tay ra phía trước, quơ qua quơ lại để phủ nhận. Cãi qua cãi lại một hồi, ông ngoại vẫn cương quyết không nhận điều kiện cô Âu đưa ra mà còn nói đó là quyền của ông ngoại. Thấy ông ngoại lẩm cẩm quá, tôi và Xuân Diệu năn nỉ hoài ông vẫn không nghe, tôi mới nói: "Ba có quyền là đúng rồi, nhưng ba không có quyền làm phiền người khác". Buổi làm việc lần thứ hai với cô Âu không có kết quả là do ông ngoại chớ không phải do cô Âu.

Khi cô Bảy mất, các người cháu kêu bằng cô đem về chôn ở vườn nhà. Mỗi tuần ông ngoại đều đi thăm mộ, thắp nhang cho cô Bảy. Theo những người trong nhà kể lại mỗi lần ông ngoại thăm mộ cô Bảy về thì người đờ đẫn ra, như bị lấy đi một phần hồn, nhiều khi còn bỏ ăn nữa. Ông ngoại còn xin với mấy người cháu cô Bảy rằng khi ông ngoại mất thì chôn kế bên mộ cô Bảy, mấy người này đồng ý và ông ngoại đã xây kim tỉnh rồi. Trong lúc có sự bất hòa vì vụ tranh chấp đòi lại đất đai, hàng tuần ông ngoại vẫn tiếp tục thăm mộ cô Bảy. Một hôm khi thăm mộ cô Bảy trở về, ông ngoại cho biết một người cháu cô Bảy tên là Bình người này làm cô giáo, chưởi ông ngoại dữ quá, họ còn nói là không đồng ý cho chôn ông ngoại cạnh mộ cô Bảy trong vườn nhà của họ nữa. Thật là độc ác và hung dữ hết chỗ nói. Có lần ông ngoại nói với tôi là ở ngoài đó ai cũng dữ lắm con ơi. Tôi nói Xuân Diệu hỏi xem họ đã làm gì mà ba nói như vậy. Xuân Diệu lại làm thinh! Bây giờ tôi mới biết điều ông ngoại nói với tôi là có lý do và hoàn toàn chính xác, đến nỗi một đứa con của cô giáo kia, chừng mười tám tuổi, đang học trung học, kêu ông ngoại bằng ông còn mắng nhiết ông ngoại là - già rồi mà không để cho người ta nể! Tôi là thủ phạm, là người đóng vai trò chính trong vụ đòi đất, họ chưỡi tôi là có lý chớ ông ngoại đâu có lỗi gì trọng vụ này. Vã lại, bây giờ họ đã là chủ miếng đất rồi, có trả lại hay không là quyền của họ. Họ đâu cần phải tỏ ra quá độc ác đối với ông ngoại, đã trên 90 tuổi mà trước đây họ vẫn tỏ ra ân cần và tôn kính như cha? Sự kiện này làm cho ông ngoại đau buồn, xuống tinh thần và suy sụp nhanh chóng. Không ngờ đến cuối đời lại chạm phải một cú sốc quá lớn như vậy. Nguyện vọng đơn giản, bình thường là được chôn thân xác mình bên cạnh người vợ dấu yêu rốt cuộc cũng không thành. Trong thời gian này tôi thường xuyên email về cho Xuân Hương, Xuân Đào cho biết diễn tiến của việc đòi đất. Tôi thúc giục hai người hãy sớm về Ông Văn để tạo thêm áp lực với mấy người cháu cô Bảy và để an ủi ông ngoại trong lúc khó khăn này. Nhưng không ai về cả. Ông ngoại xuống tinh thần và nói, “Thôi, bỏ đi con”. Ông ngoại móc một cái áo còn mới của cô Bảy trên một đầu cột ở nhà bếp nói là để lau chén nhưng thật ra là để mỗi ngày nhìn thấy hình bóng của cô Bảy. Những người cháu cô Bảy đâu có cho ông ngoại thăm mộ cô Bảy nữa. Thật ra, chính họ cũng không muốn nhìn thấy mặt ông ngoại. Hình ảnh ông ngoại mặc áo thung, quần cụt, nằm co rút nghiêng một bên trong một góc bộ ván ở nhà bếp nơi cô Bảy thường nằm trông thảm não và cô đơn làm sao! Nhiều lần tôi muốn lấy máy ảnh ghi lại hình ảnh này nhưng lại thôi. Dầu sao nó cũng sẽ mãi mãi tồn tại và in đậm trong ký ức tôi. Sau này tôi nói với cậu Chẩn khi thấy ông ngoại nằm đó thì lấy bộ pyjama đem lại cho ông ngoại mặc vào và lấy mền đắp cho ông.

Trên nguyên tắc cô Âu đã đồng ý trả miếng đất lại cho ông ngoại nhưng phải qua nhiều giai đoạn thủ tục giấy tờ, phải đến một số cơ quan nhưng cô không sốt sắng thực hiện những việc phải làm mà tìm đủ mọi lý do để trì hoãn. Có lẽ cô biết tôi và Xuân Diệu không có nhiều thời gian ở Ông Văn nên cố tình gây trở ngại cho chúng tôi nãn lòng mà bỏ cuộc? Tôi nói Xuân Diệu, cô Âu có chiến thuật câu giờ thì mình cũng có chiến thật đối phó. Đó là chiến thuật lì. Cứ vài hôm thì chúng tôi ra nhà cô một lần để đốc thúc. Cuối cùng cô cũng bực mình mà ra phòng công chứng huyện Chợ Gạo làm thủ tục chuyển giao lại quyền sử dụng đất cho ông ngoại. Dĩ nhiên mình phải trả lại cho cô Âu toàn bộ những chi phí khi tiếp nhận miếng đất. Chi phí này do cô kê ra, có nhiều khoản quá đáng, nhiều khoản không có thật như chi phí tham khảo ý kiến luật sư, tôi đồng ý hết. Sự việc đáng lẽ có thể giải quyết trong hai tuần, rốt cuộc kéo dài hơn hai tháng, báo hại tôi phải đi gia hạn ngày về lại Mỹ. Cho đến bây giờ cô Âu vẫn còn giữ những món đồ cổ ông ngoại gửi nhưng giả vờ quên, không trả lại. Tôi nói Xuân Diệu, mình cũng làm bộ quên, không đòi lại làm gì.

Chuyện đất đai của ông ngoại giải quyết tạm ổn, tôi và Xuân Diệu về lại Chicago không bao lâu thì hay tin ông ngoại bị té gãy tay, chúng tôi lại phải bay về Ông Văn nuôi ông ngoại trong hai tháng. Xuân Diệu đi ngày 13/8/2017, về ngày 10/10/2017, tôi đi ngày 15/9/2017, về ngày 15/11/2017. Trước khi về Ông Văn tôi và Xuân Diệu có sự bất đồng và tranh luận về cách điều trị cho ông ngoại. Xuân Diệu tin vào lời đồn đãi của bạn bè, nói sẽ dẫn ông ngoại đi thầy thuốc nam. Tôi không đồng ý nói phải đưa ông ngoại đến bệnh viện cho người ta bó bột. Khi cuộc tranh luận đến hồi gay gắt, tôi giận quá, nói Xuân Diệu muốn làm gì thì làm. Còn tôi, sau này có bệnh hoạn thì làm ơn đưa vào bệnh viện cho người ta điều trị bằng phương pháp khoa học với thiết bị y khoa tiên tiến, thuốc men đầy đủ. Tôi chịu chết dưới tay bác sĩ chớ không dưới tay của mấy ông lang băm, hoặc theo sự chỉ dẫn không có căn cứ khoa học. Tội nghiệp Xuân Diệu, cứ túc trực bên ông ngoại suốt hai tháng trường còn tôi thì lên, xuống giữa Sàigòn và Ông Văn vì còn phải thăm bà con ở Long Thành, Phú Xuân và đi nhiều nơi để chụp hình, là một đam mê của tôi. Khi cánh tay gãy của ông ngoại được tháo băng bột ra và treo lủng lẳng trước ngực, ông ngoại phải tập đi. Thói quen của ông ngoại là khi đi thì hai cánh tay đánh về phía sau lấy đà và đi rất nhanh. Đi nhanh đương nhiên là dễ bị vấp ngã. Vậy mà ông ngoại vẫn cứ đi nhanh sau tai nạn, sức khỏe không còn như xưa. Tôi luôn luôn nhắc ông ngoại: Bây giờ ba yếu rồi nên đi đứng nhất thiết phải có cây gậy. Ông đồng ý, nhưng thật là lạ: Ông không chống gậy xuống đất, đi từng bước như đã hướng dẫn. Trái lại, chỉ xách gậy chớ không chống gậy. Mỗi khi di chuyển thì xách cây gậy lên khỏi mặt đất rồi phom phom đi thật nhanh về phía trước. Sách tướng số có viết: Người nào không thư thả, không ung dung tự tại, lúc nào cũng vội vàng hấp tấp thì khổ suốt đời thôi. Tôi nói- Ba lớn tuổi quá rồi, muốn sống thêm vài năm nữa thì hãy ráng giữ cho tâm hồn được thư thái, không phải lo lắng, tính toán điều gì cả, vì mọi thứ đều có người tính cho ba, lo cho ba hết rồi. Ba đừng có bận tâm điều gì nữa và hãy buông bỏ tất cả đi. Vậy mà ông ngoại vẫn thích giữ tiền và tính toán theo cách của ông. Có một lần không biết nghĩ sao mà ông ngoại không chi lương tháng cho hai người giúp việc như mọi khi mà lại ghi sổ nợ để đó, khiến cho họ bất bình, đi ra chợ rêu rao đủ thứ. Tánh của ông ngoại: Quan điểm và thói quen như thế nào thì vẫn giữ như thế đó, không chịu thay đổi, không chịu nghe ai. Sau tai nạn tôi nói - Kể từ nay ba đừng có ra vườn nữa, rủi té không ai nhìn thấy thì khổ lắm. Vậy mà ông ngoại vẫn tiếp tục ra vườn. Thấy nhánh cây hay một tàu lá nào không vừa ý thì vô nhà xách con dao ra cắt cho được mới thôi. Lá trong vườn mỗi ngày rụng nhiều biết là bao, vậy mà mỗi ngày ông ngoại cứ đi ra vườn nhặt từng cọng lá, nói là cho sạch lối đi.

Ngày nào cũng vậy, khi thức dậy lúc 5 giờ sáng (6 giờ chiều Việt Nam) thì Xuân Diệu điện thoại về Ông Văn để nghe cậu Chẩn báo cáo tình hình ông ngoại. Được tin ông ngại té và không chịu ăn uống lần cuối cùng, chúng tôi biết là chuyện nguy ngập. Con tôi là Minh Tâm lên mạng mua hai vé máy bay khẩn cho Xuân Diệu và Xuân Hương về Ông Văn gấp. Ngày đi thứ hai 12/ 3/2018, ngày về để trống vì không biết sẽ ở lại Ông Văn trong bao lâu. Tôi không về được vì đang làm răng, người ta đã nhổ hết hai hàm răng của tôi rồi! Chẩn đem ông ngoại qua chợ Ông Văn để chích thuốc nhưng y tá không dám chích, bèn đưa ông ngoại đến Trung Tâm Y Tế huyện Chợ Gạo, ở đây chuyển ông ngoại lên bệnh viện Mỹ Tho, đưa vào phòng cấp cứu. Có một chi tiết cần được ghi nhận là: Khi biết được tình hình ông ngoại qua email của anh hai Vinh ở Canada, thì hai vợ chồng, bạn của anh Hai, tên là Anh Huy từ Sàigòn lái xe xuống thẳng bệnh viện Mỹ Tho thăm ông ngoại. Lúc đó là 8 giờ tối ngày thứ sáu 9/3/2018. Anh Huy đã ứng tiền để trả chi phí bệnh viện. Từ bệnh viện Anh Huy báo cho chúng tôi biết diễn biến từng giờ, từng phút tình trạng ông ngoại. Ông được truyền máu, vô nước biển và cho thở bình oxy. Tình hình ông ngoại càng lúc càng xấu, không thể cứu được nên bác sĩ bệnh viện đề nghị người nhà đem ông ngoại về. Từ Chicago chúng tôi đồng ý và yêu cầu bệnh viện cho mướn hoặc cho mua bình dưỡng khí cho ông ngoại thở trên đường về nhà, may ra ông ngoại còn nhìn thấy mặt Xuân Diệu và Xuân Hương nhưng bệnh viện từ chối và ông ngoại đã ra đi lúc 1 giờ 45 phút sáng ngày thứ bảy 10/3/2018 trong khi 5 giờ sáng ngày thứ hai 12/3/2018 Xuân Diệu và Xuân Hương mới về đến phi trường Tân Sơn Nhất. Từ Ông Văn, Anh Huy hỏi chúng tôi là thực hiện việc tẩn liệm ông ngay hay là chờ Xuân Diệu về. Mọi thủ tục mai táng và tất cả chi phí ông ngoại đã cẩn thận thảo luận và thanh toán hết cho trại hòm rồi. Chúng tôi trả lời là cho tẩn liệm ngay mà khỏi phải chờ. Từ Chicago chúng tôi cũng thấy được hình ảnh ông ngoại lúc tẩn liệm, do Anh Huy gửi trực tiếp từ Iphone. Cám ơn vợ chồng Anh Huy thật nhiều. Tôi chưa hề biết mặt anh. Khi về Việt Nam lần tới tôi sẽ đi gặp anh để nói lời cám ơn lần nữa.

Ông ngoại nhắm mắt là đóng lại một cuộc đời vui ít mà sầu muộn thì nhiều. Ông sống cô đơn giữa một xã hội gian ác, lọc lừa, chỉ biết có tư lợi, đồng tiền và vật chất, giữa bầy lang sói mà ông tưởng đó là cừu ngoan. Nhiều ước muốn từ đơn giản nhất cho đến thiêng liêng nhất của ông ngoại đã không thành sự thật. Dầu sao, cuối cùng thì ông ngoại cũng đã về với nơi mà ông đã sinh ra. Được về với quê cha, đất tổ là một niềm hạnh phúc, là ước muốn của nhiều người, vì *không nơi nào đẹp bằng quê hương*! Ông ngoại ra đi nhanh chóng, thanh thản và nhẹ nhàng, không phiền hà gì đến con cháu nhiều. Lúc sinh thời ông ngoại thường nói ông ngoại sống đến từng tuổi này là quá lắm rồi. Nhìn lại trong giòng họ không ai có tuổi cao bằng ông ngoại, chín mươi ba tuổi! Năm 2012 tôi và Xuân Diệu có dẫn gia đình Diệu Minh và Như Lân về thăm ông ngoại. Brandon và Allison kêu ông ngoại bằng ông cố. Ông ngoại mừng và vui lắm, cứ gọi Allison là Ali Xoài, làm ai cũng phải phát cười.

Trước sự ra đi của ông ngoại thì mỗi người có một tâm trạng và nỗi niềm khác nhau. Riêng tôi thì rất buồn vì không về được với Xuân Diệu để dự đám tang ông ngoại, để chia sẻ với vợ trong giờ phút đau thương của sự mất mát lớn lao này.

Chương 13:

Hai mươi năm dưới chế độ mới

Hai mươi năm sống dưới chế độ mới có tên gọi "Cộng Hòa Xã Hội Chủ Nghĩa Việt Nam" một thời gian tương đối đủ để cho tôi hiểu chế độ này về mọi mặt từ xã hội đến kinh tế, văn hóa, chánh trị, vân vân... Có biết bao điều để nói. Trong thời gian này tôi thay đổi công việc làm rất nhiều lần. Việc làm đầu tiên của tôi là ở Viện Quy Quạch Thành Phố, nằm trên đường Trương Định , quận ba. Anh Lê văn Năm, Viện Trưởng nói phải chi tôi là kỹ sư hay họa viên kiến trúc, hoặc kiến trúc sư thì rất dễ cho anh. Đàng này ngành nghề của tôi là tài chánh ngân hàng nên khó quá. Tuy nhiên cuối cùng anh cũng nhận tôi vào làm công tác điều tra đất thành phố. Vài tháng sau khi công tác chấm dứt thì anh điều tôi về phòng tài vụ. Lúc này tôi mới an tâm. Quan trọng nhất là nhờ anh Năm mà tôi được nhập lại hộ khẩu và tiếp tục được ở lại thành phố cho đến ngày đi Mỹ. Phải công nhận anh Năm là một người Cộng Sản rất tốt và dễ thương mà tôi đã gặp và làm việc chung với anh. Sau này phòng tổ chức thay người. Bà trưởng phòng mới tên là Hường, khi về thì bà đuổi tất cả những nhân viên chế độ cũ, không có chuyên môn kiến trúc, trong số đó có tôi. Do đó tôi phải ra đi, nhưng có một thắc mắc là một trưởng phòng, dầu là làm tổ chức, sao lại có thể vượt quyền Viện Trưởng, không nể vì cấp lãnh đạo của mình? Anh Năm lại phải giới thiệu tôi qua làm việc ở cơ quan mới có tên là Liên Hiệp Xã Thành Phố đường Hai Bà Trưng quận nhất Sàigòn. Nơi đây thích hợp với tôi hơn và tôi đã làm việc cho đến ngày cơ quan này giải thể.

Là cơ quan tổ chức, quản lý (thực chất là ép buộc) các nhà sản xuất tiểu thủ công nghiệp của chế độ cũ gia nhập tổ chức mới có tên là hợp tác xã trong chiến dịch "cải tạo tư sản tư doanh". Theo lý thuyết Mác thì tư hữu là nguyên nhân hình thành giai cấp bóc lột. Do đó, nó phải bị tước đoạt và tiêu diệt. Người Cộng sản chỉ chấp nhận chế độ công hữu mà thôi. Trong xã hội Xã Hội Chủ Nghĩa chỉ có hai thành phần kinh tế được hoạt động. Đó là kinh tế quốc doanh và kinh tế tập thể. Hợp tác xã là mô hình kinh tế tập thể. Nghĩa là tài sản ở hợp tác xã thuộc quyền sở hữu của tập thể xã viên chớ không phải của cá nhân nào. Lý thuyết này lần đầu tôi biết được khi tham dự lớp Triết học Mác-Lênin do hội "Trí Thức Yêu Nước" trên đường Nguyễn Thông, quận 3 Sàigòn tổ chức dành riêng cho trí thức chế độ cũ. Lại một danh từ mới khiến người ta phải suy nghĩ. Đối với người Cộng sản còn có một loại trí thức không yêu nước? Đây chắc là trí thức không chấp nhận chủ nghĩa Cộng sản! Nói khác đi, Cộng sản chính là đất nước!? Hồi còn ở trại tập trung được cán bộ Cộng sản tuyên truyền: Chống Cộng là chống nhân dân. Thì ra Cộng sản là nhân dân!? Lại còn cái khẩu hiệu ai cũng thấy nhan nhản ngoài đường phố "Yêu nước là yêu chủ nghĩa xã hội" Bấy giờ thì đất nước đã biến thành chủ nghĩa xã hội! Những ai không yêu chủ nghĩa xã hội là không yêu nước!? Ngay cả cái tên nước cũng phải gắn chặt với chủ nghĩa xã hội: Nước Cộng Hòa Xã Hội Chủ Nghĩa Việt Nam!

Tình cảm về quê hương đất nước, về dân tộc đã hình thành từ thời Vua Hùng dựng nước suốt mấy ngàn năm. Cũng chính nhờ vào tín niệm thiêng liêng đó mà ông cha ta mới giữ được nước trước mọi làn sóng xâm lược của vương triều và rợ Hung Nô phương Bắc, cũng như thực dân Pháp sau này. Cho tới lúc đó nhân dân ta đâu có theo chủ nghĩa nào mà không hề mất một tấc đất.Vậy mà bây giờ cả nước bị áp đặt theo cái chủ nghĩa ngoại nhập sai trái, đã bị nhân loại vứt vào sọt rác của lịch sử từ lâu. Ai bày tỏ quan điểm trái với Cộng Sản đều bị xem là phản động, sẽ bị kết tội hình sự, tội âm mưu lật đổ chánh quyền, tuyên truyền chống nhà nước XHCN hoặc là phá hoại "khối đại đoàn kết dân tộc". Bây giờ thì có điều 331 luật hình sự về "tội lợi dụng các quyền tự do dân chủ xâm phạm lợi ích của nhà nước, quyền và lợi ích hợp pháp của tổ chức, cá nhân". Phải chăng vì quan niệm đất nước là xã hội chủ nghĩa nên nhà cầm quyền nước Cộng Hòa Xã Hội Chủ Nghĩa Việt Nam mới "vô tư" cắt đất, dâng biển cho nước xã hội chủ nghĩa đàn anh phương Bắc, vốn là kẻ thù truyền kiếp của dân tộc ta. Hiện nay trên toàn thế giới nơi nào có người Việt sinh sống là có biểu tình phản đối nhà cầm quyền Trung Quốc và chánh quyền Cộng sản Việt Nam.

Sau khi học xong lớp triết học Mác-Lênin, anh em trí thức đa số là "tù cải tạo", người thì đi bán chợ trời, người đi đạp xích lô, người bị đuổi đi "kinh tế mới". Tôi thì may mắn được Anh Lê văn Năm giới thiệu về làm ở cơ quan Liên Hiệp Xã Thành Phố trong nhiều năm. Tại đây tôi rút ra được một bài học thực tế về ý nghĩa hai chữ "giải phóng" của người Cộng sản qua chính sách kinh tế của họ. Tôi biết được như thế nào là sự "ưu việt" của chế độ mà họ thường rêu rao qua sự so sánh mô hình hợp tác xã của họ với xí nghiệp tư nhân trong nền kinh tế thị trường ở các quốc gia tư bản và tự do.

Cứ tưởng chỉ có quân nhân, công chức chế độ cũ như tôi mà Cộng sản nói là có nợ máu với nhân dân mới bị đi tù cải tạo. Bấy giờ mới biết những người làm ăn lương thiện, không có dính líu gì tới chánh quyền, quân đội cũng bị "cải tạo", bị tịch thu tài sản dưới hình thức hợp tác xã. Dĩ nhiên những ai bị xếp vào thành phần "tư sản mại bản" thì vừa bị tịch thu tài sản, vừa bị ở tù nữa, nếu như những người này không biết thức thời hiến dâng tài sản cho nhà nước. Chính sách sai lầm, dã man, tàn bạo thi hành ở miền Bắc từ hai mươi năm trước bây giờ được đem ra thi hành ở miền Nam. Đương là những chủ doanh nghiệp, sau ngày 30 tháng 4 năm 1975 thì bị buộc phải đưa nhà xưởng, "tư liệu sản xuất" vào "hóa giá" để trở thành xã viên hợp tác xã. Hóa giá là đánh giá lại giá trị tài sản, theo giá trị sử dụng còn lại, theo cảm tính chủ quan của một ban hóa giá, chớ không theo một tiêu chuẩn nào. Thí dụ một cái máy dệt giá ban đầu là 100,000 đồng, giá trị sử dụng còn lại là 60% thì người ta ghi giá trị cái máy đó khi góp vào hợp tác xã là 60,000 đồng. Đáng lý hợp tác xã phải trả cho người góp vốn số tiền hóa giá nhưng vì hợp tác xã mới thành lập không có tiền nên người ta ghi nợ và để đó.Về phần người chủ doanh nghiệp sau khi được "giải phóng" thì trở thành xã viên, trở thành vô sản, chỉ còn lại hai bàn tay trắng! Người xã viên mới giờ đây phải gắn chặt đời mình vào hợp tác xã, làm công cho hợp tác xã cho qua ngày tháng. Vì nếu ra đi thì mất luôn số tiền hóa giá chưa nhận, biết làm gì để sống?

Lúc bấy giờ ở Sàigòn và các tỉnh thành trong cả nước đi đâu người ta cũng thấy toàn là hợp tác xã: HTX dệt, may, HTX cơ khí, HTX hóa chất, HTX mộc, HTX sành sứ thủy tinh, HTX da giày, HTX gạch, HTX giấy, HTX mây tre lá, HTX đan, thêu, len, HTX chiếu cói, HTX nước tương, HTX hột vịt, HTX mua bán, HTX tiêu thụ,

HTX xích lô, HTX xe ba gác… vân .vân. Ở nông thôn thì có HTX nông nghiệp. Ngoài xí nghiệp quốc doanh, hợp tác xã là hình thức kinh tế chính danh của chế độ xã hội chủ nghĩa, Vậy mà nó phải chịu sự quản lý của nhiều giai tưng. Danh từ lúc đó gọi là "quản lý ngành" và "quản lý lãnh thổ". Quản lý hàng ngang, quản lý hàng dọc chằng chịt không khác gì mạng nhện.. Quản lý theo lãnh thổ là quản lý hàng dọc từ trung ương xuống đến địa phương. Một hợp tác xã phải chịu sự quản lý từ Liên Hiệp Xã trung ương (ngoài Hà Nội), đến Liên hiệp xã tỉnh, thành phố, và trực tiếp là Liên Hiệp xã quận huyện, và gần gủi nhất là ban tiểu thủ công nghiệp phường, xã. Quản lý ngành là quản lý hàng ngang của các cơ quan chuyên ngành có chức năng, trực thuộc ủy ban nhân dân các cấp như cơ quan kiểm tra và đo lường chất lượng, cơ quan vật giá, cơ quan thuế vụ, công an kinh tế… Quản lý kiểu này thì một con ruồi cũng không thoát được.

Hợp tác xã muốn tồn tại không có cách gì khác hơn là phải "biết điều", nói trắng ra là hối lộ. Hối lộ chính cơ quan quản lý và các cơ quan có quan hệ làm ăn buôn bán, toàn là đảng viên, quan chức nhà nước. Muốn mua vật tư nguyên liệu để sản xuất phải hối lộ cơ quan kinh doanh vật tư. Sản phẩm làm ra phải đăng ký với cơ quan kiểm tra chất lương, muốn được dễ dãi phải chi tiền. Sản phẩm muốn bán giá nào phải được cơ quan vật giá thành phố duyệt. Muốn duyệt theo giá chiết tính nhất thiết phải lót tay, ăn uống, nhậu nhẹt với cán bộ phụ trách. Muốn ký được hợp đồng tiêu thụ sản phẩm với ngành thương nghiệp thì phải đàm phán, chiêu đãi tại nhà hàng, quà cáp và chi cho thủ trưởng và kế toán trưởng. Khi đi giao hàng phải hối lộ công an kinh tế và công an giao thông ở các trạm kiểm soát dọc đường nếu không muốn bị tuồng hàng để kiểm tra, vì thời đó là thời "ngăn sông cấm chợ". Sau khi bán hàng, muốn rút tiền mặt để trả công xã viên phải "biết điều" với nhân viên kho quỹ, vì tiền mặt rất hiếm, nhất là vào thời kỳ của chính sách "Gía-Lương -Tiền" của ông Phó Thủ Tướng chuyên trị thơ gia nô, ca tụng Mao Sếnh Sáng, Bác Lênin râu xòm và Xít talin khát máu, theo kiểu: *Thương cha thương mẹ thương chồng; thương mình thương một thương ông thương mười*! Đến cuối năm HTX phải "biết điều" và thương lượng với nhân viên thuế vụ quận huyện để họ "tài định" một số thuế vừa phải, đôi bên cùng có lợi, nếu không muốn sập tiệm. Tình trạng tham ô và hối lộ đã xuất phát từ nền kinh tế xã hội chủ nghĩa, đã thành truyền thống và ngày càng phát triển mạnh mẽ, kể cà khi Việt Nam được gia nhập WTO, tham gia kinh tế toàn cầu.

Doanh thu sau khi trừ chi phí và thuế doanh nghiệp hay là thuế hàng hóa) còn lại gọi là thu nhập. Ở các quốc gia tự do, trong nền kinh tế thị trường, thu nhập thuộc về chủ doanh nghiệp. Ở hợp tác xã, thu nhập trước hết phải được phân phối vào các quỹ chung theo quy định của Liên Hiệp Xã trung ương. Đó là các quỹ dành để trả thuế lợi tức, quỹ kinh phí ngành, quỹ công ích, quỹ phúc lợi, quỹ khen thưởng, quỹ dự trử, vân.vân...còn lại bao nhiêu mới trả công cho xã viên theo định mức và chất lượng thành phẩm. Trong số các quỹ này, vô duyên nhất là quỹ "kinh phí ngành". Kinh phí ngành là khoản tiền trích từ 1 đến 2% thu nhập của toàn hợp tác xã để chi trả lương, nuôi đám cán bộ quản lý ngành Liên Hiệp Xã từ quận huyện đến thành phố và trung ương. Họ là người của đảng, trong biên chế nhà nước, mà nhà nước không trả lương, lại phải đi ăn bám vào người lao động. Vậy mà cứ nói là giải phóng người lao động để không còn cảnh người bóc lột người!

Sự nghiệt ngã của chế độ xã hội chủ nghĩa đâu phải đã dừng lại ở đây. Đau đớn nhất là người xã viên một lần nữa bị bóc lột bởi chính ban chủ nhiệm đã được chính xã viên bầu ra để điều hành hợp tác xã. Chủ doanh nghiệp ở các nước tư bản làm giàu do chính công sức người ta bỏ ra, do sự sử dụng tiền bạc, của cải của chính họ thì Cộng sản cho là bóc lột. Còn ở đây ban chủ nhiệm ngày một giàu ra do mồ hôi, nước mắt của người xã viên, do sự sử dụng tiền bạc, của cải của xã viên thì lại cho là tốt đẹp. Thời kỳ hợp tác xã còn thịnh hành, có một câu vè được truyền tụng từ thành thị đến nông thôn: "*Xã viên làm việc bằng ba, để cho chủ nhiệm mua nhà mua xe*".

Chủ nghĩa Mác- Lênin, chủ nghĩa Cộng sản, chủ nghĩa xã hội với luận điểm chủ quan, phiến diện và sai trái, cho rằng quyền tư hữu là nguồn gốc của mọi sự bất công và chế độ tư hữu là những gì xấu xa cần phải tiêu diệt bằng bạo lực gọi là "chuyên chính vô sản". Thật ra, riêng tư, cá thể là thuộc tính, là bản chất của con người, cùng với Tự Do, khi con người sanh ra đã có rồi. Ai cũng muốn có căn nhà riêng, chiếc xe riêng, người yêu riêng… Đó là ước muốn chánh đáng và là động lực của mọi hành vi con người. Khi phủ nhận quyền tư hữu, trước hết người ta phủ nhận cá nhân mình, tư tưởng mình, tình cảm mình, kế đến vợ con mình, thân nhân mình, bạn bè mình, tôn giáo mình, quê hương mình… Tóm lại, những gì thuộc về mình đều bị phủ nhận. Nói như thế cứ tưởng là nói chơi hoặc nói quá lời. Nhưng không.Trước đây ai sống ở Việt nam đều không xa lạ gì với cụm từ "làm chủ tập thể xã hội chủ nghĩa".Làm chủ thì không được. Phải là làm chủ tập thể. Làm chủ tập thể cũng chưa đủ. Phải là tập thể xã hội chủ nghĩa! Các nhà văn Cộng sản trước đây, trước khi được "cởi trói" khi viết tiểu thuyết không bao giờ dám đề cập tới niềm vui và nỗi buồn cá nhân. Tất cả phải là của tập thể, vì tập thể. Nhật ký Đặng Thùy Trâm được nhà nước tuyên truyền rầm rộ vào năm

2005 là một điển hình.Trong quyển nhật ký này, Đặng Thùy Trâm cố tình chôn chặt, dấu kín tình cảm riêng tư để dồn mọi nổ lực đánh Mỹ đến mức hoang đường. Chính Nguyên Ngọc, tổng biên tập báo Văn Nghệ bị cách chức, trong tác phẩm "Có một con đường mòn trên biển đông" NXB Hà Nội năm 1995 viết: "Không biết vì sao, vào chiến trường rồi, hai anh chị lại không khắng khít với nhau nữa. Chị có nỗi đau riêng ấy, giấu kín".Riêng chúng ta, không hề ngạc nhiên nếu sự kiện này là có thật. Tất cả đều nằm trong quỹ đạo của chủ nghĩa tam vô: Vô gia đình, vô tôn giáo và vô tổ quốc! Chúng ta không chấp nhận chủ nghĩa Mác-Lênin vì nó phủ nhận quyền tư hữu, đi ngược lại bản chất con người.

Vì Liên Hiệp Xã Thành Phố là nơi tôi làm việc lâu nhất nên có rất nhiều trải nghiêm và kỷ niệm, vui cũng có mà buồn cũng có. Sau này tôi có ghi lại và đặt tựa giống như truyện ngắn như "Ông Chủ Tịch", "Một Thời Hợp Tác Xã", "Khẩu K54 trong hộc bàn"...

Vì có bằng cử nhân luật và nhiều năm làm việc ở Ngân Hàng Quốc Gia nên tôi được bố trí công tác ở phòng tài vụ, phụ trách chế độ phân phối thu nhập ở các hợp tác xã toàn thành phố. Mỗi khi xuống kiểm tra hợp tác xã, phòng kiểm tra là lực lượng chính. Tuy nhiên họ chỉ kiểm tra chung chung về sự hợp tác hóa, về sự thi hành các chính sách chế độ của ngành. Do đó bao giờ họ cũng "cơ cấu" vào đoàn kiểm tra một cán bộ tài vụ là tôi để kiểm tra về tài chánh kế toán, về ăn chia phân phối, là vấn đề nhức nhối, phức tạp nhất ở hợp tác xã.Thường thì tôi chỉ kiểm tra về nghiệp vụ chuyên môn xong thì giao lại cho ông trưởng đoàn tổng hợp, đúc kết thành một tờ trình về kết quả kiểm tra, tôi không quan tâm. Lý do là vì tôi biết rằng kết quả kiểm tra bao giờ cũng tốt đẹp cho mọi bên. Việc kiểm tra bao giờ cũng kết thúc bằng một buổi ăn nhậu linh đình ở một nhà hàng sang trọng, kín đáo do ban chủ nhiệm hợp tác xã khoản đãi. Thế là mọi việc đâu cũng vào đó. Tiếng kêu của người lao động đâu có thấu tới trời!

Nhưng có một hôm... Sau khi kiểm tra một hợp tác xã dệt ở quận Tân Bình chừng một tuần lễ thì tôi nhận được một cú điện thoại gọi từ Ủy Ban Nhân Dân Thành Phố bảo phải trình diện gấp, đúng vào ngày...giờ....Tôi không có quen ai trên đó cho nên không biết người gọi tôi là ai, và nhằm mục đích gì. Cơ quan nơi tôi làm việc được dịp bàn tán xôn xao. Đúng hẹn, tôi thong thả đi bộ đến ủy ban vì cơ quan tôi làm việc nằm sát bên tòa nhà hạ nghị viện cũ, nay là nhà hát lớn, còn trụ sở ủy ban là tòa đô chính cũ, nằm trên đường Lê Thánh Tôn, ngó thẳng ra đường Nguyễn Huệ, cũng gần đó. Khi được nhân viên trực đưa vào văn phòng ông chủ tịch thì tôi đã thấy ông ngồi sẵn, chờ tôi ở đó. Tôi nhận ngay ra ông qua hình ảnh nhìn thấy hằng ngày trên ti vi qua những buổi tiếp tân, lễ lạc. Ông là người tầm thước, đứng tuổi, có vẻ trang nghiêm, nói giọng Nam, thỉnh thoảng có pha những từ của miền Bắc. Ông quê ở Củ Chi, tập kết ra Bắc, được đi học Liên Xô, có bằng phó tiến sĩ kinh tế. Đó là những gì tôi biết về ông. Ngược lại, ông không biết tôi là ai cả, ngoại trừ là một thằng "ngụy"! Sau khi tự giới thiệu và xác nhận tôi đang làm việc ở Liên Hiệp Xã Thành Phố thì chúng tôi vào chuyện. Hình như ông là người ít nói, hay là lúc đó ông chỉ muốn nghe nhiều hơn là nói. Còn tôi thì nói có chừng mực nhưng thẳng thắng về những gì tôi biết và suy nghĩ. Theo gợi ý của ông tôi trình bày hai nội dung. Một là tình hình chung về các xí nghiệp quốc doanh, điển hình là cô quan hành chánh sự nghiệp nơi tôi làm việc, cũng như tình hình các hợp tác xã mà tôi có tham gia quản lý. Hai là kết quả kiểm tra ở hợp tác xã dệt Tân Bình. Sau khi trình bày nội dung thứ nhất, tôi nói về tình hình các hợp tác xã và kết quả kiểm tra hợp tác xã Tân Bình như sau:

- Đời sống của xã viên ở các hợp tác xã còn khó khăn hơn công nhân viên chức nhà nước vì phải chịu quá nhiều cơ quan quản lý. Để ký được hợp đồng phải "mua chuộc" cơ quan đối tác. Để mua được vật tư phải "điếu đóm" công ty vật tư từ giám đốc xuống đến thủ kho. Khi sản xuất ra thành phẩm phải hối lộ cơ quan quản lý, kiểm tra chất lượng để họ chứng nhận đạt tiêu chuẩn chất lượng đã đăng ký. Khi đem sản phẩm bán ra thị trường phải hối lộ cơ quan vật giá để họ duyệt đúng giá mà hợp tác xã đã chiết tính. Nếu họ duyệt thấp xuống thì lỗ. Khi đi giao hàng phải nộp tiền "mãi lộ" cho công an giao thông đóng chốt ở dọc đường. Khi bán hàng xong, muốn rút được tiền ngân hàng để trả lương xã viên phải "chi đẹp" từ trưởng phòng kho quỹ đến phát ngân viên. Đến kỳ tính thuế phải "biết điều", cụ thể hơn là trả giá sòng phẳng với nhân viên thuế vụ quận huyện để họ tài định một số thuế vừa phải, đôi bên cùng có lợi.

Sau khi nghe tôi nói thì ông trầm ngâm, có vẻ suy nghĩ. Tôi nói tiếp:

- Trong chế độ Việt Nam Cộng Hòa trước đây, doanh thu sau khi trừ chi phí và thuế còn lại là thu nhập thì hoàn toàn thuộc về chủ doanh nghiệp, còn ở hợp tác xã, người xã viên không được hưởng trọn thu nhập của mình mà trước hết phải phân phối vào các quỹ. Họ chỉ được hưởng phần còn lại ít ỏi sau cùng. Trên thế giới từ hồi nào tới giờ công chức nhà nước, nhân viên chánh phủ bao giờ cũng hưởng lương từ ngân sách nhà nước, còn ở nước ta lại trích trực tiếp từ thu nhập của người lao động!

Trong khi nói, tôi phải cố gắng lắm để khỏi phải nhắc tới hai chữ bóc lột và những từ nặng nề khác, còn ông chủ tịch vẫn giữ im lặng. Tôi thấy mặt ông đỏ bừng trong căn phòng máy lạnh mát rượi.

Về kết quả kiểm tra hợp tác xã dệt Tân Bình, tôi trình bày những gì tôi ghi nhận được:

- Từ ngày thành lập hợp tác xã đến ngày kiểm tra là tám năm, mỗi lần ban chủ nhiệm nhận định mức gia công từ các công ty đặt hàng về giao lại cho xã viên đều bắt xã viên dệt nhiều hơn định mức ký kết. Phần dôi ra ban chủ nhiệm bỏ vào quỹ đen để chia nhau mà họ gọi là chi phí giao tế, số tiền này cực lớn. Mỗi lần dệt bao giờ cũng có phần gọi là "đầu thừa đuôi thẹo", bên đặt hàng đã trừ ra, nhưng ban chủ nhiệm lại phạt, trừ tiền công xã viên rồi lại âm thầm bán ra ngoài số vải kém phẩm chất này, lấy tiền chia nhau xài. Hợp tác xã dệt lại thành lập đội xe tải, nói là để vận chuyển sợi và thành phẩm, sự thật ban chủ nhiệm cho tài xế dùng đội xe này để chở thuê bên ngoài. Xăng dầu được duyệt theo giá bao cấp khi dùng không hết thì bán ra ngoài theo giá thị trường, tiếp tay cho những kẻ đầu cơ, trục lợi. Toàn bộ hoạt động bất hợp pháp này đều không được thể hiện trong sổ sách kế toán mà ghi sổ riêng. Khi đối chiếu giữa sổ sách kế toán và tồn quỹ thực tế lại có khoản thiếu hụt lớn mà cả kế toán trưởng và thủ quỹ đều không giải thích được. Đây là lý do tại sao có sự than phiền của xã viên là từ mấy tháng nay xã viên không nhận được tiền công.

Khi nghe tôi tới đây thì ông chủ tịch khoát tay:

- Thôi, đủ rồi. Sao những điều cậu trình bày không có ghi trong tờ trình kiểm tra?

- Kết quả làm việc của tôi với bộ phận nào cũng đều có ghi biên bản, có chữ ký của tôi và của bộ phận đó. Có lẽ ông trưởng đoàn kiểm tra quên không đưa vào tờ trình đó thôi.

Bấy giờ ông chủ tịch lại gật gật cái đầu mà không nói gì. Để tranh thủ khoảng thời gian hiếm hoi còn lại, tôi xin phép được hỏi ông chủ tịch một câu và được ông đồng ý. Tôi nói:

- Theo lý thuyết và những gì tôi được học thì khi một quốc gia tiến đến xã hội Cộng sản rồi thì người dân sẽ làm theo năng lực và hưởng theo nhu cầu. Trước đó, ở giai đoạn xã hội chủ nghĩa thì làm theo năng lực và hưởng theo kết quả lao động của mình. Vậy xin ông chủ tịch cho biết hiện nay ở nước ta, người lao động làm theo năng lực, còn hưởng thì trên cái gì? Và đến bao giờ thì nước ta mới tiến đến xã hội Xã Hội Chủ Nghĩa?

Ông chủ tịch suy nghĩ một hồi rồi trả lời một câu trớt huớt, không ăn nhập gì tới câu hỏi của tôi cả. Khi tôi từ văn phòng ông chủ tịch trở về thì thấy mọi người còn đang tụm ba tụm năm bàn tán về việc tôi được gọi lên Ủy Ban Nhân Dân Thành Phố. Ai cũng tỏ ra lo lắng và tò mò hỏi tôi lên gặp ai và về việc gì, lành hay dữ. Tôi nói lên gặp một người bạn nói chuyện chơi thôi chứ chẳng có gì. Họ cười, biết tôi nói giỡn vì từ hồi nào tới giờ tôi đâu có nhắc tới ai ở Ủy Ban Nhân Dân Thành Phố đâu. Nếu có công tác thì chỉ đến quận huyện là cùng. Đến khi ông trưởng phòng kiểm tra gọi tôi vào phòng riêng hỏi chuyện thì tôi mới nói thật là tôi lên gặp Ông Chủ Tịch. Ông tỏ ra sốt ruột muốn biết ông chủ tịch và tôi nói về chuyện gì. Tôi từ tốn kể lại cho ông về những gì tôi đã nói với ông chủ tịch, về kết quả kiểm tra hợp tác xã Tân Bình. Tôi kể tới đâu thì mồ hôi ông vã ra tới đó, mặt ông tái xanh. Tôi thấy ông lo sợ thật sự. Cuối cùng ông hỏi tôi bà con như thế nào với ông chủ tịch. Tôi nói tôi không có quen biết hay bà con gì với ông chủ tịch cả. Ông nói ông không tin. Ông còn nói ông chủ nhiệm Liên Hiệp Xã của mình do ông chủ tịch bổ nhiệm, mỗi lần có chuyện muốn lên gặp ông còn khó, huống hồ gì tôi, nếu không có mối liên hệ đặc biệt sao ông chủ tịch biết mà gọi? Ông nói thế thì tôi đành chịu vì tôi không biết giải thích thế nào cho ông tin tôi cả. Tôi đúng là người ngay mắc nạn. Từ ngày đó, cơ quan có thái độ thay đổi đối với tôi, không biết tốt hay là xấu nữa. Nhiều người trước đây dửng dưng thì bây giờ nhìn tôi dưới ánh mắt vừa dè dặt lẫn thán phục? Bạn bè thì nửa đùa nửa thật:

- Sao ông kín đáo quá. Có họ hàng với ông chủ tịch mà không nói để anh em còn nhờ vả.

Nghe họ nói thế tôi chỉ biết cười trừ. Cho đến khi ông chủ tịch ủy ban gọi điện thoại cho ông chủ nhiệm Liên Hiệp Xã nói rằng tôi làm việc rất tốt thì ai cũng tỏ ra vồn vã và thân thiện với tôi hơn. Lúc này tôi mới an tâm và làm việc một cách bình thường. Tôi không thắc mắc gì về những chuyện đã xảy ra, về lý do tại sao ông chủ tịch gọi tôi.

Bẵng đi một thời gian... Một ngày nọ, tại cơ quan, tôi có tiếp một người đàn bà đứng tuổi, ăn mặc rất lèng xèng, chân mang dép lào, đầu đội chiếc nón lá rách. Gặp ba, tôi nhận ra ngay bà là xã viên của hợp tác xã Tân Bình. Trong thời gian đoàn kiểm tra còn công tác ở hợp tác xã, bà có xin gặp và nói chuyện với tôi mấy lần. Lần này bà cũng tự động tìm đến tôi và hỏi ngay rằng tôi nói chuyện với ông chủ tịch ủy ban nhân dân thành phố kết quả thế nào? Tôi ngạc nhiên hỏi:

- Sao chị biết?

Bà ta nói:

- Tôi là bà con bạn dì với thằng Khải, vai chị, quê Củ Chi. Trước khi đoàn kiểm ta rút lui có họp xã viên công bố kết quả kiểm tra, ai cũng thấy phấn khởi. Tưởng đâu lần này ngành chủ quản chiếu cố thì xã viên đỡ khổ. Không ngờ khi đoàn kiểm tra rút về thì mọi chuyện đâu vẫn hoàn đấy. Không khí ở hợp tác xã bây giờ ngột ngạt lắm. Họ nghi chúng tôi thông đồng với ban kiểm tra tố cáo họ, nên họ khủng bố chúng tôi dữ quá. Họ còn thách thức nữa: Có ai làm gì được chúng ông! Tôi tức quá mới lên gặp thằng Khải. Tôi bắt nó bằng mọi cách phải gặp anh để biết rõ sự việc...

Người đàn bà nói tới đây thì ngừng lại, đưa ánh mắt nhìn ra xa. Tôi thấy trong đôi mắt buồn sâu kín đó ánh lên nét căm hờn, phẫn uất. Thật là ái ngại. Phải chi ông chủ tịch hứa với tôi một điều gì đó, bây giờ tôi nói lại với bà cũng đỡ. Đàng này ông đã im lặng từ đầu tới cuối. Ông không gây cho tôi một tia hy vọng và tin tưởng gì. Dầu sao tôi cũng cố lựa lời mà nói với bà:

- Những tiêu cực ở hợp tác xã ông chủ tịch đã biết tất cả rồi. Chị hãy an tâm. Chẳng lẽ trong cương vị của ông không thể giúp gì cho hợp tác xã được sao? Chẳng lẽ ông vẫn để cho ban chủ nhiệm cứ tiếp tục tác yêu tác quái như từ trước tới giờ?

Khi ra về, người đàn bà còn nói một câu gì lí nhí trong miệng, nói mà không cần ai nghe. Hình như bà ta nói:

- Thằng Khải nó lừng khừng lắm.

Người đàn bà ra về. Tôi tiễn bà ra cầu thang. Nhìn bước chân bà xiêu vẹo bước xuống lầu 7, tôi ứa nước mắt. Từ trên lầu cao, nhìn ra đường Hai Bà Trưng, hướng về phía nhà thờ Đức Bà, tôi nhìn bóng dáng bà mờ dần, mờ dần rồi mất hút. Tôi trở lại văn phòng một mình với nhiều suy nghĩ. Tôi có nên cho mọi người biết lý do tại sao ông chủ tịch ủy ban nhân dân thành phố gọi tôi? Nếu tôi làm thế thì sẽ giải tỏa được mọi thắc mắc, nghi ngờ trong cơ quan về mối quan hệ giữa tôi và ông chủ tịch. Nhưng còn người đàn bà kia? Nếu ban chủ nhiệm ở hợp tác xã của bà biết được thì làm sao bà tránh khỏi sự trù dập, trả thù hèn mọn và độc ác nhất? Suy nghĩ như thế, tôi đi tới quyết định là phải giữ kín chuyện này. Không nói gì hết có khi lại có lợi cho công tác của tôi ở cơ quan hơn. Hiện giờ mọi người đang có cảm tình với tôi, mà để đạt được điều này đâu có dễ dàng gì. Tôi cảm thấy tâm hồn thật nhẹ nhàng, thanh thản. Tôi đứng lên mở rộng thêm cửa sổ. Ánh sáng chan hòa tràn vào cùng với gió ban mai nhè nhẹ, làm cho phòng làm việc của tôi thêm ấm cúng, dễ chịu.

Không biết sau khi tiếp xúc với tôi ông chủ tịch ủy ban có làm việc với ông trưởng đoàn của tôi và ban chủ nhiệm hợp tác xã Tân Bình không mà mọi việc vẫn y như cũ, không có gì biến chuyển, không ai hề hấn gì. Tất cả rơi vào sự im lặng mà nhiều người gọi là sự im lặng đáng sợ. Điều này lại làm cho tôi suy nghĩ. Nếu như ở chế độ cũ, chỉ trong vòng hai mươi bốn tiếng đồng hồ thì ông trưởng đoàn kiểm tra sẽ được tặng cho một sự vụ lệnh thuyên chuyển khỏi vùng chiến thuật, còn ban chủ nhiệm hợp tác xã sẽ phải kéo nhau ra tòa để trả lời về những hành vi sai trái, thất nhân tâm của họ. Hay là ông chủ tịch quan niệm chuyện ở một hợp tác xã là nhỏ, không đáng cho ông quan tâm? Ông chỉ quan tâm đến vấn đề vĩ mô, trọng đại hơn? Phải chăng nhận định của tôi là đúng bởi vì sau đó ít lâu, ông được điều ra Hà Nội, phụ trách Ủy Ban Kinh Tế Trung Ương Đảng, rồi làm Phó Thủ Tướng thường trực, rồi thì Thủ Tướng Chánh Phủ. Nói theo cách của người Nam là ông lên như diều gặp gió.

Về phần tôi, tôi vẫn tiếp tục làm nhiệm vụ trong phạm vi hạn hẹp của mình là một nhân viên của phòng tài vụ, nhưng lúc nào cũng đứng về phía đa số nhân dân lao động bị áp bức, cư xử bất công. Nếu như tôi là một người làm chánh trị thì tôi sẽ bắt chước Karl Marx mà hô hào: workers of the world unite; you have nothing to lose but your chains. Hởi công nhân toàn thế giới, hãy đoàn kết lại; các bạn không có gì để mất trừ xích xiềng nô lệ! Lời hô hào đó không lúc nào có ý nghĩa và cần thiết bằng lúc này. Bấy giờ tôi tích cực hơn trong công tác vì được hưởng mọi thuận lợi mà trước đây không bao giờ có. Nhiều lúc cùng đoàn kiểm tra xuống làm việc ở hợp tác xã, ông trưởng đoàn chỉ xuất hiện ngày đầu tiên để giới thiệu đoàn và ngày cuối họp xã viên để thông báo kết quả. Ngoài ra, trong suốt quá trình kiểm tra thì ông vẫn để yên cho tôi làm việc. Các biên bản kiểm tra do tôi thành lập không còn bị ém nhẹm như trước đây mà nhiều trường hợp còn được các công tố viên sử dụng như những cáo trạng đanh thép để kết án những kẻ tiêu cực khi vụ việc được đưa ra tòa chẳng hạn như vụ kiểm tra hợp tác xã Đoàn Kết ở quận 10. Đối với những trường hợp chỉ kiểm tra về tài chánh kế toán thì không cần phải thành lập đoàn mà tôi được phép đi một mình. Bên cạnh sự thuận lợi không phải là không có khó khăn. Nhiều lúc tôi còn bị đe dọa đến tính mạng nữa, nhất là trong những trường hợp đơn thương độc mã, tác chiến một mình.

Sự việc xảy ra khi tôi đến kiểm tra ở Liên Hiệp Xã ngành mành trúc xuất khẩu. Liên Hiệp Xã này hoạt động như một công ty quốc doanh, nhưng do Liên Hiệp Xã Thành Phố thành lập, là một trong những đơn vị kinh doanh của ngành. Nhiệm vụ chính của nó là nhập vật tư như kẽm, sơn, các loại hóa chất, kể cả đầu tư chiều sâu là trồng trúc để cung cấp cho các hợp tác xã, đồng thời thu mua thành phẩm là mành trúc từ các hợp tác xã để xuất khẩu, vì hợp tác xã đâu được quyền xuất khẩu trực tiếp. Ngoài ra, nó còn nhập hàng cao cấp từ Liên Xô như tủ lạnh, tivi vải vóc, đồng hồ..v.v...về bán lại cho xã viên ở các hợp tác xã, gọi là trao đổi hàng. Mỗi khi nhân viên từ liên hiệp xã thành phố đến công tác hoặc kiểm tra bao giờ cũng được biểu xén bằng những thứ hàng đặc biệt này.

Những ngày đầu tiên tôi đến kiểm tra thì ông Phước, chủ nhiệm tỏ ra vui vẻ và cởi mở. Ông hợp tác và thực hiện những gì tôi yêu cầu. Dầu sao tôi và ông, mặc dầu không thân nhưng cũng đã quen biết nhau từ trước, vì cùng là nhân viên của Liên hiệp xã thành phố. Chẳng qua mỗi người được cử làm nhiệm vụ khác nhau. Cho đến khi tôi phát hiện vấn đề thì thái độ của ông thay đổi hẳn. Tôi biết có sự thất thoát vật tư và hàng hóa quan trọng nên đề nghị kiểm kê kho hàng. Ông từ chối không cho, viện lý do vật tư đang được sử dụng, xuất nhập hàng ngày. Nếu phải ngưng lại thì ảnh hưởng đến việc sản xuất ở các hợp tác xã, ai chịu trách nhiệm? Đó là lý lẽ của ông chứ công tác của tôi đâu có ảnh hưởng gì đến việc xuất nhập hàng ngày. Tôi chỉ khóa sổ và kiểm tra việc sử dụng vật tư và hàng hóa thời gian trước đó. Tôi giải thích thế nào ông cũng không đồng ý. Không khí làm việc trở nên căng thẳng. Tôi biết là đã gặp rắc rối. Tôi báo với ông là sẽ nghỉ một ngày vì việc riêng, thật ra là để tôi có thì giờ suy nghĩ tìm cách đối phó với một đối tượng bướng bỉnh và khó chịu. Tôi đoán là có sự xem thường cá nhân tôi. Dưới mắt ông Phước, tối chỉ là một thằng ngụy. Còn ông là cách mạng, là đảng viên, là bộ đội chuyển ngành, được ông chủ nhiệm Liên hiệp xã thành phố tin dùng, và chức vụ thì lớn hơn tôi. Trong lúc tôi suy nghĩ tìm cách đối phó với ông thì ông cũng tìm cách đối phó lại tôi. Khi tôi trở lại làm việc thì ông Phước tiến thêm một bước. Đi xa hơn sự chống đối, ông dở trò hăm dọa tôi bằng cách thản nhiên kéo hộc tủ bàn, cố tình cho tôi nhìn thấy khẩu K 54 đang nằm lạnh lùng trong đó! Bây giờ tôi cảm thấy bất an thật sự. Tôi cần phải tự vệ, cùng với sự quyết tâm hoàn thành công tác. Kể từ lúc đó, tôi thôi không dùng cơm trưa với ông Phước nữa. Ở cơ quan khi ông mời nước, đợi lúc ông không để ý, tôi xoay ly nước của tôi lại cho ông và của ông lại cho tôi. Nếu không làm được như vậy thì tôi không uống. Tôi sợ ông sát hại tôi bằng độc dược. Ly nước suốt ngày vẫn còn nguyên. Đồng thời tôi đi báo công an kinh tế về mọi việc tôi làm, nhất là hiện tượng ông Phước hâm dọa tôi với khẩu K54 trong hộc bàn.Thế là công an đời nhảy vào cuộc. Họ muốn giành lấy việc kiểm tra để lập thành tích với cấp trên đồng thời kiếm chác cá nhân. Tôi thì không bao giờ muốn vấn đề vuột khỏi tầm tay và rẽ sang một hương khác. Thế là có sự đấu tranh quyết liệt giữa tôi và công an. Tôi nói đây là chuyện nội bộ của Liên Hiệp Xã. Tôi cảm thấy bị đe dọa, chỉ cần họ bảo vệ an ninh. Cuối cùng hai bên đi tới thống nhất là tôi để cho họ xuống niêm phong kho hàng để thăm dò phản ứng ông P thế nào, rồi sau đó sẽ bàn đến các bước kế tiếp. Sở dĩ tôi không báo sự việc lên ông trưởng đoàn kiểm tra và ông chủ nhiệm Liên Hiệp Xã Thành Phố vì không muốn làm lớn chuyện mà cũng có khả năng tôi sẽ bị ông Phước tố ngược lại là làm trở ngại sản xuất và người mà cấp trên cần bảo vệ chắc chắn là ông Phước chứ không phải là tới. Hơn nữa, vấn đề an ninh của tôi là quan trọng và chỉ có công an mới có thể bảo vệ được tới mà thôi. Khi biết đã có công an đứng phía sau tôi thì ông Phước xuống nước, nhượng bộ. Ông xin lỗi tôi vì những sự nóng nảy của ông trong mấy ngày vừa qua, chẳng qua là vì ông quá bức xúc với công việc hàng ngày chứ giữa tôi và ông không có vấn đề gì. Ông năn nỉ tôi hãy tiếp tục làm nhiệm vụ và đừng để công an dính vào.Tôi báo công an đến gỡ niêm phong cho tôi kiểm kê kho hàng. Từ lúc đó cho đến khi việc kiểm tra kết thúc ông P tiếp đãi tôi rất ân cần và chu đáo, còn tôi vẫn giữ khoảng cách mà ông P đã tạo ra. Khi kiểm tra xong, tôi đề nghị cấp trên truy tố ông về nhiều tội. Một là ông lấy danh nghĩa trồng trúc cung cấp cho các hợp tác xã, ông đã thu tiền của xã viên, thực hiện kinh doanh đất đai trái phép, lấy chênh lệch giá bỏ túi riêng. Hai là ông lợi dụng việc hàng đổi hàng cho xã viên, nhập hàng giá rẻ từ Liên Xô, đem ra ngoài bán, làm rối loạn thị trường. Ba là làm thất thoát số lượng lớn tiền và hàng của đơn vị chủ quản và các hợp tác xã. Bốn là thành lập quỹ đen. Năm là cố tình làm trái các chính sách tài chánh, chế độ kế toán nhà nước, gây hậu quả nghiêm trọng. Trước các số liệu cụ thể và bằng chứng phạm tội không thể biện minh của ông Phước, cả ông trưởng đoàn kiểm tra và ông chủ nhiệm, dầu có muốn cũng không thể nào cứu được ông. Tuy nhiên, để giữ uy tín của ngành và chiếu cố công lao của ông Phước trong quá khứ, ông chủ nhiệm thuyết phục tới hãy rút lại đề nghị truy tố và chấp thuận một giải pháp nhân đạo là cho ông Phước được về hưu cùng giữ nguyên các chính sách chế độ của nhà nước đối với cá nhân ông và gia đình có công với "cách mạng". Lời của ông chủ nhiệm đã làm tôi suy nghĩ. Không phải suy nghĩ về sự việc của ông P mà suy nghĩ về ông chủ nhiệm. Ông là người Bạc Liêu, miền Nam tập kết rất hiểu và mạnh dạn sử dụng anh chị em trí thức cũ, dầu là ở tù mới về như tôi. Vào thời điểm đó, ít ai dám làm như ông. Tôi nể phục ông là ở chỗ đó và luôn luôn có tâm nguyện, nếu có dịp sẽ đền ơn ông. Bây giờ cơ hội đã tới: làm theo nguyện vọng của ông là cách tốt nhất. Do đó, tôi đã bỏ qua cho ông Phước.

Một trường hợp khác:

Ngày nọ có một bà đến xin gặp tôi tại văn phòng. Bà ta trạc độ bốn mươi lăm tuổi, dáng người thấp, da trắng, ăn mặc sang trọng cùng với nhiều loại trang sức đắc tiền. Bà ra vẻ là một mệnh phụ phu nhân hoặc một chủ doanh nghiệp giàu có. Thấy tôi, bà hỏi ngay, bằng một giọng không lấy gì làm êm ái nhẹ nhàng như những người tôi đã từng tiếp xúc:

- Xin lỗi, có phải cậu là đồng chí Đạo?

Đồng chí là danh từ các đảng viên dùng khi nói chuyện với nhau nên tôi không thích ai gọi tôi là đồng chí. Tôi hơi bực mình, nhưng cố dịu giọng:

- Tôi chỉ là một nhân viên thường thôi. Chị có thể đổi cách xưng hô khác tự nhiên hơn.

Bà ta đon đả:

- Vậy thì chị gọi em là em cho thân mật nhé!

Bà đổi cách xưng hô thật bất ngờ, làm tôi chơi với. Tôi trả lời miễn cưởng:

- Cũng được.

Sau đó bà giới thiệu tên bà là Tòng. Bà là tổ trưởng tổ sản xuất mây tre lá Hồng Việt ở quận mười một. Không cần phải rào trước, đón sau, đi thẳng vào vấn đề, bà nói:

- Chị muốn nhờ em can thiệp với phòng thuế quận mười một cho chị vì họ đánh thuế chị tàn nhẫn quá. Nếu em không giúp được chắc chị phải giải tán tổ hợp...

- Chị thuộc quận mười một, sao không nhờ Liên Hiệp Xã quận mười một giúp đỡ?

- Chị đến liên hiệp xã quận rồi. Liên Hiệp Xã có làm việc với phòng thuế. Phòng thuế nói họ tính đúng rồi, không tính lại nữa. Chị cũng đã lên gặp ông Sớm, trưởng phòng thuế và than lỗ quá mà đánh thuế kiểu này chắc sập tiệm. Em có biết ổng trả lời sao không?

- Ổng nói sao, hả chị?

- Ổng nói lỗ của bà cỡ nào, đưa tôi xem để tôi giải quyết!

Trời đất! Lần đầu tiên tôi nghe một người kể chuyện thô tục mà tự nhiên như vậy. Tôi chưa hết kinh ngạc thì bà nói tiếp:

- Thật là quân mất dạy phải không em? Câu nói của ông Sớm làm chị tức quá, ba đêm ngủ không được, chị mới lên mét với mấy anh trên Thành Ủy và Ủy Ban. Mấy ảnh chỉ cười.

Nghe bà nhắc tới thành ủy tôi mới hỏi:

- Vậy chị là cán bộ cách mạng?

- Chị là biệt động thành. Ở thành ủy và ủy ban ai cũng biết chị, giờ lớn tuổi rồi, chị xin nghỉ ra thành lập tổ hợp sống qua ngày. Vậy mà mấy ông cách mạng 30, mấy ông trời con thuế vụ làm khó dễ chị dữ quá. Em có biết tổ hợp của chị đặt tên Hồng Việt nghĩa là gì không? Là..là Hồng Quân Việt Nam đó!

Bà đặt ra câu hỏi rồi tự trả lời, bà nói một thôi không dứt. Bà này không phải tay vừa. Qua lời bà kể tôi biết bà là tổ trưởng tổ mây tre lá. Tổ cũng là một hình thức hợp tác hóa nhưng trình độ thấp hơn hợp tác xã. Vốn liếng ít hơn, máy móc thiết bị ít, có khi không có, như trường hợp của ba Tòng, chỉ dùng tre đan giỏ hoặc cần xé bằng tay, không có dây chuyền sản xuất, quy trình kỹ thuật. Nhà ai nấy ở và làm việc, không có trụ sở chung. Bà là tổ trưởng nhưng hoạt động như một cai đầu dài. Bà là người thành phố nhưng địa bàn hoạt động ở tận Hốc Môn, Cũ Chi, nơi bà đã từng hoạt động bí mật. Bà đến từng hộ gia đình có truyền thống đan tre từ hồi nào tới giờ tạm gọi là bên A để đặt hàng theo quy cách và số lượng bà đã ký hợp đồng với bên B là các công ty hoặc liên hiệp xã mây tre lá xuất khẩu, ăn chênh lệch giá, thế thôi. Hoạt động của bà mang tính chất bóc lột, ăn trên đầu trên cổ nhân dân lao động, những người đã từng che giấu, nuôi dưỡng bà trong thời kỳ chiến tranh.Thu nhập của tổ viên bà bắt trích quỹ, nhưng các quỹ đó bà hưởng trọn. Là người am tường chính sách chế độ, lại quen biết rộng nên cửa nào bà cũng qua lọt, chỉ trừ cửa thuế vụ. Tôi nói với bà:

- Thuế vụ nó làm khó chị là đúng.

Bà trố mắt nhìn tôi, kinh ngạc:

- Sao em nói vậy?

- Vì họ biết chị là cách mạng, ăn hối lộ không được, nên họ làm khó, vậy thôi.

Tôi trả lời tỉnh bơ. Bây giờ bà mới cười và gật đầu nói:

- Em nói đúng quá. Gia đình chị có truyền thống cách mạng ba đời. Ba chị đi kháng chiến chống pháp và hy sinh ở mặt trận Điện Biên Phủ, còn chị theo cách mạng chống Mỹ cứu nước, con chị thì... Bây giờ hòa bình rồi, chị tưởng đâu ai cũng được tự do, hạnh phúc, được dễ dãi làm ăn. Thật chị không ngờ... Vậy em có cách gì giúp chị được không?

Lời của bà Tòng chẳng mảy may làm tôi xúc động. Tuy nhiên tôi cũng nói:

- Giúp chị thì em giúp, nhưng được hay không thì em không bảo đảm. Em sẽ làm việc lại với trưởng phòng thuế quận mười một. Em sẽ đề nghị với ông một buổi làm việc do em và ông chủ trì, với sự có mặt của Liên Hiệp Xã Quận. Bữa đó em sẽ bắt nhân viên của ông tính thuế lại trước mặt mọi người. Chị phải mang theo tất cả sổ sách của tổ hợp và các chứng từ thuế khóa cần thiết. Phần nào người ta tính đúng mình phải chấp nhận, phần nào họ tính sai em sẽ cương quyết bác bỏ. Chị thấy có được không?

- Cách làm việc của em khoa học và có tình, có lý quá. Lời đồn quả thật không sai.

Bà trả lời tôi như vậy. Có thể đó là lời nói thật lòng, cũng có thể là lời nói nịnh bợ hoặc xã giao. Nhưng đó không phải là điều mà tôi quan tâm. Do đó tôi cũng không hỏi bà làm sao bà biết mà tìm đến tôi.

Cuộc họp ở phòng thuế quận mười một đã diễn ra đúng theo kế hoạch tôi dự kiến. Thật ra vấn đề của tổ hợp Hồng Việt không có gì là lớn lao phức tạp. Chỉ có hai nội dung cần giải quyết. Một là suất miễn thu hai là loại thuế suất áp dụng. Nhà nước quy định mỗi tổ viên là một định suất miễn thu, được miễn một số tiền thuế nhất định nhưng vì "phép vua thua lệ làng" nên cán bộ phòng thuế không công nhận quy định này, họ đánh thuế tuốt luốt. Tôi hỏi tại sao. Họ trả lời:

- Tổ hợp của bà Tòng chỉ là cá thể trá hình. Danh sách tổ viên là danh sách ma nên phòng thuế không công nhận suất miễn thu.

Phải công nhận, nhận định của cán bộ thuế vụ là đúng với điều tôi suy nghĩ, nhưng về mặt pháp lý không có cơ sở. Tôi nói:

- Ở đây chúng ta làm việc căn cứ trên chính sách chế độ, theo luật pháp chứ không dựa trên cảm tính và nhận định chủ quan. Tổ hợp Hồng Việt hoạt động có đăng ký kinh doanh ở phòng thuế và Liên hiệp xã quận, nên không thể gọi nó là cá thể. Còn danh sách tổ viên một khi chưa xác minh thì chúng ta không có quyền gọi nó là danh sách ma hay quỉ, nhất là danh sách đó có lý lịch, có địa chỉ và được chính quyền địa phương xác nhận đàng hoàng. Nếu như các đồng chí bên Liên hiệp xã và đồng chí trưởng phòng thuế không bác bỏ quan điểm của tôi thì chúng ta phải công nhận toàn bộ trên hai trăm suất miễn thu của tổ hợp Hồng Việt.

Khi nói xong, tôi liếc nhìn anh em bên Liên hiệp xã và ông trưởng phòng thuế quận: Họ vẫn giữ im lặng. Chờ một hồi lâu, họ vẫn không nói gì. Tôi đề nghị cán bộ thuế giải trình tiếp cách tính thuế của họ. Sau khi nghe họ trình bày tôi thấy ngay vấn đề là có sự trùng lắp khi đánh thuế, nghĩa là đánh thuế hai lần trên cùng một sản phẩm. Khi xuống các hộ gia đình thu gom thành phẩm về thành phố xuất khẩu, các trạm thuế ở xã, xem bà Tòng là một cá thể đi buôn chuyến. Bà xuất trình giấy tờ tổ hợp họ không cần xem. Bà trưng ra các chứng nhận gia đình liệt sĩ, có công với cách mạng, họ không cần biết, họ bắt bà phải nộp thuế buôn chuyến tại chỗ mới cho chở hàng về thành phố. Đến khi làm việc với cán bộ thuế vụ quận, bà xuất trình các biên lai đã nộp thuế ở xã thì họ lờ đi, họ nói vấn đề ở xã không thuộc phạm vi của họ, họ không biết, họ bắt bà nộp thuế doanh nghiệp một lần nữa. Bà Tòng kêu trời là phải. Sự sai trái của nhân viên thuế vụ trong việc đánh thuế trùng lắp rõ như ban ngày cho nên khi vấn đề trình bày ra ai cũng lắc đầu, ngao ngán. Quay qua ông trưởng phòng thuế, tôi nói như một cán bộ Cộng sản chính cống, vì tôi đã quá thuộc bài:

- Thuế vụ về mặt tài chánh nó là nguồn thu chính cho ngân sách nhà nước. Về mặt xã hội nó là biện pháp điều tiết lợi nhuận, thực hiện công bằng giữa các giai tầng xã hội, các thành phần kinh tế. Nhưng ý nghĩa lớn nhất vẫn là chánh trị. Nó khuyến khích người ta từ bỏ con đường làm ăn cá thể riêng lẻ để cùng nhau vào hợp tác làm ăn theo đường lối xã hội chủ nghĩa. Khi người ta vào tổ hợp rồi, đáng lẽ phải khuyến khích, giúp đỡ. Đàng này các đồng chí lại xem người ta như cá thể, đánh thuế người ta như một cá thể thì mất chánh trị quá, thất nhân tâm quá, nếu không muốn nói là cố tình đi ngược lại chánh sách, chủ trương của đảng và nhà nước.

Nghe tôi nói tới đảng và nhà nước, cán bộ thuế ai cũng xanh mặt. Riêng ông trưởng phòng thì ngồi im re, không nói một lời, mà vẫn tiếp tục đưa tay vân vê mấy sợi ria mép lưa thưa. Thấy vậy, tôi mời đại diện bên Liên hiệp xã phát biểu ý kiến. Họ xác nhận:

- Tổ hợp Hồng Việt sinh hoạt thường xuyên, có đóng kinh phí ngành và chấp hành rất tốt mọi quy định của liên hiệp xã quận và ủy ban quận nền không thể nói đây là cá thể. Về danh sách tổ viên, nếu phòng thuế thấy cần thì đi xác minh, nếu không cần thì thôi.Vấn đề không có gì mà để bà Tòng vác đơn đi khiếu nại khắp nơi, làm nhọc lòng các đồng chí ở Liên Hiệp Xã Thành Phố mà quận nhà còn mất quan điểm với trên nữa.

Nhận thấy cuộc họp tới đây đã đạt yêu cầu, tôi đề nghị ông trưởng phòng thuế phát biểu kết thúc cuộc họp. Ông uể oải đứng lên cám ơn các bên tham dự đồng thời xin lỗi về những sai sót của anh em thuế vụ. Cuối cùng ông chỉ thị cho nhân viên tổ chức buổi làm việc khác, cùng với bà Tòng để tính lại thuế cho bà theo kết luận buổi họp hôm nay là công nhận toàn bộ suất miễn thu của tổ hợp, đồng thời trừ đi số thuế buôn chuyển mà bà Tông đã nộp ở xã. Sau khi các bên ký tên vào biên bản tới ngỏ ý muốn gặp riêng ông trưởng phòng. Ông vui vẻ mời tôi vào văn phòng. Tôi nói:

- Không biết vì quan điểm sai lệch hay vì yếu kém nghiệp vụ chuyên môn mà nhân viên của anh đã làm khó dễ và làm phiền người dân quá nhiều. Là trưởng phòng, anh phải chịu trách nhiệm. Đã vậy, chính anh còn phát biểu những lời thô tục, vi phạm đạo đức cách mạng với người đồng chí của mình là bà Tòng, chuyện này ở thành phố ai cũng biết. Nếu bây giờ tôi báo cáo lại với đồng chí chủ tịch quận thì anh tính sao?

Ông trưởng phòng còn biết tính sao nữa, ngoài những lời năn nỉ trối chết, năn nỉ thiếu điều gãy lưỡi.

Những trường hợp giống như của bà Tong cách giải quyết thì đơn giản nhưng đã để lại trong tôi nhiều trăn trở và đay rức. Thực ra tôi đâu có đồng ý cách làm ăn của bà. Bà đâu có phải là người lương thiện. Vậy mà vì nhiệm vụ, tôi phải đứng về phía bà, bênh vực bà, bênh vực một cung cách làm ăn tập thể kiểu xã hội chủ nghĩa mà tôi ghét cay ghét đắng, hơn nữa đó lại là một sự hợp tác hóa trá hình, chỉ có trên giấy tờ, trên danh nghĩa, thực chất là một sự bốc lột tinh vi. Một đôi khi tôi thấy mình như có tội với người lao động. Tâm trạng của tôi đâu có ai biết được. Có những trường hợp bề ngoài có vẻ là thành công là giúp ích cho người lao động, thực ra là một sự thất bại. Có những lần sau khi tôi kiểm tra xong một hợp tác xã thì chủ nhiệm, phó chủ nhiệm. kế toán trưởng và thủ quỹ đều bị đi tù. Bản thân tôi phải làm phương án củng cố hợp tác xã, tổ chức cho xã viên bầu lại ban chủ nhiệm mới. Sau một thời gian tôi ghé thăm lại hợp tác xã để xem ban chủ nhiệm mới làm ăn ra sao thì được xã viên phản ảnh là họ còn độc tài, tham lam và hách dịch hơn ban chủ nhiệm cũ, khiến cho xã viên ai cũng nản lòng, không làm ăn gì được, không biết kêu ca ở đâu và cũng không muốn kêu ca ở đâu nữa. Điều này làm tôi thật buồn và chán nản, nhiều đêm ngủ không được, bởi vì mọi thiện chí của mình cuối cùng cũng vô ích mà lại gây ra đau khổ cho nhiều người, nhiều gia đình. Thực tế tôi cũng không thể nào kiểm tra xong thì củng cố, củng cố rồi lại kiểm tra? Vấn đề là phải giải quyết từ cái gốc.Tôi đem ý nghĩ này nói với ông chủ nhiệm và yêu cầu cho tới miễn xuống các hợp tác xã một thời gian để tập trung nghiên cứu vấn đề phân phối thu nhập, vì tôi thấy nó cần được cải tổ. Ông đồng ý và giao cho tôi làm phương án. Với số liệu thống kẻ có sẵn, tôi phân tích lại hoạt động của từng ngành. Ngành nào có thu nhập cao tôi đề nghị các biện pháp khuyến khích. Ngành nào chi phí nhiều mà thu nhập thấp tới đặc biệt quan tâm đi tìm nguyên nhân. Nếu vì lý do chủ quan, tôi đề nghị các biện pháp khắc phục. Đối với lý do chánh đáng, khách quan, tôi đề nghị chi cục thuế giảm thuế. Tôi đánh giá lại hiệu quả thực tế của các quỹ hợp tác xã. Quỹ nào không cần thiết tôi đề nghị bỏ, trả lại thu nhập cho người xã viên. Đặc biệt kinh phí ngành tôi đề nghị bỏ hẳn. Lương của cán bộ công nhân viên nhà nước phải lấy ngân sách nhà nước chi trả, cái gì của xã viên phải trả lại cho xã viên, cũng như cái gì của Caesar phải trả lại cho Caesar. Đó là luật công bằng. Phương án của tôi vừa hoàn thành, chưa kịp trình bày với ban chủ nhiệm thì có tin bất ngờ là ngành Liên Hiệp Xã bị giải thể. nghĩa là nền kinh tế tập thể, đặc trưng của chế độ xã hội chủ nghĩa bị phá sản!

Tin này đến như một quả bom nổ chậm làm rúng động toàn cơ quan. Rồi đây, cán bộ, nhân viên sẽ đi về đâu và sống ra sao? Nếu tính toàn ngành từ trung ương xuống tới các tỉnh thành, quận huyện, phường xã thì con số này lớn lắm. Ai cũng bồn chồn, lo lắng. Riêng tôi tiếp nhận tin này hết sức bình thản, nếu không muốn nói là có phần nào vui mừng. Tôi biết thế nào cũng có ngày này và mong muốn được nhìn thấy nó xảy ra vì sống cùng xã viên, tôi biết họ lầm than, cơ cực như thế nào. Đó là nói về mặt tình cảm. Trên thực tế, kinh tế tập thể đã không thành công và sẽ không thể nào thành công được. Tôi biết được điều này ngay khi nghiên cứu và học tập chủ nghĩa Cộng sản Mác- Lênin với luận điểm chủ quan và phiến diện rằng quyền tư hữu là nguồn gốc của mọi sự bất công và chế độ tư hữu là những gì xấu xa cần phải tiêu diệt bằng bạo lực gọi là chuyên chính vô sản! Karl Marx đã từng phán tôn giáo là á phiện đầu độc người dân. Khi đọc các tác phẩm gọi là văn học của các nhà văn Cộng Sản thời chưa được "cởi trói" tôi thấy họ đưa tôn giáo vào tác phẩm chỉ để đả kích, nhục mạ, nhất là Thiên Chúa Giáo. Niềm vui cũng như nỗi buồn cá nhân không bao giờ được thể hiện vì nó không được chấp nhận. Người ta lên án nó là cá nhân chủ nghĩa, là những gì xấu xa. Người ta chỉ chấp nhận những gì của tập thể, niềm vui tập thể, nỗi buồn tập thể, làm chủ tập thể. Nói thế vẫn chưa đủ, mà phải nói là làm chủ tập thể xã hội chủ nghĩa! Dân chủ tập trung xã hội chủ nghĩa, kể cả kinh tế thị trường xã hội chủ nghĩa! Nói thét rồi thành khẩu hiệu, thành câu kinh, câu kệ. Người nghe không hiểu đã đành. Người nói cũng không biết mình nói cái gì! Karl Marx đã vẽ ra thế giới đại đồng để xóa bỏ biên giới các quốc gia. Tôi đố ai có thể tưởng tượng được thế giới đại đồng là cái gì. Vậy mà cũng dụ được những kẻ nhẹ dạ, trong đó có những người Cộng sản Việt Nam!

Mặc dầu không chấp nhận chủ nghĩa Cộng sản nhưng bao giờ tôi cũng muốn nhìn thấy đất nước phát triển, đời sống người dân được cải thiện vì họ đã đau khổ quá lâu và quá nhiều. Khi ông Khải được điều ra Hà Nội và làm thủ tướng, tôi thật tình muốn ông thành công trong cương vị mới là làm được nhiều điều hữu ích , có ý nghĩa ở tầm cở quốc gia, chứ không như thời kỳ ông làm chủ tịch ủy ban nhân dân thành phố Hồ chí Minh: Một hợp tác xã ông cũng chẳng giúp gì được, tiếng kêu cứu của một người thân ông cũng đành để rơi vào hố thẳm của im lặng. Khi định cư ở Hoa Kỳ tôi vẫn âm thầm theo dõi từng bước hoạt động của ông. Khi ông đến Washington thủ đô nước Mỹ bị Việt kiều biểu tình đả đảo, bị chánh phủ Bush tiếp đãi lạnh nhạt, tôi thấy thương hại cho ông. Nhưng ông đã làm tôi thất vọng. Thật ra, đâu phải riêng tôi mà cả nước đều thất vọng về ông và về cái chánh phủ mà ông lãnh đạo. Trong lúc này đây, giờ nào cũng có hàng trăm người từ mọi miền đất nước, đến ăn ngủ, chầu chực ở vườn hoa Mai Xuân Thưởng Hà Nội, tìm cách gặp ông đưa đơn khiếu kiện, kêu oan vì bị các nhà cầm quyền địa phương ức hiếp, cướp bóc tài sản, cư xử bất công. Đã có người vì quá uất ức nên phải tự tử. Công nhân lao động ở các xí nghiệp trong cả nước liên tiếp biểu tình, con số đã lên tới mấy trăm ngàn người. Danh từ xuất khẩu lao động, coi con người như một món hàng, lần đầu tiên xuất hiện dưới cái chính phủ của ông: đàn ông thì đi làm lao nô, đàn bà, bé gái thì bị lừa gạt, đưa đi bán dâm, làm nô lệ tình dục ở nước ngoài, bị cư xử tàn nhẫn chưa từng thấy. Khi xem những thước phim chiếu những cô dâu Đài Loan bị nhục hình, không ai có thể cầm được nước mắt thương xót cho thân phận con người dưới chế độ Cộng sản. Nhiều người trách ông Khải cũng có lý: Việc nhỏ ông đã làm không được thì làm sao ông làm được việc lớn? Tôi thì nhìn vấn đề cách khác: Một ông Khải hay một trăm, một ngàn ông Khải cũng không thể nào làm gì hơn được nếu như chủ nghĩa Mác Lênin vẫn còn được nhà cầm quyền tôn thờ, định hướng xã hội chủ nghĩa vẫn được kiên trì và hiến pháp Cộng sản vẫn còn đó, làm bảo kê cho một cơ chế độc tài và xúc phạm quyền tư hữu, đi ngược lại bản chất con người.

Một lần về Sàigòn tình cờ đi ngang qua số 101 Hai Bà Trưng, quận nhất, trụ sở trước đây của cơ quan Liên Hiệp xã thành phố, tôi thấy rất nhiều công nhân xây dựng đang làm việc với máy móc, gạch đá ngổn ngang. Tôi vào hỏi thăm thì được biết người ta đang cải tạo, nâng cấp tòa building này thành một khách sạn liên doanh với nhà đầu tư nước ngoài. Tôi bồi hồi nhớ lại một thời mình đã từng gắn bó với các hợp tác xã với thật nhiều kỷ niệm, vui cũng có mà buồn cũng có. Trong vai trò thật bé nhỏ, dường như không ai biết tới, tôi đã giúp được nhiều người lao động, và cũng vì tôi mà có rất nhiều người phải mất chức và đi tù. Giờ đây, tôi chỉ muốn xin lỗi họ mà nói rằng tất cả chúng ta, dầu ở cương vị nào cũng đều là nạn nhân của một thời. Tôi nhớ đến các xã viên hợp tác xã Tân Bình, đặc biệt người chị của ông thủ tướng, tôi không biết tên nhưng ánh mắt chị tôi không thể nào quên được. Ông Phước, chủ nhiệm liên hiệp xã ngành mành trúc xuất khẩu. Chị Tòng, tổ trưởng tổ mây tre lá Hồng Việt. Ông Sớm, trưởng phòng thuế quận mười một. Và còn biết bao người nữa... Sau khi ngành Liên hiệp xã bị giải thể không biết họ đã đi đâu, về đâu?

Sau khi đã để dòng tư tưởng lan man đến thân phận từng con người, khi ánh nắng của ngày bắt đầu gay gắt, và khi mồ hôi của những người thợ xây bắt đầu nhỏ xuống, cũng là lúc tôi trở về với điểm đứng hiện tại: Tòa building đang được xây thêm tầng lầu, trông thật nguy nga, đồ xộ. Nhưng nó là vật chất, vô tri vô giác, không có gì quan trọng. Quan trọng hơn, vẫn là tinh thần, là chức năng, là ý nghĩa biểu tượng của nó. Trước năm 1975, nơi này được dùng làm cư xá cho sĩ quan không quân quân đội Hoa Kỳ tham chiến tại Việt Nam, nó là biểu tượng của thời kỳ chiến tranh. Sau năm 1975 nó trở thành cơ quan đầu não, tổ chức và điều hành nền kinh tế tập thể, tượng trưng cho chế độ Cộng sản tại miền Nam. Bây giờ nó đang trở thành trụ sở của những nhà đầu tư nước ngoài, tư bản phương Tây, vốn tôn trọng Tự Do và Quyền Tư Hữu! Khi những người Cộng Sản hội nhập với thế giới bên ngoài là lúc họ phải từ bỏ cái chủ nghĩa lỗi thời, từ bỏ sự cuồng tín với những khẩu hiệu có những từ ngữ "sống mãi", "vô địch" 'muôn năm" để tôn trọng luật chơi của những người văn minh. Chợt nghĩ đến triết lý của đạo Phật: Sự vật vốn vô thường, không có gì là tồn tại vĩnh viễn. Nhưng người Cộng Sản vốn vô thần, không biết họ có hiểu được như thế hay không? Riêng tôi thì thấy lòng mình vô cùng thanh thản.

Khi Liên Xô và hệ thống các nước xã hội chủ nghĩa ở Đông Âu sụp đổ thì hệ thống hợp tác xã từ trung ương tới địa phương ở Việt Nam cũng tan rã là điều tất yếu. Nhà nước bắt đầu áp dụng chính sách đổi mới. Nền kinh tế nhiều thành phần được công nhận. Sau mấy chục năm theo quan thày Liên Xô và Trung Cộng điên cuồng chống chủ nghĩa tư bản. Thất bại, nhà cầm quyền Cộng sản Việt Nam có vẻ đã sáng mắt ra. Họ đã trải thảm đỏ, rước các nhà tư bản Mỹ và Tây phương vào để cứu nguy chế độ. Họ chạy theo kinh tế tư bản nhưng không từ bỏ chủ nghĩa Marx-Lenin đã ghi ở điều 4 hiến pháp 2013. Từ đó xuất hiện một cụm từ mới dài nhất cho tới bây giờ. Đó là: "kinh tế thị trường theo định hướng xã hội chủ nghĩa". Đàng sau cụm từ này là cái gì? Đó là ý muốn áp dụng kinh tế thị trường để vực dậy nền kinh tế lạc hậu XHCN, để phát triển cứu nguy chế độ, nhưng không dám buông bỏ kinh tế xã hội chủ nghĩa, lấy quốc doanh làm chủ đạo để dễ dàng trục lợi và tham ô. Từ chủ tịch nước, chủ tịch quốc hội, thủ tướng, phó thủ tướng, các bộ trưởng... Số tiền tham ô và hối lộ được tính bằng tỷ đô la. Những vụ án đưa ra xét xử gần đây đã chứng minh điều đó. Môi trường để cho họ tham ô là các công ty, xí nghiệp quốc doanh, các tổ chức quản lý nhà nước. Một danh từ mới xuất hiện gần đây là từ "đốt lò", một động thái chống tham ô (và thanh trừng nội bộ?) để xoa dịu lòng dân. Việc này cũng sẽ không đi tới đâu nếu như chủ nghĩa xã hội vẫn còn tồn tại. Vì lợi ích cá nhân và phe nhóm buộc những người Cộng sản phải trung thành với chủ nghĩa Marx-Lenin, chủ nghĩa xã hội, trung thành với đàn anh Trung Cộng để được che chỡ mà tồn tại và tiếp tục tham ô.

Sau khi Liên Hiệp Xã Thành Phố giải thể thì tôi chuyển sang làm ở nhiều cơ quan khác nhau như Phân Viện Kỹ Thuật, Mỹ Thuật, Trung Tâm Công Nghệ Hóa Học, Ban Tài Chánh, Quản Trị Thành Ủy. Ban này có nhiệm vụ tạo nguồn thu tài chánh cho đảng bộ Cộng Sản thành phố. Công việc của tôi hoàn toàn có tính chuyên môn là giúp họ quản lý cũng như cải thiện công tác tài chánh kế toán ở công ty xuất nhập khẩu trực thuộc. Chính vì tôi làm việc ở cơ quan có tên Thành ủy mà khi sinh hoạt hội đoàn ở Mỹ có nhiều người chụp mũ, nói tôi là Cộng Sản, thậm chí nói tôi là người của ông Chủ tịch Ủy Ban Nhân Dân Thành Phố, chuyên viết diễn văn cho ông này. Tôi hiểu việc tôi làm nên không cần phải đính chính hay giải thích gì nhiều đối với những người tôi cho là kém hiểu biết và không có trình độ như thế này. Sự việc cuối cùng thì cũng êm, tôi không hề hấn gì vì tôi không có làm chánh trị

Trong thời kỳ đầu đổi mới, nhà nước cho phép nhiều thành phần, nhiều loại hình kinh tế được hoạt động, trong số có loại hình ngân hàng thương mại cổ phần. Tôi không bỏ lỡ cơ hội, tôi nhảy ra làm việc ngân hàng, là đúng sở trường của tôi.Trong buổi giao thời chưa có luật đầu tư nước ngoài, hoạt động ngân hàng chưa đi vào nề nếp và ổn định nên tôi cũng phải thay đổi ngân hàng nhiều lần, làm ở nhiều ngân hàng khác nhau. Đầu tiên là ngân hàng Phương Nam, một ngân hàng ở quận năm, do một tay tôi xây dựng nên cho tập đoàn người Đài Loan. Tôi được bổ nhiệm làm Tổng Giám Đốc. Là người chế độ cũ, mới ở tù về, lại ở vị trí quá nổi bật nên tôi bị nhà nước Cộng sản loại bỏ để thay người của họ vào vị trí của tôi sau khi ngân hàng hoạt động một thời gian ngắn. Lúc đó tôi chưa có kinh nghiệm. Nếu như tôi chỉ nhận chức phó thôi thì không hề hấn gì. Từ bỏ ngân hàng Phương Nam tôi về làm trưởng phòng quản trị pháp chế cho ngân hàng Mêkông ở quận nhất vừa mới chuyển từ hợp tác xã tín dụng lên. Vừa quản trị nhân viên vừa quản trị hành chánh lại còn phụ trách về chánh sách chế độ pháp lý của ngân hàng. Một mình tôi phụ trách công việc của ba phòng vì người Đài Loan tín nhiệm tôi dữ lắm. Tưởng đã yên thân không ngờ có sự tranh chấp quyết liệt trong hội đồng quản trị. Mặc dầu góp vốn ít nhưng phe người Việt muốn cướp quyền lãnh đạo trên tay của người Đài Loan bèn tố cáo họ là "đầu tư chui", vì lúc đó chưa có luật đầu tư nước ngoài. Những ai muốn làm ăn ở Việt Nam phải nhờ người thân trong nước đứng tên. Thấy không ổn, tôi lại phải tìm đường rút lui. Á Châu là ngân hàng cổ phần lớn và mạnh nhất nước lúc đó. Ban quản trị toàn những anh em trẻ, tốt nghiệp đại học, họ cần những người có kinh nghiệm nên khi tôi ngỏ ý thì họ nhận ngay vào làm kiểm soát viên cho họ. Tôi thấy an tâm và hài lòng khi chọn ngân hàng Á Châu để cộng tác cho đến ngày đi Mỹ.

Chương 14:

Tám giờ đầu trên đất Mỹ

Chiếc phi cơ phản lực 747 của hảng hàng không Eva nhẹ nhàng đáp xuống phi trường San Francisco đúng 12 giờ trưa ngày 29/07/1997. Thế là tôi và gia đình đã tới Mỹ sau hơn 10 năm chờ đợi thủ tục bảo lãnh của em vợ tôi. Sau khi hoàn tất thủ tục hải quan và nhập cảnh, chúng tôi đến chỗ nhận hành lý thì em tôi cũng vừa tới, thật đúng giờ. Xa nhau gần hai mươi năm, em tôi giờ cao lớn, trắng và mập, tôi nhìn không ra nếu nó không cười để lộ hai lúm đồng tiền trên má. Chúng tôi nhìn nhau, cảm động, không ai nói được lời nào. Một lúc sau em tôi lên tiếng:

- Anh chị và các cháu ngồi phi cơ có mệt không?

Tôi nói khỏe lắm. Vợ tôi nói với hai con:

- Cậu Bảy con đó. Chào cậu đi con

- Hai đứa con tôi nói, gần như một lúc:

- Con là Minh, còn còn là Tâm. Xin chào cậu Bảy

Cuộc hội ngộ diễn ra ngắn ngủi. Mọi người cùng nhau khuâng hành lý, chất gọn trên chiếc mini van của em tôi rồi chúng tôi rời phi trường.

Trên đường về có lúc em tôi lái xe trên xa lộ, có lúc vượt qua những khu rừng, có lúc đi ngang qua công viên. Mỗi nơi đều gây cho tôi một ấn tượng kỳ thú.. Chúng tôi thật sự choáng ngợp trên những xa lộ hai chiều có nhiều làn xe thênh thang , thẳng tắp. Xe chạy êm quá. Tôi có cảm tưởng trên xa lộ không hề có hạt cát, hạt bụi khả dĩ làm chậm tốc độ xe. Kim đồng hồ không bao giờ xuống dưới vạch 100 miles. Trong lòng tôi thầm phục em tôi. Mới ngày nào còn là một học sinh ngơ ngác ở một trường làng nhỏ xíu tên gọi Ông Văn ở Mỹ Tho chưa biết đi xe đạp. Vậy mà giờ đây là một Tiến Sĩ dược khoa, lái xe như bay trên xa lộ một cách bình thản, tự tin. Tâm phục em tôi bao nhiêu tôi thấy càng biết ơn nước Mỹ bấy nhiêu. Nhờ nước Mỹ em tôi mới được như ngày nay. Nếu như lúc 12 tuổi em tôi không can đảm một mình vượt biên mà cứ sống ở Việt Nam thì bây giờ sẽ ra sao? Hai bên xa lộ là những building, nhà lầu cao tầng, những kiến trúc nguy nga tráng lệ, lúc nào cũng chan hòa ánh sáng. Điều này không làm tôi chóa mắt. Từ lâu tôi đã biết Mỹ là một quốc gia văn minh, hiện đại. Dầu sao nó cũng để lại trong tôi một ấn tượng sâu sắc về những đường nét hoành tráng, cứng cáp và mạnh mẽ về nước Mỹ. Khi đến những khu rừng thì em tôi chạy chậm lại. Lúc này cảm giác của tôi là êm đềm và thơ mộng vì tôi đang đi giữa rừng Thu rực rỡ. Ngồi trong xe đưa mắt nhìn về phía trước cảnh vật hiện ra như một bức tranh với những gam màu vàng, nâu, đỏ sậm trên những thân cây thẳng tắp. Bức tranh như biết di động, xô nhau chạy về phía chúng tôi. Tôi nhìn rõ những con chim đang thản nhiên đùa giỡn, ca hát trên cành. Thỉnh thoảng những chiếc lá bên đường bay lên lấp lánh như đàn bướm vàng tung tăng trong nắng. Bỗng nhiên vợ tôi vỗ nhẹ vào vai tôi:

- Trông kìa!

Tôi nhìn qua cửa xe, một con nai đang ngơ ngác đứng nhìn. Em tôi giải thích đây không phải là rừng nguyên sinh mà là rừng trồng gọi là reserve forest để tạo môi trường, sinh thái. Dân chúng thường đến đây cắm trại. Thú rừng được bảo vệ kỹ, nó không hề sợ người. Tôi đề nghị em tôi dừng xe lại cho tôi quan sát, chiêm ngưỡng vẻ đẹp tưởng chừng như chỉ có trong thơ của Lưu trọng Lư:

Con nai vàng ngơ ngác
Đạp trên lá vàng khô

Giờ tôi có thể nói được là những họa sĩ tài ba nhất cũng không thể nào với cây cọ hoặc ngòi bút mà diễn tả được hết vẻ đẹp của thiên nhiên. Còn tôi với máy ảnh tôi có thể ghi lại hình ảnh này. Tôi lấy máy ra và bấm lia lịa... Ra khỏi khu rừng thì thành phố nơi em tôi ở hiện ra rực rỡ với muôn hoa đang thời kỳ nở rộ. Tôi như bị tràn ngập và ngây ngất bởi lay ơn, thượt dượt, cúc, vạn thọ, hồng bông nào cũng to gần bằng cái chén với đủ sắc màu đỏ , vàng, trắng. Người ta trồng hoa khắp nơi: Trước nhà, vỉa hè, công viên, cây xăng, cửa hàng, quán ăn, công sở, kể cả thành cầu. Không ngờ người Mỹ lại yêu hoa đến thế! Từ lâu tôi vẫn có quan niệm những người yêu hoa bao giờ cũng là những người có tâm hồn cao thượng.

Khi xe qua công viên tôi để ý thấy có những vòi nước nhỏ chảy liên tục. Tôi thắc mắc hỏi em tôi có phải người ta quên tắt nó không. Em tôi nói không phải đâu. Những vòi nước đó dành cho chim chóc các nơi đến uống. Thế là tôi hiểu thêm một khía cạnh nữa của người Mỹ. Tôi vẫn biết họ thường quan tâm, với tư cách là một cường quốc có trách nhiệm giải quyết những vấn đề lớn lao của thế giới như chiến tranh, khủng bố, thiên tai, nghèo đói, bệnh tật, nhân quyền v.v... Vậy mà họ vẫn không quên việc nước của chim! Tôi đâu biết người Mỹ chu đáo như vậy. Một ý nghĩ khác chợt đến. Tôi hỏi em tôi. Chắc là người Mỹ yêu thú vật lắm, phải không? Em tôi cười và nói, không biết thật hay đùa:

- Ở Mỹ người ta xếp hạng thứ nhất trẻ con và người già, thứ hai phụ nữ, thứ ba thú vật, hoa lá cỏ cây và đàn ông cuối cùng.

Câu trả lời của em tôi cũng vui nhưng lại gieo cho tôi một thắc mắc là tại sao đàn ông ở Mỹ bị xếp cuối cùng sau cả hoa lá, cỏ cây. Lần này tôi không hỏi em nữa vì nghĩ rằng ở lâu thì biết, lo gì. Trước khi về nhà, em tôi ghé trạm đổ xăng. Lại một điều mới lạ nữa. Tôi không thấy ai ra đổ xăng cho em tôi, mà nó tự cầm vòi đổ lấy một mình như là chủ vậy. Khi đổ xong, em tôi lấy receipt ngay tại chỗ rồi lên xe chạy. Tôi thắc mắc sao không thấy em trả tiền. Em nói trả rồi, ngay tại cây xăng bằng cách gạt thẻ debit card. Thẻ này do ngân hàng cấp. Tài khoản của em sẽ được trừ đúng số tiền đã sử dụng. Ngoài debit card, em còn có thẻ credit card, gọi là thẻ tín dụng do cơ quan cho mượn tiền cấp. Nền kinh tế Mỹ sở dĩ phát triển như ngày nay một phần cũng nhờ sử dụng rộng rãi các phương tiên thanh toán này. Rồi đây anh chị cũng có. Mọi việc chi tiêu, mua sắm đều bằng thẻ, không phải mang theo tiền mặt, rất tiện lợi và khoa học. Rồi em hỏi:

- Ở Việt Nam có dùng phương tiện chi trả này không?

Tôi trả lời ít lăm. Ngân hàng thương mại cổ phần Á Châu nơi tôi làm việc chỉ mới phát hành thẻ Master Card để thử nghiệm, ngoài ra chưa thấy ở đâu có cả. Ở Việt Nam thủ tục cho vay rất phức tạp, đòi hỏi nhiều giấy tờ rờm rà nhưng người đi vay rất dễ dàng lấy tiền ra vì hối lộ với cán bộ phụ trách tín dụng, thậm chí dùng giấy tờ thế chấp giả mạo, sử dụng tiền vay không đúng mục đích, không trả được nợ, đưa tới nợ tồn đọng, nợ khó đòi, thực chất là nợ không thể đòi, cuối cùng thì ngân hàng phải phá sản. Em tôi nói:

- Ở Mỹ người ta cho vay căn cứ điểm số tín dụng từng cá nhân, sự ổn định công ăn việc làm rồi quyết định số tiền cho vay, có khi lên tới cả trăm ngàn, họ cấp cho mình một thẻ nhựa bằng hai ngón tay, thế là xong.

Nghe em nói tôi nghĩ thầm nếu có điều kiện tôi sẽ đi học và trở lại ngành ngân hàng để tìm hiểu xem tại sao người Mỹ họ làm được như vậy. Khi về tới nhà, em tôi hướng dẫn mọi người mang hành lý vào phòng riêng của từng người mà em tôi đã sắp xếp sẵn. Chỗ nào để quần áo, chỗ nào để đồ đạt , thật gọn gàng, ngăn nắp. Gia đình tôi ai cũng bất ngờ trước căn nhà to đẹp của em tôi. Em nói nhà này mua cách đây năm năm giá ba trăm ngàn đồng, trả tước ba chục ngàn. Mỗi tháng trả lãi và vốn vay ngân hàng. Bây giờ nhà này tăng giá gấp đôi. Khi chúng tôi soạn đồ đạc để vào vị trí mới xong, em tôi nói:

- Bây giờ là 3 giờ. Anh chị và hai cháu nghỉ ngơi, tắm rửa đến 4 giờ ta sẽ ra phố Tàu dùng cơm. Xong ra vịnh San Francisco chơi. Ở đó có cây cầu Golden Gate nổi tiếng kỳ quan thế giới. Sáng mai em sẽ đưa cả nhà ra cơ quan INS làm thẻ an sinh xã hội và các giấy tờ cần thiết khác. Nếu còn sớm thì đi khám sức khỏe để hai cháu Minh, Tâm vào trường cho kịp năm học mới.

Khi em tôi nói xong thì con gái tôi lên tiếng:

- Cậu Bảy sắp xếp sao giống lập trình của máy tính quá!

Em tôi nói ở đây thì giờ quí lắm con ơi. Làm việc gì cũng phải có chương trình, kế hoạch. Vậy mà nhiều lúc mình không chạy kịp thời gian. Ngày mai ra phố con sẽ thấy trên đường đi làm, người ta phải vừa đọc báo, vừa uống cà phê. Tôi nhớ tới Việt Nam, quê hương thân yêu khốn khổ. Cà nước cứ tà tà chờ cuối tháng lãnh lương chết đói. Người lao động thì quần quật suốt ngày vẫn không đủ ăn. Nơi chúng tôi đến dùng cơm trưa có tên là China Buffet. Tôi quan sát thấy bên trong người ta ngồi dày đặc. Tại quày tiếp tân, người ta xếp hàng dài. Chúng tôi cùng đến nối đuôi: Em tôi đứng trước, kế đến là hai đứa con, vợ tôi và tôi sau cùng. Trong khi chờ đến lượt mua vé, em tôi nói chuyện với các con tôi:

- Các con thấy xếp hàng có vui không? Ở Mỹ đi đâu cũng xếp hàng. Cửa hàng, quán ăn, bưu điện, nhà ga, phi trường, rạp hát... chỗ nào có trên một người thì người ta tự động xếp hàng.

Con gái tôi nói:

- Còn ở Việt Nam chỗ nào đông người là chỗ đó chen lấn, ồn ào, mất trật tự. Bọn lưu manh thường trà trộn vào để giựt dây chuyền, đồng hồ nếu mình sơ hở. Nó giựt rồi chuyền sang đứa kế bên, là xong.

- Vậy là các con đã biết thế nào là văn minh, thế nào là kẻ khốn cùng rồi đó.

Tôi nói. Chúng tôi chờ khoảng mười lăm phút thì được nhân viên hướng dẫn đến bàn trống. Khi mọi người ngồi vào ghế em tôi nói ở đây có đủ thứ tôm, cua, thịt cá, trái cây, thức uống. Ai muốn dùng bao nhiêu cứ tự nhiên, nhưng chớ đừng bỏ bịch mang về. Con trai tôi hỏi:

- Vậy mình ngồi hoài được không cậu Bảy?

Cậu nói:

- Được chứ, miễn bụng con còn đủ sức.

Vợ tôi nhắc mọi người tranh thủ lấy thức ăn đi. Nhớ là mình còn đi nữa đó. Em tôi không hiểu tranh thủ là gì nên hỏi. Con gái tôi nhanh nhẩu đáp:

- Tranh thủ, khẩn trương là danh từ của Việt Cộng, nghĩa là nhanh, là lẹ. Mẹ con làm chung với họ, nói thét rồi quen.

Em tôi nói:

- Vậy mà cậu tưởng tranh là tranh giành, thủ là thủ lợi. Tranh thủ là tranh giành với người khác để thủ lợi cho riêng mình.

Mọi người cùng cười. Tôi nói thêm, ở Việt Nam trong nhiều trường hợp, hoàn cảnh, tranh thủ cũng có nghĩa như cậu Bảy nói. Trong lúc mọi người đang ăn, cậu Bảy nói ở đây người ta sợ nhất là mập và căn bệnh nguy hiểm nhất là căn bệnh béo phì, căn bệnh của nhà giàu. Anh chị và các cháu ra đường sẽ thấy có nhiều người mập ba bốn trăm pound, đi không muốn nổi, thật là tội nghiệp. Con gái tôi nói:

- Ở Việt Nam người ta thường nói nghèo là cái tội. Giờ qua đây con mới nghe cậu Bảy nói giàu cũng là cái tội, thật là lạ. Ở Việt Nam ai cũng ốm nhôm, muốn mập không được. Sao cái gì Việt Nam và Mỹ cũng khác nhau vậy cậu Bảy? Không những khác mà còn trái ngược nhau 180 độ nữa.

Em tôi trả lời:

- Con mới đến nước Mỹ có mấy tiếng đồng hồ mà có nhận xét bén nhạy. Mỹ và Việt Nam có nhiều điều trái ngược nhau lắm.Thí dụ ở đây cá thịt thì rẻ hơn rau muống. Ở Việt Nam người ta rất sợ mang nợ còn ở đây người có nhiều nợ là người làm ăn lớn, người giàu và có uy tín.. Ở đây xe hơi nhiều hơn xe đạp và xe gắn máy. Vài ngày nữa Tâm vào học lớp 9, high school không những được miễn phí mà nhà trường còn cho ăn sáng, ăn trưa, giảm vé xe bus. Minh vào College thì chánh phủ liên bang và tiểu bang cấp cho nhiều thứ tiền không những đủ chi phí cho việc học mà còn có dư để dành nữa.

Con trai tôi:

- Vậy mà thày con nói chế độ Xã Hội Chủ Nghĩa cái gì cũng tốt còn Tư bản Mỹ cái gì cũng xấu xa, tồi tệ hết.

Em tôi:

- Bây giờ thì con thấy mọi thứ đều khác với tuyên truyền, phải không? Thực tế bao giờ cũng là kết luận chính xác nhất và là bài học giá trị nhất.

Khi mọi người ăn uống xong ra xe thì có sự cố. Em tôi không khởi động được máy xe. Khi em giở cái hood lên thì một người Mỹ cũng vừa chạy xe tới, nói "May I help you". Không hiểu em tôi nói gì, tôi thấy người Mỹ cũng giở hood xe của ông lên rồi dùng sợi dây cabbe hai đầu có hai cái kẹp, kẹp vào hai cực âm dương của hai bình acquy. Khi em tôi khởi động thì máy nổ. Em tôi cám ơn người Mỹ. Ông chỉ cười, nói "Have a nice day" rồi đi. Em tôi nói bình điện xe bị yếu, nhờ câu bình gọi là jumb start. Người Mỹ tốt lắm. Khi nào mình cần, họ sẵn sàng giúp đỡ. Minh và Tâm có thấy không, sau khi giúp mình, họ không quên chúc mình một ngày tốt đẹp nữa!

- Được sống với người văn minh thật là thú vị- Con gái tôi nói.

Sau khi dùng bữa ở China buffet, ai cũng cảm thấy thoải mái, hưng phấn đi tiếp ra vùng Vịnh theo kế hoạch của em tôi. Trên đường đi tôi thấy nhiều lần em tôi dừng xe lại ở những ngã tư rồi mới đi tiếp, mặc dầu không có đèn giao thông, không có police. Tôi thắc mắc hỏi thì em nói các nơi đó không có đèn giao thông nhưng có bảng stop sign bên phải giao lộ. Mọi xe tới đó đều phải dừng lại, nhường ưu tiên cho xe đến trước. Mặc dầu không có xe nào mình cũng dừng lại, đó là luật. Mặc dầu không có police, ban ngày cũng như ban đêm. Đó là thói quen tự trọng và tinh thần tự giác của người Mỹ. Tôi nghĩ đến tình trạng Việt Nam mà không nói ra, sợ em tôi cười. Ở Việt Nam dầu là đèn đỏ, nếu không có cảnh sát thì xe đạp, xe gắn máy và xe hơi tranh nhau vượt qua, bất chấp xe từ hướng đèn xanh lao tới. Thật là kinh hoàng. Đây là vấn đề dân trí. Lúc nào mình cũng tự hào là có nền văn hóa bốn ngàn năm. Không biết đến bao giờ mình mới theo kịp nền văn hóa hai trăm năm của người Mỹ, chỉ trong vấn đề trật tự giao thông và vệ sinh đường phố.

Khi tới vùng Vịnh em tôi gửi xe và chúng tôi đi bộ lên cầu. Tôi hết sức ngỡ ngàng khi gặp người Mỹ họ chào tôi trên đường phố: "Hello. How are you". Em tôi lại một phen giải thích: Người Mỹ là vậy. Khi gặp nhau không kể lạ, quen họ ân cần chào hỏi mình một cách vui vẻ và lịch sự. Tôi nhớ ngày xưa khi còn học trường làng, thày dạy mỗi khi ra đường gặp người lớn phải ngã mủ, cúi chào. Thế hệ con tôi bây giờ đâu có ai dạy cho chúng điều này. Giờ tiếp xúc trực tiếp với văn hóa Mỹ cả cha con đều bối rối. Khi mọi người lên hết trên cầu, em tôi tới đứng giữa mọi người, nói như một hướng dẫn viên du lịch:

- Chúng ta đang đứng trên một trong những kỳ quan hiện đại của nước Mỹ và thế giới: Cầu Golden gate. Golden Gate là một hành lan đường biển nối liền từ biển Thái Bình Dương vào Vinh San Francisco dài 3 miles, rộng 1 mile. Năm 1846 thuyền trưởng John C Fremont đã đặt tên cho hành lan này là Chrysoplae, đồng nghĩa với Golden Gate để kỷ niệm một hải cảng có tên tương tự ở Istanbul. Từ năm 1872 người ta đã nghĩ tới việc bắt một chiếc cầu vượt Golden Gate Strait đi vào vùng Vịnh. Kỹ sư trưởng Joseph Baerman Strauss đã đầu tư nghiên cứu, vẽ kiểu, trình kế hoạch cụ thể vào năm 1921. Đến ngày 5/1/1933 thì khởi công xây dựng. Ngày thứ Năm 27/5/1937 cầu được hoàn thành. Nói tới đây em tôi dừng lại, hỏi hai đứa con tôi:

- Các con có biết vì sao nước Mỹ mới hình thành hơn hai trăm năm nay mà đã trở thành một quốc gia văn minh, hiện đại như ngày nay không?

Không đợi các con tôi trả lời, em nói:

- Là nhờ nước Mỹ có nhiều người giỏi, có đầu óc, dám nghĩ tới những điều vĩ đại như kỹ sư Joseph Baerman Strauss. Tiếc thay ông lại qua đời chỉ một năm sau khi hoàn thành chiếc cầu. Bức tượng ông được dựng bên cầu có khắc những dòng chữ ghi tiểu sử và vinh danh công trạng của ông:

1870- Joeph B Strauss- 1938
The man who built te bridge
Here at the Goldn Gate is the
Eternal Rainbow that he conceived
That the race of man shall
Endure unto the Ages

Cầu Golden Gate có sức quyến rũ đặc biệt đối với mọi người bình thường như chúng ta đã đành, nó cũng là nơi hấp dẫn đối với những người muốn đi tìm cái chết nữa! Hơn bất cứ nơi nào trên nước Mỹ, mỗi năm có khoảng 300 người về đây tự tử. Có thể họ là những kẻ lãng mạn , muốn gieo mình từ độ cao 220 feet xuống mặt biển Thái Bình Dương êm đềm thơ mộng. Cũng có thể họ là những người yêu nước, trước khi từ giả cõi đời, còn muốn nhìn thấy lần cuối biểu tượng huy hoàng của đất nước. Dầu sao, đây vẫn còn là điều bí ẩn đối với những nhà tâm lý xã hội học.

Bây giờ đã hơn bảy giờ, mặt trời đã lặn từ lâu, nhưng bầu trời vùng Vịnh vẫn còn rất sáng. Trong muôn ngàn ánh đèn vàng rực rỡ chiếu cầu Golden Gate màu đỏ sậm càng nổi bật trong làn sương mù mờ ảo với tất cả dáng vẻ yêu kiều, duyên dáng, sống động và huy hoàng của nó.. Đàn hải âu trắng mốt không biết từ đây bay đến, lửng lờ, lượn vòng trên không như những chiếc máy bay tí hon khi thì bay là là sát mặt biển, khi thì vút lên cao rồi vòng lại đậu trên thành cầu. Không bỏ lỡ cơ hội, tôi lấy máy ãnh, bấm thật nhiều. Hy vọng sẽ có ảnh đẹp đầy ấn tượng của ngày đầu tiên trên nước Mỹ. Trên đường lài xe về nhà, em tôi nói:

- Sao anh chị và các cháu thấy nước Mỹ thế nào?

Con gái tôi vẫn với bản chất nhân hậu nói rất thích tính lịch sự, vui vẻ và lòng tốt của người Mỹ. Ngoài ra nó nói muốn học dược như cậu Bày. Con trai tôi, có lẽ được nhìn thấy cầu Golden Gate thích quá nên nói rất khâm phục nền khoa học, kỹ thuật và văn minh, hiện đại của nước Mỹ. Nó có ước muốn sẽ trở thành kỹ sư xây dựng trong tương lai. Vợ tôi nói là rất thích hoa và thích người

Mỹ ở tính cách này, kể cả lòng yêu thương thú vật nữa. Còn tôi thì với tư cách một người đam mê nhiếp ảnh, có lẽ tôi thích nhất là phong cảnh đẹp vừa nên thơ, hữu tình, vừa huy hoàng rực rỡ của nước Mỹ. Em tôi nói:

- Minh Tâm còn nhỏ mà có nhận xét rất tốt, nói lên được ước muốn, nguyện vọng của mình, cậu Bảy rất thích. Các con cần phải nhớ, không phải ở Mỹ mọi thứ đều tốt. Phong tục tập quán Mỹ có nhiều điều không thích hợp với văn hóa Á Đông của người Việt mình. Các quan niệm về tự do, hạnh phúc, hôn nhân, tình yêu, tiền bạc cũng như về sự thành công của xã hội văn minh vật chất ở nước Mỹ này có nhiều điều khác với truyền thống văn hóa có tính nhân bản và đạo đức của người Việt mình cho nên các con cần phải thận trọng và cảnh giác. Tuy nhiên có rất nhiều người Việt đã thành công. Cậu Bảy tin rằng Minh, Tâm cũng sẽ thành công thôi, nếu có cố gắng và biết nắm bắt cơ hội để vươn lên, tương lai vẫn còn ở phía trước. Dầu sao các con chỉ mới ở Mỹ có tám tiếng đồng hồ thôi

Chương 15:

Việt kiều về quê

Trong cộng đồng người Việt hải ngoại, có nhiều người chủ trương không bao giờ về Việt Nam, kể cả gửi tiền về cho thân nhân ở quê nhà cũng không. Những người nầy lý luận, đồng đô la chúng ta mang về tiêu xài ở Việt nam hay gửi về giúp thân nhân cuối cùng cũng sẽ chạy vào bộ máy nhà nước Cộng sản và vào túi những cá nhân có chức, có quyền. Như thế là vô tình tiếp tay vớI Cộng sản, giúp họ thêm phương tiện củng cố chánh quyền, củng cố bộ máy đàn áp, kéo dài sự thống khổ của nhân dân. Tôi cho đó là thái độ cực đoan, mà cái gì cực đoan đều không tốt. Mặc dầu không ưa Cộng sản, tôi vẫn thương mảnh đất khốn khổ cong cong hình chữ S, vẫn nhớ nhà cửa, đường phố Sàigòn nơi tôi lớn lên, đi học và trưởng thành. Tôi nhớ giòng sông, lũy tre, bụi chuối, mái tranh nghèo ở làng quê, nơi tôi sinh ra. Tôi nhớ mồ mã ông bà, cha mẹ, nhớ những người anh em còn ở lại, kể cả con chó Lucky mà tôi đã bỏ nó ra đi sáu năm về trước.

Ở Mỹ, tôi và vợ con vẫn sống bình thường như mọi người, nghĩa là làm việc thì vất vả nhưng đờI sống vật chất thoải mái , tinh thần thảnh thơi, chẳng phải lo bất cứ điều gì. Điều tôi hài lòng nhất là được tự do tư tưởng, viết lách, tự do nói lên điều mình suy nghĩ, dầu đúng hay sai. Có điều tôi chưa thấy được một điều gì đó thiêng liêng có thể gắn bó cuộc đờI tôi vớI đất nước nầy. Trong khi đó, tôi nghe nhiều người nói ở Việt Nam bây giờ thay đổi nhiều lắm, tiến bộ nhiều lắm. Những người rời bỏ quê hương như tôi không còn bị xem là phản quốc, là cặn bả xã hội, là tay sai đế quốc Mỹ nữa mà được gọi bằng những danh từ hoa mỹ là khúc ruột ngàn dặm, là Việt kiều yêu nước. Tôi nghĩ, thế cũng hay, nếu đó là sự thật. Ta sẽ về một chuyến cho biết, khi có dịp.

Cơ hội đến khi tôi bị lay off. Chuyến bay số 36 Q của hảng hàng không Đại Hàn sẽ đưa tôi về đến phi trường Tân Sơn Nhất lúc 11 giờ 45 phút ngày 06 tháng 10 năm 2002. Người ta thấy quyết định của tôi có vẻ vội vàng, nhưng thực ra, tôi đã chờ đợi ngày nầy từ lâu. Theo tôi , thời gian sáu năm không sớm mà cũng không muộn lắm. Tôi có hai tuần để chuẩn bị quà cáp cho hơn hai mươi gia đình, bà con, họ hàng gần xa mà tôi còn nhớ và ghi ra được. Dĩ nhiên, tôi không quên con Lucky của tôi. Quà tôi mang về đựng trong hai vali lớn không hết. Tôi phải bỏ vào vali nhỏ xách tay và thêm một túi đeo lưng nữa.

Thời gian trên phi cơ tôi không ngủ được. Hai con mắt thì cay cay và mở thao tháo. Hết xem TV tôi lại đọc sách, lại tới giờ ăn. Tôi cảm thấy dường như không có ban đêm mà chỉ có ban ngày. Có lúc nhìn ra cửa sổ máy bay tôi thấy trời tối đen nhưng chỉ một lúc sau thì sáng lại. Đến khi nghe tiếng người tiếp viên phi hành báo phi cơ bắt đầu vào không phận Việt Nam thì tôi thấy bồi hồi, xúc động.Từ lúc đó, tôi luôn dán mắt vào cửa sổ máy bay nhìn ra ngoài như muốn tìm lại điều gì đó thân quen, đã đánh mất. Hình ảnh Tổ Quốc không gian cứ hiện ra rõ dần. Trời xanh, mây trắng, rồi thì rừng núi chập chùng. Những giòng sông ngoằn ngoèo, uốn khúc như rắn lượn. Đường đất thì quanh co chứ không thẳng tấp như ở Mỹ. Tôi thấy làng quê, lũy tre sao mà mộc mạc quá. Mộc mạc như chính bà con nông dân suốt đời cam chịu gắn bó đời mình với con trâu, cái cày, và mảnh ruộng từ đời nầy sang đời khác, mặc cho bao biến chuyển, đổi thay của thời thế. Khi phi cơ vào khu vực thành phố thì nhà cửa hiện ra đầy góc cạnh, cái thấp, cái cao như muốn so kè, tranh đua nhau như tinh thần của lớp tư bản đỏ mới hình thành ở thành phố từ sau 1975, nhưng họ đâu biết thân phận họ cũng nhỏ nhoi, bọt bèo như con trùng , con dế. Tiếng nói của cô tiếp viên lại vang lên cắt đứt dòng suy nghĩ của tôi:

- Xin qúy vị cài dây an toàn. Phi cơ đang hạ độ cao và sắp đáp xuống phi trường Tân Sơn Nhất. Bây giờ bên ngòai là 34 độ. Kính chúc quý vị một chuyến du lịch an toàn, vui vẻ và hạnh phúc.

Lời của người nữ tiếp viên phi hành sao mà êm ái, ngọt ngào quá. Tôi cảm thấy hân hoan thơi thới vì những lời chúc đó.

Tuần tự theo dòng người rời khỏi phi cơ, tôi xếp hàng ở khu vực chờ nhận cái mẫu giấy màu vàng khai quan thuế. Sau lưng tôi là hai thanh niên mặc đồng phục, bảng tên có ghi rõ Hải quan sân bay Tân Sơn Nhất. Khi tôi quay lại thì một trong hai thanh niên nầy nói giọng Bắc nhỏ vào tai vừa đủ để tôi nghe:

- Bác đi một mình, để chúng cháu giúp chuyển hành lý cho.

- Cám ơn. Tôi chỉ có một xách tay và một túi đeo lưng rất gọn, đâu cần phải giúp.

Khi tôi làm xong thủ tục và ra khỏi khu vực khai quan thuế thì vẫn hai thanh niên khi nãy bám theo, và nói với giọng van nài mà cộc lốc:

- Xin ông cho chúng tôi một ít tiền, bao nhiêu cũng được. Anh em chúng tôi phục vụ đồng bào ở đây đói lắm. Lương nhà nước không đủ sống.

Trời đất! Sao lại xin tiền một cách tự nhiên như vậy?

Tôi kêu lên thảng thốt trong lòng. Bọn nầy sao giống ăn mày quá, mà lại còn nói đựơc những danh từ Ề phục vụ, Ề đồng bào Ề, lại còn đứng ra tố cáo cái nhà nước mà mình phục vụ nữa. Thiệt là hết chỗ nói. Tôi cố nén giận:

- Nghe mấy chú nói, tôi rất cảm thông. Nhưng tiếc là tôi không dự kiến trước để giải quyết những tình huống như thế nầy.

Chỉ nói thế rồi tôi bước nhanh đến chỗ nhận hành lý. Hai tên ăn mày vẫn không thất vọng. Tôi đi tới đâu, chúng bám theo tới đó. Khi đến chỗ băng chuyền, tôi nhận ra ngay chiếc vali của mình nhờ trên tay xách có cái nơ màu xanh đậm mà vợ tôi đã cẩn thận buộc vào để tôi dễ nhận. Tôi xách vali để vào một góc rồi đứng chờ chiếc thứ hai. Khi thấy nó xuất hiện trên băng chuyền thì tôi yên chí và đi tìm lấy chiếc xe đẩy. Khi trở lại thì chiếc vali trên băng chuyền đã biến mất. Tôi đưa mắt nhìn quanh. Một tên "ăn mày" nói, để cháu tìm cho. Tôi chưa kịp trả lời thì nó chạy đi , năm phút sau trở lại với chiếc vali có chiếc nơ màu xanh và nói:

- Có lẽ ai đó đã cầm nhầm và để ở góc phòng xa tít đàng kia.

Tới lúc nầy tôi mới biết bọn chúng không phải là ăn mày, ăn xin như tôi nghĩ mà là những kẻ làm tiền một cách trắng trợn và có tổ chức. Tôi móc túi đưa cho nó năm đô. Nó cầm tiền mà không chịu trả chiếc vali cho tôi, còn nói:

- Chẳng lẽ chiếc vali của bác chỉ đáng gía năm đồng thôi sao?

Tôi rất bực mình nhưng không muốn mất thì giờ đôi co với kẻ bất lương, bèn đưa cho nó năm đô nữa. Nó nhận tiền rồi bỏ đi một nước, không nói một lời. Tôi uể oải chất hành lý lên xe rồi đẩy tới chỗ check out một lần nữa, trước khi ra ngoài.

Những người đi đón tôi đã đứng chờ sẵn tự bao giờ. Tôi rất ngạc nhiên khi nhìn thấy các em tôi: Ai cũng bơ phờ, hốc hác, đen và ốm đi rất nhiều. Thời gian vốn khắc nghiệt, nhưng ngày tháng ở Việt Nam còn khắc nghiệt hơn. Tôi ngẫm nghĩ mà rơm rớm nước mắt.

Thành phố Sàigòn nơi tôi ra đi, giờ trở lại thấy có nhiều thay đổi. Nhưng tất cả chỉ là bề ngoài. Khách sạn, nhà hàng, vũ trường, siêu thị được đầu tư xây cất lớn chỉ là nơi lui tới của khách du lịch nước ngoài hoặc một thiểu số thương gia giàu có, dân áp phe, buôn lậu hoặc đám cán bộ nhà nước có chức, có quyền, có điều kiện tham ô. Còn đa số người thành phố đầu tắt mặt tối, lam lũ suốt ngày vẫn không đủ ăn,vẫn tiếp tục cuộc đời nghèo khổ. Nơi tôi trú ngụ là nhà của người em ruột thứ năm, làm phụ tá Giám đốc một xí nghiệp, vợ làm cô giáo dạy học hơn hai chục năm nay vậy mà nhà cửa xuống cấp vẫn không tìm đâu ra tiền sửa chữa. Vì nền nhà quá thấp nên mỗi khi trời mưa, nước ngoài đường cứ tuông vào như thác đổ. Mỗi khi nước lớn, từ dưới nền nhà dâng lên cùng với mọi thứ dơ bẩn ở cống rảnh, cầu tiêu, thật là khiếp! Vì không thể sử dụng washroom ở nhà nên mỗi sáng khi đi tập thể dục ở công viên Tao Đàn, tôi phải sử dụng washroom công cộng và phải trả hai ngàn đồng Bác Hồ. Nhiều lần tôi muốn vào khách sạn ở cho thoải mái, nhưng nghĩ lại sợ em nó buồn, nên thôi.Thật ra, tôi cũng muốn hòa mình với bà con lối xóm mà trước đây tôi đã sống cùng với họ cả chục năm trời. Vẫn cô Bé bán bánh canh, chị Năm tàu hủ, Bà Ba cơm tấm, chú Sáu bán bánh mì. Sáu năm trước họ ngồi ở đâu thì bây giờ vẫn ngồi đó, bên lề đường, bán cho ông đi qua, bà đi lại, góp nhặt đồng rơi đồng rớt về đong gạo nuôi con. Tôi thắc mắc, tại sao cực khổ như vậy mà họ không đổi nghề. Thật ra, cũng khó, biết đổi nghề gì bây giờ. Nhiều học sinh tốt nghiệp đại học ra trường vẫn không có việc làm, huống hồ gì họ. Mấy anh em đạp xích lô than phiền ế ẩm vì bị cấm đường đầu nầy đầu nọ, vậy mà đâu dám buông chiếc xích lô ra. Họ nói, không có nó là cả nhà chết đói chứ không phải giởn đâu. Nghe họ nói, tôi liên tưởng đến Năm Cam, mỗi lần hối lộ cán bộ nhà nước thì phải bạc tỷ trở lên! Chị vợ chú Năm sống một mình nên ở chung nhà. Trước đây làm giáo viên dạy cấp hai, nay bán vé số cũng không đủ sống, lại phải bán thêm xăng dầu, thuốc lá lẽ. Suốt ngày xoay qua xoay lại, chạy tới chạy lui như con lật đật. Vừa mới bưng chén cơm chưa kịp và thì có tiếng kêu: 'Cô Bé ơi! bán cho điếu thuốc.' Xong, trở vô vừa mới ngồi xuống thì: 'Cô Bé ơi! bán cho tờ vé số'. Ăn chưa xong chén cơm thì:'Cô Bé ơi! đổ cho lít xăng'. Tôi để ý trong bữa ăn cô Bé phải chạy ít ra cũng năm sáu lần. Tôi chỉ biết chép miệng: 'Sao mà khổ sở quá vậy?'. Cô Bé nói, có tôi về, ăn cơm chung cho vui chứ ngày thường thì cứ bưng tô cơm ra ngồi trước cửa vừa ăn, vừa bán, cũng khỏe.

Những ngày đầu mới về, tôi đâu ngủ được. Phần vì chưa quen sự thay đổi giờ giấc, phần khác vì thành phố thì nóng, ồn ào và náo nhiệt quá. Có hôm, mới 4 giờ sáng tôi đã nghe tiếng kêu la bài hãi, tiếng chân người chạy thình thịch ngoài đường vì những người đi buôn bán sớm bị bọn lưu manh chặn đường, trấn lột đồng hồ, dây chuyền, túi xách v..v..Những cảnh cướp bóc, giựt dọc ngày trước như thế nào thì bây giờ vẫn diễn ra y chang như vậy, nhiều khi còn táo tợn hơn. Ngày trước, mỗi nhà đều có thùng rác có nắp đậy, tới giờ mới đem ra cho xe lấy rác đến đổ. Bây giờ thì người ta tự động đem rác ra đổ ở đầu các con hẽm, đống thấp, đống cao như những quả núi nhân tạo giữa lòng thành phố.

Dưới mắt nhìn của tôi sau nhiều năm xa cách, Sàgòn là như thế. Sàigòn sa hoa, lầm than, ăn mày. Sàigòn trấn lột, Sàigòn ồn ào, bụi bặm và rác rưởi,. Giờ đây khi có khoảng cách để nhìn lại, khi có thời gian để nghiền ngẫm tôi mới hiểu tại sao người ta cứ tìm đến nước Mỹ và nhận nơi này làm quê hương

Chương 16:

Đi chụp hình ở quê nhà

Sống ở Mỹ khoảng sáu năm thì tôi có dịp trở về thăm quê nhà Việt Nam. Cái cảm giác của người lâu ngày xa quê và nhìn thấy quê nhà thay đổi như thế nào được tôi ghi lại trong nhiều bài viết. Mấy năm gần đây thì tôi về thường hơn, có năm tôi về đến hai lần, mỗi lần một tháng. Tôi về và đi khắp mọi miền đất nước từ Bắc vào Nam để chụp hình. Tôi muốn ghi lại mọi cảnh đẹp trên quê hương, đem về Mỹ phổ biến cho mọi người cùng xem. Tôi thấy được niềm đam mê trong việc này và nhận ra rằng nghệ thuật nhiếp ảnh cũng giống như viết văn, làm thơ. Tôi có viết nhiều bài về nhiếp ảnh. Lâu lâu đọc lại thấy vui. Sinh hoạt cộng đồng ở Mỹ nhiều lúc làm cho tôi mệt mỏi thì văn học, nghệ thuật làm cho tâm hồn tôi cân bằng trở lại, là niềm an ủi, là một thú vui cao quý của tuổi già.

Tôi không phải là nhiếp ảnh gia, càng không phải lả nhiếp ảnh gia chuyên nghiệp mà chỉ là một người đam mê nhiếp ảnh. Từ nhỏ tôi đã nhìn thấy và biết thưởng thức nét đẹp trong các tác phẩm của các nhiếp ảnh gia bậc thầy như: Nguyễn văn Mùi, Trần cao Lĩnh, Nguyễn cao Đàm, Nguyễn ngọc Hạnh…

Thời đó tôi chỉ mua sách nhiếp ảnh về xem chớ chưa có dịp cầm máy cho tới khi sang tới Mỹ. Khi đứa cháu ngoại đầu tiên ra đời tôi mới đi mua một máy ảnh hiệu Sony về chụp hình cho nó. Từ chụp hình cho cháu, tôi chụp cho thân nhân, gia đình và cộng đồng trong những buổi sinh họat, hội hè, đình đám. Hình tôi chụp có nhiều người khen. Từ đó, gợi lại cho tôi những bức hình nghệ thuật. Tôi đã biết thưởng thức cái đẹp từ lâu, sao lại không thử tạo ra cái đẹp, thực hiện những bức hình đẹp, không cho đời thì cũng cho bạn bè, người thân hay chính mình thưởng thức

Văn học, Nghệ thuật là hai bộ môn khoa học xã hội có phạm vi và đối tượng khác nhau nhưng thường đi chung với nhau, được người đời gá nghĩa, ghép chung làm một, từ đó phát sinh một danh từ kép đặc biệt: Văn học- Nghệ thuật. Trước khi cầm máy thì tôi cầm bút, viết văn, làm thơ và nhận ra một điều là cái đẹp trong văn học, tư tưởng cũng có họ hàng với cái đẹp trong nghệ thuật, vì cùng nằm trong phạm trù Chân, Thiện, Mỹ. Một bức hình đẹp có khi nhìn bằng mắt còn dễ cảm nhận hơn, dễ thấy hơn nếu ta nhìn nó với cái tâm mở rộng. Thông điệp của một tấm hình thì dễ truyền đạt hơn cái thông điệp trong văn học, tư tưởng. Thế là ngoài giờ viết lách thì tôi xách máy đi chụp mọi thể loại, đề tài. Có khi đi một mình, có khi đi cả nhóm bạn. Vào google tôi nghiên cứu những vấn đề căn bản của photoshop để có thể chỉnh đường nét, màu sắc và ánh sáng cho tấm hình tôi chụp được hoàn chỉnh hơn, bắt mắt hơn. Có lần tôi làm thơ cho đứa cháu :

Mơ tưởng vầng trăng, chú thức suốt đêm trường
Yêu mặt trời, chú dậy lúc mờ sương
Ghi cho được khoảnh khắc bình minh vào ống kính

Suốt cuộc đời, chú chạy theo cánh bướm.
Dong ruổi theo mấy con châu chấu cào cào
Bỏ thời gian ở lại phía sau
Nên quên mất là mình bao nhiêu tuổi! ...

Một người yêu thiên nhiên, hoa lá, côn trùng không phải là chuyện lạ nhưng yêu đến độ "quên mất là mình bao nhiêu tuổi" có thể làm cho nhiều người thắc mắc, nếu không có một sự cảm thụ sâu sắc về văn học và nghệ thuật. Mãi mê theo đuổi một công việc mà quên mất thời gian là chuyện bình thường. Mà thời gian, ngày tháng là đơn vị để tính tuổi. Do vậy, quên thời gian cũng chính là quên tuổi tác của mình, chớ còn gì nữa! Hình ảnh một ông già cầm máy ảnh chạy theo cánh bướm, bỏ thời gian lại phía sau là hình ảnh có người cho là lạ, có người cho là đẹp lãng mạn, rất thơ. Dầu sao đó cũng là chân dung rất thực do tôi tự họa. Nói thế để mọi người không ngạc nhiên khi giở sách ảnh của tôi ra, thấy nhiều bướm quá! thấy bướm tất nhiên phải thấy hoa, cũng như có đàn bà thì phải có đàn ông. Có ai thắc mắc thì cứ đi hỏi ông Trời. Có người không đi hỏi ông Trời mà lại hỏi tôi: Sao ông già rồi mà còn lãng mạn quá? Tôi cười: Biết làm sao khi ông Trời đã sinh ra tôi như vậy rồi! Nói vậy chớ tôi cũng giật mình: Mới đó mà đã hơn bảy mươi rồi! Vậy mà tôi còn đam mê nhiều thứ quá, nhiếp ảnh chỉ là một.

Thời gian tôi cầm máy rất trễ và không nhiều nhưng đã để lại cho tôi nhiều kỷ niệm khó quên. Có lần nhìn thấy ông già ngồi bên vệ đường với ba con bồ câu bám trên người. Không có khoảng cách và không chọn được góc độ mong muốn, tôi đành phải ra giữa đường, giữa hai dòng xe xuôi ngược để bấm máy trong tiếng la ó, tiếng còi xe inh ỏi, những người đi đường thì hiếu kỳ dừng lại, xem "ông già điên" làm chuyện lạ, làm náo loạn cả một góc phố! May mà lần đó tôi không hề hấn gì. Nếu police thấy được chắc là tôi phải ra tòa về tội cản trở lưu thông và tội liều mạng cùng nhiều tội danh khác mà tôi không nghĩ tới. Dầu sao tôi cũng thực hiện được tấm hình ưng ý nhất: Bố cục đẹp, người và thú đều thể hiện tuyệt vời, biểu cảm được tính nhân văn cao độ, một yếu tính của văn học. Có thể nói, tấm hình rất có hồn mà tôi không thể nào thực hiện được lần thứ hai, tôi đặt tên cho nó là YÊU THƯƠNG. Lần khác, tôi và bà xã đi Arizona chụp hình Grand Cayon, một kỳ quan thiên nhiên của nước Mỹ và thế giới. Xe bus đổ khách xuống một địa điểm và cho chúng tôi 15 phút để chụp hình. Say mê với vẻ đẹp hùng vĩ của một kỳ quan 50 triệu năm lịch sử, tôi đã quên mất thời gian, và không tìm được lối về. Đến chừng ra được bên ngoài thì xe đã bỏ chúng tôi đi địa điểm khác. Lần đó tôi không chụp được những tấm hình như mơ ước mà còn bị bà xã cằn nhằn quá đỗi! Có lần tôi và bà xã đi du lịch ra khỏi nước Mỹ bằng tàu cruise. Khoảng 5 giờ sáng, trong lúc mọi người và bà xã còn ngủ, tôi rón rén xách máy ảnh lên tầng 12, tầng cao nhất của chiếc Monarch of the Seas để chụp cảnh mặt trời mọc. Một mình trên tầng cao giữa biển khơi, gió lộng và giật rất mạnh, tôi lạnh cóng người. Cố gắng chụp khoảng 15 phút thì chịu hết nỗi, tôi trở xuống. Giờ đây nhớ lại mới thấy sợ. Nếu gió thổi tôi rớt xuống biển thì không ai, kể cả bà xã biết tôi ở đâu mà tìm. Đã có nhiều người đi du lịch trên tàu cruise bị mất tích không tìm thấy xác. Sự kiện đáng nhớ nhất có lẽ là ngày 01 tháng 02 năm 2015. Sau nhiều ngày hoành hành dữ dội ở các tiểu bang miền Đông Bắc Hoa Kỳ, cơn bão tuyết không mời mà viếng Chicago. Cao hứng, tôi cùng với con trai, con dâu rũ nhau đi "tác nghiệp" trong cơn giông bão. Sau nhiều giờ chóng chọi với cơn bão, huyết áp bị hạ thấp, máu trong người tôi dường như bị đông đặc, mười ngón tay bị tụ máu đỏ rần và nhức nhối kinh khủng. Nếu không có hai đứa con kèm hai bên có lẽ tôi đã bị bão thổi xuống hồ Michigan hoặc bị chôn vùi trong tuyết giống như những chiếc xe đậu hai bên đường, đều trở thành những nấm mộ tuyết khổng lồ. Có điều an ủi là lần đó tôi cũng chụp được những tấm hình rất ấn tượng!

Nhiều người xúi tôi đem hình đi dự thi, biết đâu có giải, nhưng tôi chưa bao giờ có ý định đó. Khi nào chụp được tấm hình ưng ý thì đem khoe với người này, người kia, nhất là với nhóm bạn già cùng đi chụp hình với tôi để nghe bình phẩm, khen chê đã là quá đủ, quá hạnh phúc. Còn dự thi? Tôi chỉ muốn thi với chính mình, sao cho tay nghề mỗi ngày được nâng cao, chụp được nhiều hình đẹp, mang nhiều ý nghĩa nhân văn. Tôi quan niệm chụp hình cũng giống như làm thơ. Một bài thơ hay ngoài ý và lời còn phải có hồn nữa! Một tấm hình đẹp về nghệ thuật thì chưa đủ, nó phải có hồn, hay ít ra cũng "nói" lên được điều gì đó. Mặc dầu ước muốn thì vô cùng nhưng khả năng thì giới hạn, còn nghệ thuật thì bao la. Thôi thì, tới đâu hay tới đó, thực hiện được tấm hình mình ưng ý là tốt rồi.

Nói về khuynh hướng thì mỗi người có một khuynh hướng khác nhau. Người thì thích chụp hình nghệ thuật, hình khỏa thân, người khác thích chụp hình phong cảnh, hình thể thao… Tôi thì thích ghi lại hình ảnh đời thường, tức là con người và sự việc diễn ra hàng ngày xung quanh mình, dưới mắt mình một cách bình thường. Cũng giống như khi viết văn, tôi không thích viết truyện hư cấu, truyện tưởng tượng mà chỉ muốn viết về người thật, việc thật, có ích cho đời hơn, nhất là khi quỹ thời gian của tôi không còn nhiều nữa! Có những sự việc bình thường nhưng không tầm thường! Những thứ đơn giản hoặc tưởng chừng như đơn giản nhưng có nét đẹp tiềm ẩn, độc đáo riêng, hoặc có ý nghĩa lớn lao, nhiều khi còn nói lên được triết lý sâu sắc của cuộc đời, quy luật của thiên nhiên, trời đất, lẽ huyền nhiệm của vũ trụ. Kể ra thì rất nhiều nhưng có thể tóm tắt bằng hai chữ "hướng thượng". Dĩ nhiên người "xem" hình không phải ai cũng "thấy" được điều này. Người thưởng ngoạn cần có cái nhìn tinh tế, cái tâm mở rộng, không kể một sự hiểu biết tối thiểu về nhiếp ảnh. Nếu người xem cũng mê nhiếp ảnh như người chụp thì còn gì bằng!

Nhiều lúc say mê chụp hình tôi quên mất thời gian, quên lối về và quên cả chính mình nữa! Đi chụp hình có nghĩa là đi ra ngoài thiên nhiên, sống với thiên nhiên, được chiêm ngưỡng cảnh đẹp, hoa thơm cỏ lạ, hít thở không khí trong lành, trong chốc lát quên đi mọi phiền muộn, bon chen, rắc rối của cuộc đời, khiến cho tâm hồn thanh thản, tay chân cứng cáp. thấy khỏe mạnh hơn, yêu đời hơn. Đây là phần thưởng từ Trời ban thì còn có phần thưởng nào cao quý cho bằng?

Tháng 10 năm 2015 từ Mỹ tôi về Việt Nam, cùng với mấy anh em ở Hội Nhiếp Ảnh Sàigòn ra ngoài Bắc chụp hình chụp hình ruộng lúa bậc thang, được tôi ghi lại trong một bài viết rất vui:

Ruộng bậc thang Việt Nam được báo chí nước ngoài bình chọn là một trong mười điểm đến hấp dẫn, kỳ vĩ nhất thế giới. Vào khoảng tháng mười, khi những tia nắng nghiêng chiếu xuống các bậc thang vào mùa lúa chín khiến cho màu vàng rực của lúa trở nên lung linh, óng ánh, làm ngất ngây, say đắm lòng người. Danh từ "Mùa Vàng" đối với tôi mới nên thơ và hấp dẫn làm sao! Được tận mắt nhìn thấy và tự tay ghi vào ống kính vẻ đẹp quê hương là một ước mơ trong đời.

Nhận được thông tin trên Facebook, và hẹn được với cô Bích Trâm, một nhân viên của phòng nghiên cứu hôi nhiếp ảnh thành phố Sàigòn, ngày 24/09/2014 từ Mỹ tôi về Việt Nam cùng đi sáng tác với các nhiếp ảnh gia thành phố với chủ đề mơ ước: "Mùa Vàng" theo kế hoạch, diễn ra từ ngày 10 đến 18/10/2015.

Ngày 25/09/2015, tôi bất ngờ được mời đi cùng với đoàn xuống miền Tây chụp ảnh "Mùa Nước Nổi". Bị quyến rũ bởi danh từ thơ mộng, tôi nhận lời ngay, cho dù chưa kịp lấy lại sức sau hai mươi mấy tiếng đồng hồ không ngủ trên chuyến bay nửa vòng trái đất. Phải chăng đó là điểm yếu của một tâm hồn đa cảm và lãng mạn: Hay yếu lòng nên dễ bị dụ? Thật ra, hình ảnh của những cô gái tóc dài, mặc áo bà ba chèo thuyền trên dòng sông, trở thành những tấm thảm bèo màu mạ non giữa bát ngát rừng tràm của miền Tây Nam bộ đã là một hình ảnh đẹp tuyệt vời, làm sao từ chối cho được? Vậy mà khi tới nơi mới biết nước chưa có "nổi", các con sông vẫn chưa đủ nước cho các cô gái miền Tây thi thố tài năng, để các nhiếp ảnh gia tác nghiệp. Dầu sao từ ngày 25 đến ngày 27, đoàn cũng chộp được nhiều ảnh đẹp về lễ hội đua bò, cấy lúa, cây thốt nốt An Giang, chùa Miên, cây còng lâu năm, cùng những sinh hoạt đặc thù của người K'hmer ở địa phương.

Rồi thì cái ngày mong đợi cũng đến. Chúng tôi gồm 9 người, trong đó có 3 nữ. Tôi là người nhiều tuổi nhất, cùng đáp máy bay ra Hà Nội. Từ đó chúng tôi dùng xe cá mập 16 chỗ ngồi để tiếp tục cuộc hành trình. Tôi được ưu tiên xếp ngồi phía trước, cạnh tài xế để nhìn rõ hơn quê hương sau nhiều năm xa cách, cô Trâm nói như vậy. Đường đèo là nét đặc trưng và là con đường duy nhất đưa đoàn đi từ Hà Nội qua các tỉnh Hà Giang, Thái Nguyên, Cao Bằng, Bắc Cạn… xuyên qua những địa danh xa lạ và khó nhớ như Quản Bạ,Yên Minh (rừng thông), Mèo Vạc, Xà Phìn (vua mèo có 5 vợ), Phố Cáo (chợ) Thẩm Mã (đèo), Lũng

Cẩm (làng văn hóa-du lịch, hoa tam giác mạch), Nậm Ty (ruộng bậc thang) vân.vân... để tới Bắc Bó, thác Bản Giốc, hồ Ba Bể... Phải nói là trong 9 ngày đi sáng tác với đoàn nhiếp ảnh gia Sàigòn tôi đã gặt hái được nhiều kinh nghiệm chuyên môn cùng những hiểu biết về lối sống của người dân địa phương đúng với câu tục ngữ *"đi một ngày đàng, học một sàng khôn"*. Trong 9 ngày ngắn ngủi, tôi đã trải qua nhiều cảm giác khác biệt: Vui cũng có mà ngậm ngùi cũng có. Ý nghĩa hơn, tôi đã thấy không qua ống kính máy ảnh mà qua sự cảm nhận từ con tim cái tình cảm thấm thiết, chân tình giữa các thành viên trong đoàn cũng như giữa đoàn và đồng bào, trẻ em ở nơi mà đoàn dừng lại chụp hình. Giờ trở lại nước Mỹ, trong một không gian tĩnh lặng, ngồi viết bài này, tôi có cảm giác như còn ngây ngất, say say với bữa đại tiệc toàn sơn hào hải vị, được thưởng thức một loại rượu tinh chế từ mật ngọt, với chất liệu quê hương với tình cảm nồng ấm, chân thành của những con người trước đây chưa hề quen biết, chưa lần gặp mặt.

Ngày đầu 10/10/2015

Từ Sàigòn bay ra Hà Nội chỉ có một tiếng rưỡi. Máy bay cất cánh lúc 6 giờ nên đến nơi rất sớm. Vì phải chờ một thành viên ra trễ nên đoàn nấn ná cho tới chiều ở Hà Nội. Hôm đó mưa suốt ngày. Tuy vậy, đoàn cũng tranh thủ ghé thăm và chụp hình một vài nơi ở làng gốm Bát Tràng.

Khi rời khỏi làng gốm thì trời đã tối, đoàn trực chỉ Hà Giang, đến một khách sạn đã đặt phòng từ trước ở một địa danh có tên Xin Mần. Khách sạn không có thang máy mà lại bố trí cho chúng tôi ở trên lầu cao, trái với thỏa thuận từ trước. Đoàn từ chối và ngỏ ý đi tìm nơi khác. Thế là cuộc tranh cãi nổ ra. Chủ khách sạn, một thanh niên còn trẻ lớn tiếng thách thức và hâm dọa chúng tôi. Anh nói *"Đếch ở cũng phải trả tiền! Tôi thách mấy người ra khỏi chỗ này được*!". Bà vợ đang ẵm đứa con trên tay thì nhào tới sỉ vả, toan hành hung chúng tôi. Cuối cùng bà ta cũng giựt được một túi quần áo của anh Thiện, một thành viên trong đoàn. Đoàn thấy không cần thiết phải tranh chấp với họ nên cuối cùng thì rút lui, tìm nơi khác trú qua đêm vì cuộc hành trình vẫn còn ở phía trước. Cuộc "cứu trợ" nội bộ được thực hiện khẩn cấp để giúp anh Thiện sắm quần áo mới. Trong cái rủi bao giờ cũng có cái may. Có điều là không biết anh Thiện sẽ giải thích như thế nào cho vợ tin: Tại sao quần áo đem đi biến đâu hết, khi về lại diện toàn quần áo mới? Chủ doanh nghiệp dùng lời lẽ thô tục để chửi bới và cướp giựt tài sản của khách hàng giữa ban ngày tôi có nghe và đọc thấy trên báo nhưng tận mắt chứng kiến thì đây là lần đầu. Quá vui!

Những con người

Quang Anh, người Hà Nội, tài xế, cũng là chủ xe là một người trẻ, dễ thương, vui tính, yêu thích nhiếp ảnh, có tay nghề cao, chuyên lái xe, đồng thời là hướng dẫn viên nhiệt tình cho các đoàn photo tours từ các nơi ra, là một thuận lợi rất lớn cho đoàn. Từ Đông sang Tây Bắc, ở đâu có cảnh đẹp, thời điểm nào thì có mây luồn, sương mù anh đều biết trước. Nơi nào có cảnh đẹp thì anh cho xe chạy chậm lại, quan sát rồi ngừng lại cho đoàn xuống chụp hình. Ngồi phía trước, biết bao lần trái tim muốn rớt ra ngoài vì cứ sợ xe ngược chiều đâm thẳng vào mình. Quang Anh lấy kinh nghiệm trên mười năm lái xe đường đèo trấn an tôi. Tôi thắc mắc không hiểu sao ban đêm anh lại cho xe chạy nhanh hơn ban ngày. Anh giải thích: Cũng như ban ngày, mình không thấy xe ngược chiều nhưng ban đêm mình thấy được ánh đèn của xe từ rất xa nên dễ lái hơn. Anh còn phân biệt được ánh đèn như thế nào là của xe truck, của xe con và như thế nào là của xe gắn máy nữa! Ngồi cạnh anh suốt chuyến đi, được anh kể những trải nghiệm về chụp hình, rất thú vị. Ngoài ra, tôi có thể nhìn rất rõ và chụp được những con đường ngoằn ngoèo, quanh co, uốn khúc trước mặt mà những anh em ngồi phía sau không thấy được. Có lần anh dừng xe lại, quan sát xung quanh rồi xuống xe, dáo dác chạy đi. Mọi người xách máy ảnh chạy theo, anh mới nói không phải đi tìm cảnh đẹp mà tìm chỗ trút bầu tâm sự cho xe nhẹ bớt!

Hoàng Nhân, nhỏ hơn tôi vài tuổi nhưng sức khỏe thật tuyệt vời. Lần đi "Mùa Nước Nổi" ở miền Tây cũng có anh. Lúc nào cũng mang theo một thùng đựng bia to đùng để mời mọi người cùng uống. Câu nói *"Vui là chính"* tóm tắt được cái nhân sinh quan, lối sống hiện thời của anh, tiếp theo câu nói là một tràng cười sảng khoái. Lần này anh được tín nhiệm làm trưởng đoàn. Anh là đạo diễn, là người dàn dựng sắp xếp cảnh trí cho anh em chụp hình. Ngoài máy ảnh, chuyến đi nào anh cũng mang theo bánh, kẹo, bong bóng, hòn bi và rất nhiều thứ khác để bày trò với học sinh, trẻ con ở những nơi mà đoàn đi qua, cho anh em chụp hình. Với người lớn thì anh tặng quà. Như vậy, ngoài việc chụp hình, làm nghệ thuật, đoàn còn làm công tác xã hội nữa. Chuyến đi này làm tôi nhớ lại mấy chục năm về trước, thuở còn là sinh viên cũng đi làm công tác xã hôi. Mỗi khi xong công tác, đoàn rời địa điểm bao giờ cũng để lại cho người dân địa phương biết bao là tình cảm lưu luyến, không cầm được nước mắt. Nhắc tới anh Hoàng Nhân thì nhớ tới anh Sĩ, chuyên viên thổi bong bóng cho trẻ em.

Một nhân vật không thể không nhắc tới, đó là cô Bích Trâm, người phụ trách hậu cần. Điều mà mọi người nhớ nhất về cô chính là câu nói quen thuộc, hàng ngày của cô: Xin mời "cả nhà" dùng cơm, mời "cả nhà" ra xe… Nhà là nơi để quay về, để sum họp, toàn tụ và gắn bó. Nó có tính chất thiêng liêng và vô cùng cao quý. Từ "cả nhà" còn hơn thế nữa. Dùng từ cả nhà để chỉ anh em trong đoàn, giống như cùng một gia đình, nghe nó dễ thương và tình cảm làm sao! Cám ơn cô Bích Trâm và hy vọng sẽ còn được nghe lại hai chữ "cả nhà" rất thân thương của cô.

Người nhỏ tuổi nhất đoàn là Nguyễn văn Huy, rất dễ thương, vui tính. Em rất quan tâm giúp đỡ những người lớn tuổi hơn mình cũng như đãm trách mọi việc phục vụ cho đoàn như một đứa em út trong gia đình. Đặc biệt Huy có tính khôi hài, mỗi câu em nói ra đều làm cho mọi người cười thiếu điều vỡ bụng. Em là một nhân vật không thể nào quên.

Những điểm đến

Điểm đến đầu tiên của đoàn là làng gốm Bát Tràng ở ven sông Hồng, thuôc huyện Gia Lâm, Hà Nội. Bát Tràng nổi tiếng hàng chục thế kỷ trước với những câu ca dao mà không một học sinh nào không thuộc:

Trên trời có đám mây xanh
Ở giữa mây trắng, chung quanh mây vàng
Ước gì anh lấy được nàng
Để anh mua gạch Bát Tràng về xây
Xây dọc rồi lại xây ngang
Xây hồ bán nguyệt cho nàng rửa chân

Leo lên đỉnh một ngọn tháp có tên gọi là Cổng Trời, Tam Sơn- Quản Bạ, ta sẽ thấy ngọn "núi đôi". Đó là hai trái núi liền kế nhau có vẻ đẹp hoàn hảo, giống như hai gò bồng đảo của một thiếu nữ. Thật vậy núi này có tên gọi chính thức là núi cô tiên. Hai trái núi kia chính là cặp vú của cô tiên. Ai muốn biết tường tận về truyền thuyết này cứ vào Google gõ mấy chữ Núi Đôi cô tiên thì thấy liền. Xin đừng nhầm với ngọn núi đôi thường được gọi là núi chồng núi vợ ở thôn Xuân Đoài, huyện Sóc Sơn, Hà Nội. mà nhà thơ Cao Vũ năm 1956, đề cập tới trong bài thơ có tên Núi Đôi, viết về chuyện tình lãng mạn có thật của đôi trai gái trong những ngày kháng chiến chống Pháp ở nơi này, với những câu thơ mở đầu như sau:

Bảy năm về trước em mười bảy
Anh mới đôi mươi, trẻ nhất làng
Xuân Dục, Đoài Đông hai cánh lúa
Bữa thì em tới, bữa anh sang.....

Hồ Noong ở xã Phú Linh huyện Vị Xuyên, cách thị xã Hà Giang 17 cây số là hồ nước ngọt, lúc nào cũng trong xanh có diện mặt nước 20 mẫu khi hồ cạn, vào mùa mưa thì lên đến 80 mẫu, với một đàn vịt hàng mấy trăm con. Xung quanh hồ là đồng cỏ bát ngát với nhiều trâu bò gặm cỏ nhởn nhơ, tạo cho nơi này một vẻ đẹp hoang sơ, yên bình hiếm có. Vào đây bạn sẽ thấy lòng mình nhẹ nhàng, thanh thản, xa hẳn chốn phồn hoa ồn ào, bụi bặm. Người ta gọi Hồ Noong là chốn bồng lai ở Hà Giang.

Huyện Đồng Văn cách Hà Giang 300 cây số, giữa thung Lũng Sà Phìn có dinh của vua Mèo Vương Chí Sinh (1886-1962) 5 vợ. Chí Sinh là người thừa kế của vua cha Vương Chính Đức (1865-1947) người H'mong, có 3 vợ, khởi xây dinh thự này từ năm 1919 đến năm1928 thì hoàn thành với một diện tích 3000 thước vuông, kiến trúc bằng các loại gỗ quý từ nước ngoài, kết hợp 3 kiểu dáng của Tàu, H'mong và Pháp. Dinh gồm có 64 phòng cho 100 người ở. Vua Mèo rất có uy tín, chinh phục cả 4 huyện Quản Bạ, Yên Minh, Mèo Vạc, Đồng Văn, bao gồm 17 dân tộc, được tôn làm vua một phần là vì thuộc giòng họ Vương, nghĩa là vua theo tiếng Tàu. Để tỏ lòng tôn kính nhau người ta thường lấy họ để gọi nhau mà không dùng tên. Vua Mèo đã cống hiến rất nhiều vàng bạc, tài sản cho "cách mạng" được ông Hồ Chí Minh kết thân, được bầu làm đại biểu quốc hội hai khóa 1 và 2. Cơ ngơi hiện nay do nhà nước quản lý như một di sản văn hóa và du lịch cấp quốc gia.

Làng Văn Hóa-Du lịch Lũng Cẩm ở xã Sủng Là thuộc huyện Đồng Văn, Hà Giang có trồng một loại hoa tên là tam giác mạch. Hoa tam giác mạch màu hồng phấn nhạt, mùi thơm dịu, dùng làm bánh, được trồng đại trà thành những cánh đồng hoa để cho khách du lịch tham quan, các đôi trai gái, cô dâu chú rể đến chụp hình ngày cưới. Hàng năm ở Hà Giang đều có tổ chức lễ hội hoa tam giác mạch, khách từ các tỉnh xa đổ về tấp nập. Hoa tam giác mạch rất dễ trồng, tô điểm thêm nét văn hóa, hấp dẫn thêm khách du lịch, mang lại một nguồn thu đáng kể cho địa phương.

Tỉnh Hà Giang có rất nhiều ruộng bậc thang. Chỉ riêng huyện Hoàng Su Phì có tới 3.800 mẫu ở 25 xã như Bản Phùng, Bản Luốc, Hồ Thầm... Ruộng bậc thang đẹp như một bức tranh, đẹp tráng lệ vào mùa nước đổ, là mùa cấy. Vào mùa gặt, thường được gọi là mùa vàng thì nó lung linh, huyền ảo hơn. Ruộng do bàn tay của người Nùng, người Dao, người Mông tạo ra từ đời này sang đời khác để lại cho chúng ta như một di sản văn hóa quốc gia. Nhiều nơi được nhà nước quy hoạch, giao cho địa phương quản lý và bảo vệ như ruộng bậc thang ở xã Thông Nguyên, Nậm Ty, nơi mà đoàn dừng lại chụp hình tới 2 lần, lượt đi và cả lượt về.

Khu di tích Pắc Bó, xã Trường Hà, huyện Hà Quảng tỉnh Cao Bằng, cách thị xã Cao Bằng 55 cây số về hướng Bắc là khu di tích lịch sử quốc gia, là một quần thể gồm có hang Cốc Bó (tiếng địa phương người Nùng) nhà tưởng niệm Hồ Chí Minh, núi Các Mác, Suối Lênin… Năm 1979 khi bọn bá quyền bành trướng Bắc Kinh tràn xuống tấn công 6 tỉnh biên giới phía Bắc, tàn sát đồng bào ta. Trong thời gian chiếm đóng tỉnh Cao Bằng, đã phá hủy hoàn toàn khu di tích này. Riêng hang Cốc Bó, nơi ông Hồ đã ở trong 7 tuần (trong tháng 2 và tháng 3 năm 1941) cũng bị đặt mìn giựt sập. Những gì mà khách tham quan du lịch nhìn thấy ngày nay chỉ là sự khôi phục lại. Điều này không được phổ biến rộng rãi nên ít người biết. Báo Hà Nội Mới số 3460 ngày 28/3/1979 có bài tường thuật nhan đề "Giặc Trung Quốc xâm lược phá huỷ khu bảo tồn lịch sử Pắc Bó". Trong phần kết luận bài báo viết: "*Phá hủy khu bảo tàng lịch sử Pắc Bó, bọn Trung Quốc xâm lược đã phạm những tội ác cực kỳ tàn bạo, láo xược, xúc phạm đến tình cảm thiêng liêng của nhân dân cả nước ta*

và bè bạn khắp năm châu đối với chủ tịch Hồ Chí Minh vĩ đại". Được viếng thăm khu Pắc Bó một lần là mơ ước của nhiều người, nhưng khi tới nơi rồi mới thấy chua xót và ngậm ngùi. Chua xót và ngậm ngùi cho mối tình đồng chí, anh em "môi hở răng lạnh" giữa ta và Trung Quốc. Suối Lênin vẫn còn giử được màu xanh ngọc thạch, rất đẹp. Người viết bài này có dịp câu cá ở đây, với cần câu... không có lưỡi câu.

Thác Bản Giốc ở tỉnh Cao Bằng từ phần đất Việt Nam nhìn sang thì thấy có hai phần. Phần thác nhỏ bên trái ở xã Đạm Thủy, huyện Trùng Khánh thuộc chủ quyền Việt Nam. Phần chính bên phải lớn và đẹp hơn hơn nằm phía bên kia sông Quây Sơn (Quế Sơn) phân chia hai nước Việt-Trung. Thác này được mô tả là ở thôn Đức Thuận, trấn Lạc Long, huyện Đại Tân, cách thủ phủ Quảng Tây Trung Quốc 208 cây số, được chánh quyền Việt Nam xác nhận là thuộc chủ quyền Trung Quốc. Trong khi đó các nhà nghiên cứu và người Việt hải ngoại quả quyết thác Bản Giốc nằm trên lãnh thổ Việt Nam. Bài viết này không nhằm mục đích bày tỏ quan điểm chánh trị, ai đúng ai sai mà chỉ ghi lại những điều tai nghe, mắt thấy trong một chuyến đi. Theo đồng bào địa phương thì thác Bản Giốc là của Việt Nam. Họ tỏ ra rất bất mãn nói rằng không một người Việt nào có thể bén mảng đến gần thác Bản Giốc, nơi Trung Quốc giành lấy chủ quyền. Người dân địa phương còn nói những mồ mả của ông bà tổ tiên từ bao đời chôn ở phần đất Việt Nam gần với đường biên phân chia hai nước cũng bị nhà cầm quyền Trung Quốc bắt phải di dời đi trong một thời gian cấp bách! Nói về thác Bản Giốc thì nhớ tới thác Niagara là một kỳ quan thiên nhiên đẹp và hùng vĩ nhất thế giới. Thác Niagara nằm trên sông Niagara, giữa hai nước Canada và Hoa Kỳ, chính xác hơn là giữa hai thành phố Ontario (Canada) và NewYork (Mỹ).

người dân hai nước và khách du lịch bất cứ lúc nào cũng có thể qua lại hai bên để chiêm ngưỡng vẻ đẹp của thiên nhiên mà không bị ai ngăn cản hay làm khó dễ. Canada và Mỹ không hề có khẩu hiệu đại loại như láng giềng tốt, bạn bè tốt, đồng chí tốt, đối tác tốt vân.vân…

Khi học môn địa lý lớp nhất (lớp 5 bây giờ) tôi có biết hồ Ba Bể. Không ngờ niềm đam mê nhiếp ảnh hôm nay đã đưa tôi tới tận xã Nam Mẫu, huyện Ba Bể, tỉnh Bắc Kạn, để đi thuyền ngao du trên hồ có niên đại trên 200 triệu năm, là một trong 100 hồ nước ngọt lớn nhất thế giới. Tên gọi Ba Bể là do ba nhánh sông Pé Lầm, Pé Lù và Pé Lèng chảy vào hình thành. Hồ nằm giữa những dãy núi đá vôi với nhiều hang động và những suối nước ngầm độc đáo. Những đám mây luôn màu trắng đục thường

vướng trên sườn đồi, đỉnh núi cùng với sương mù là là trên mặt hồ khiến cho cảnh quang ở đây có một vẻ đẹp vừa tráng lệ vừa nên thơ như một bức tranh thủy mạc. Hội Xuân Ba Bể đã thành truyền thống, được tổ chức vào tháng giêng âm lịch hàng năm là thời điểm mà khách du lịch đến đây nhiều nhất. Được ở nhà sàn với người Tày và xem người Tày biểu diễn văn nghệ ở Hồ Ba Bể là một trải nghiệm lý thú, khó quên.

Chuyện dọc đường

Điểm đến hay nơi đến là mục tiêu, là nơi mình sẽ tới theo kế hoạch dự định từ trước. Mới nghĩ tới đã thấy trong lòng nôn nao, háo hức rồi, chỉ mong cho mau tới ngày lên đường! Đường nào đưa ta đến nơi cũng chỉ là phương tiện, thường được xem là không quan trọng. Nhưng có khi đến nơi thì mới vỡ lẽ ra, mới thấy phũ phàng và thất vọng. Ngược lại, người ta có thể tận hưởng nhiều điều thú vị và có được niềm vui, hạnh phúc ngay trên đường đi. Đối với dân nhiếp ảnh vốn có cái nhìn tinh tế, tâm hồn nhạy cảm thì họ dễ dàng "nắm bắt" được điều này trên đường đi tìm cái đẹp. Con đường từ Hà Nội, lên Hà Giang tới Cao Bằng hầu hết là quanh co khúc khuỷu vì là đường đèo,chẳng hạn đoạn đường 20 cây số từ Hà Giang đến cao nguyên Đồng Văn nối với thị trấn Mèo Vạc cao tới 1.200 mét so với mặt nước biển. Đoạn đường này do nhà nước huy động đồng bào địa phương kiến tạo dưới chân núi Mã Phì Lèng. Mã Phì Lèng có nghĩa là ngựa mà chạy cũng phải phì mũi ra mà thở! Không hiểu sao đường này được nhà nước đặt tên là đường hạnh phúc. Một bên là vách đá dựng đứng, một bên là vực thẳm quanh co như rắn lượn. Những ai thích cảm giác mạnh đi trên đoạn đường này thật là lý thú. Tôi rất may mắn là đã chụp hình được con đường và ngọn núi có tên là Mã Phì Lèng này ở nhiều vị trí và góc độ khác nhau. Một cảm giác khác êm ái và nhẹ nhàng hơn khi nhìn thấy những thửa ruộng bậc thang ở hai bên đường với những mãn màu vàng óng ả, ngăn cách bởi những bờ cỏ xanh dịu, nhất là khi có những đám mây luôn treo lơ lửng mà sửng sờ, mà cứ ngỡ là những bức tranh vẽ cảnh thần tiên nào đó. Cũng trên đường đi, biết bao cảnh thu hoạch vụ mùa đã diễn ra với những chàng trai, cô gái vui đùa thoải mái bên cạnh mấy con bò hiền lành đang gặm cỏ rơm cho ta sống lại cảnh thanh bình tuyệt đối. Ngồi dọc đường để canh chụp cảnh đồng bào dân tộc đi chợ và đi chợ về ở Phố Cáo, Sà Phìn, Phó Bản cũng rất vui. Chợ phiên họp mỗi tuần một lần trên một con đường nào đó, giống như chợ trời của người Việt mình. Người dân tộc đi chợ phiên từng đoàn đông vui giống như đi trẩy hội. Phụ nữ mặc đồ dân tộc, Mông trắng, Mông xanh với nhiều màu sắc rực rỡ. Đàn ông duy nhất một màu đen may theo kiểu người Tàu, cổ cao, khuy, nút bằng vải. Có một điều ghi nhận được là khi đi chợ người phụ nữ mang gùi sau lưng chất đầy đồ đạc nặng nề, đi bộ trên những đoạn đường đèo dốc cả chục cây số, trong khi đó người đàn ông đi tay không rất nhàn nhã. Người ta giải thích, theo chế độ mẫu hệ thì người vợ đãm trách mọi chuyện còn người chồng chỉ làm những chuyện lặt vặt trong nhà!

Chuyện dọc đường thì nói hoài không hết nhưng có thể tóm tắt một câu là nó cho ta những giây phút sống tuyệt vời và những trải nghiệm vô cùng lý thú.

Ngày cuối 18/10/2015

Buổi sáng đoàn còn lênh đênh trên hồ Ba Bể đến hơn 1 giờ trưa mới lên xe trở về Hà Nội. Quang Anh cho xe chạy rất nhanh nên đến phi trường Nội Bài trước giờ phi cơ cất cánh đến 2 tiếng (lúc 8 giờ tối). Một số tranh thủ đi mua sắm. Tôi thì cảm thấy hơi bị đuối vào ngày cuối cùng khiến một số anh em trong đoàn lo ngại. Chỉ qua một đêm, sáng hôm sau thì tôi tươi tỉnh trở lại và thấy niềm đam mê nhiếp ảnh vẫn còn nguyên vẹn. Xin hẹn với mọi người vào “mùa nước đổ” năm sau.

Chương 17:

Nước Mỹ nơi tôi đang sống

Thời điểm đó Mỹ và chánh quyền Việt Nam có thỏa thuận các cựu quân nhân VNCH đi "học tập cải tạo" từ 3 năm trở lên thì cùng với gia đình được đi Mỹ theo chương trình HO. Nhiều người đoán đó là chữ viết tắt của Humanitarian Operations, là nghĩa cử nhân đạo, cũng có thể hiểu đơn giản là mã số hồ sơ như HO 1, HO 2, HO 22... Cho đến bây giờ không ai giải thích chính xác và thuyết phục được hai mẫu tự HO có nguồn gốc từ đâu và nghĩa là gì cả. Chương trình HO bắt đầu từ năm 1990 và kết thúc năm 2008. Những người ra đi theo diện này được chánh phủ Mỹ công nhận là tỵ nạn, refugees, được hưởng chế độ ưu đãi đặc biệt. Tôi ở tù chưa tới 3 năm, được em vợ bảo lãnh, ra đi theo diện ODP, nghĩa là ra đi có trật tự (Orderly Departure Program) là nhập cư, immigrants, là đoàn tụ gia đình, khác với thuyền nhân vượt biên (boat peoples), là tội phản quốc, theo qui định của luật pháp Việt Nam lúc đó. Luật này cho đến nay ẫn còn nằm đó, chưa có luật nào thay thế hay hủy bỏ. Nhiều người tổ chức vượt biên đến nay đã trên 50 năm khi về Việt Nam vẫn bị bắt đưa ra tòa xét xử. Còn những người khác, bất kể thuộc diện nào cũng được nhà cầm quyền Việt Nam ưu ái gọi một cách văn hoa là "khúc ruột ngàn dặm" khi họ gửi tiền về Việt Nam, còn khi bày tỏ bất đồng chính kiến thì gọi là "thế lực thù địch nước ngoài". Đúng là lưỡi không xương nhiều đường lắt léo!

Tính đến 2024 thì tôi đã định cư ở Mỹ được gần ba mươi năm. Thời gian không phải là dài nhưng cũng đủ cho tôi hiểu và đánh giá được nước Mỹ theo cái nhìn của tôi. Đó là một quốc gia hùng mạnh về quân sự, có nền kinh tế phát triển, nền khoa học kỹ thuật hiện đại, là một trong những quốc gia có nền y tế, giáo dục và an sinh xã hội tốt nhất nhì thế giới. Về thể chế chánh trị thì áp dụng tam quyền phân lập, dựa trên nền tảng tự do, dân chủ. Nước Mỹ cũng được biết đến như một quốc gia cơ hội, mở ra cho tất cả mọi người. Người ta đã nói rất nhiều về Giấc Mơ Mỹ (The dream of America) Hàng giờ, hàng ngày khắp nơi trên thế giới, người ta tìm mọi cách để đến nước Mỹ vì nước Mỹ là quốc gia dễ sống và đáng sống. Nếu Việt Nam là nơi chôn nhao cắt rốn thì nước Mỹ rất xứng đáng để tôi chọn làm quê hương thứ hai. Mỗi khi về Việt Nam thì tôi nhớ đến thân nhân và bạn bè ở Mỹ, chỉ mong mau đến ngày trở lại để được hít thở không khí trong lành và tự do ở Mỹ. Có lần tôi đi mổ cataract ở bệnh viện chuyên khoa mắt. Việc phẫu thuật chỉ trong vòng một buổi thì xong và bác sĩ cho về. Tôi muốn nhõng nhẽo, muốn được ở lại lâu hơn để được các cô y tá người Mỹ chăm sóc vì tôi rất mến mộ thái độ của họ đối với bệnh nhân. Sao mà nó tình cảm, tận tâm, êm ái và dịu dàng đến thế. Thật là đúng với câu tôi thường được nghe ở Việt Nam, bây giờ qua Mỹ tôi mới hiểu thế nào là "Lương y như từ mẫu"!

Nước Mỹ theo cái nhìn của tôi là quốc gia đáng sống và dễ thương nhưng vẫn tồn tại nhiều vấn đề nghiêm trọng, nhức nhối kéo dài từ lâu xem ra rất khó giải quyết, chẳng hạn như vấn đề bạo lực súng đạn. Trong thời gian này có hai biến cố xảy ra mà tôi cho là quan trọng, đã để lại trong tôi ấn tượng sâu đậm nhất. Biến cố thứ nhất là khi nước Mỹ bị tấn công từ kẻ thù bên ngoài. Đó là ngày 11/09/2001. Hôm ấy bầu trời mùa Thu ở Nữu Ước rất đẹp, trời có gió nhẹ và nắng ấm bảy mươi độ. Thật là lý tưởng cho khách bộ hành, những người đi mua sắm, những người làm việc tại thủ đô tài chánh và văn hóa nước Mỹ. Bỗng một chiếc Boeing 767 cất cánh từ thành phố Boston bay đến, đâm thẳng vào tháp hướng Bắc của trung tâm mậu dịch thế giới World Trade Center cao 110 tầng. Trên phi cơ có tám mươi mốt hành khách và phi hành đoàn mười một người. Lúc đó là 8 giờ 45 phút, giờ miền Đông Hoa Kỳ. Trong lúc cả nước Mỹ đang bàng hoàng không biết chuyện gì xảy ra thì 18 phút sau một chiếc Boeing 767 khác cũng cất cánh từ Boston đâm vào tháp hướng Nam của WTC. Trên máy bay có năm mươi sáu hành khách và phi hành đoàn chín người. Trong lúc đó Tổng Thống Bush đang ngồi trong một phòng học lớp hai ở thị xã Sarasota, Florida, đang sinh hoạt cùng các em học sinh bảy tuổi, xem các em tập đánh vần. Đổng lý văn phòng Bạch Ốc Andrew Card Jr bước vào ghé sát tai Tổng Thống, nói nhỏ. Người ta thấy ông biến đổi sắc mặt. Lúc 9 giờ 30 Tổng Thống mở cuộc họp báo khẩn cấp tại trường Sarasota và thông báo với quốc dân qua máy truyền hình: "Hôm nay đã xảy ra một tấn thảm kịch cho quốc gia. Một cuộc khủng bố tấn công đất nước chúng ta do những kẻ hèn nhác giấu mặt". Chín phút sau khi Tổng Thống tuyên bố tấn thảm kịch quốc gia thì một phi cơ Boeing 757 từ phi trường Dulles International của thủ đô Washington bay về Los Angeles đã đâm vào khu E của Ngũ Giác Đài. Trên phi cơ có năm mươi tám hành khách và phi hành đoàn sáu người. Lúc 10 giờ 10 phút lại có tin một chiếc Boeing 757 cất cánh từ phi trường Newark ở Newjersey bị rớt cách Pittsburgh 80 dặm về hướng Tây Nam. Trên phi cơ có ba mươi tám hành khách và phi hành đoàn bảy người. Nhiều sự kiện cho thấy chiếc máy bay này dự định sẽ đâm thẳng vào Tòa Bạch Ốc nhưng gặp phải sự chống trả quyết liệt của hành khách nên bọn không tặc đã không thực hiện được ý định điên cuồng rồ dại của chúng.

Mười chín tên không tặc đã cướp bốn máy bay Boeing của hai hảng hàng không American Airlines và United Airlines. Chúng thuộc nhóm khủng bố Á Rập trong tổ chức Alqueda do Osama Bin Laden cầm đầu, được bọn cầm quyền Taliban ở Afghanistan che chở. Đó là những tín đồ Hồi Giáo cuồng tín, cực đoan bài ngoại, chống lại văn minh Tây phương mà Mỹ là hiện thân của nền văn minh đó. Từ 8 giờ 45 đến 10 giờ 10 nghĩa là chỉ vỏn vẹn có 1 giờ 25 phút đã làm thay đổi cả lịch sử Hoa Kỳ và thế giới, cũng như trật tự địa lý chánh trị thế giới, , làm thay đổi hẳn nếp sống, nếp nghĩ của người dân. Trước đây bà Madeline Albright, cựu ngoại trưởng Hoa Kỳ đã từng tuyên bố trong niềm hãnh diện: Hoa Kỳ phải là một quyền lực ở Âu Châu, Á Châu, phải dìu dắt nước Nga đến Dân Chủ , phải củng cố Hòa Bình tại Trung Đông, phải đánh và thắng cuốc chiến chống tội ác trên khắp thế giới, phải chống lại sự khủng bố trên thế giới, phải tận diệt nghèo đói và bệnh tật, phải chăm sóc những người tỵ nạn và bảo vệ sức khỏe của các em nhi đồng. Hoa Kỳ chưa làm gì cả mà bọn khủng bố đã ra tay trước, tấn công ngay vào biểu tượng sức mạnh tuyệt đối của siêu cường Hoa Kỳ, tấn công ngay vào thủ đô của trung tâm tài chánh thế giới, là niềm kiêu hãnh tượng trưng cho sự giàu mạnh và văn minh của Hoa Kỳ. Thế giới trong tương lai sẽ không còn lấy Cộng Sản hay Tư Bản để phân chia ranh giới mà sẽ chia làm hai: Một bên là khủng bố, và một bên là chống khủng bố. Cách đây hai thập niên, Hoa Kỳ đã giúp các nhóm du kích Hồi Giáo, đã huấn luyện cho Osama Bin Laden đánh bại Liên Xô ở Afghanistan. Giờ đây thì ngược lại. Ngày 20/09/2001 tại quốc hội lưỡng viện, trước ngoại giao đoàn, Tổng Thống Bush phát biểu: "Hoặc là các bạn đứng về phe chúng tôi hoặc là các bạn đứng về phe khủng bố". Hướng về dân chúng, Tổng Thống nói Ngày 11/09/2001 là ngày mà nhân dân Hoa Kỳ sẽ không bao giờ quên, cũng như họ sẽ không bao giờ quên ngày 7/12/1941 của trận Trân Châu Cảng Pearl Harbor làm thiệt mạng 2400 người.

Lần này thì như địa ngục diễn ra giữa trái tim thành phố. Từ màn ảnh truyền hình, lúc 9 giờ 5 phút sáng, tôi nhìn thấy rõ chiếc Boeing 767 bình thản đâm vào tháp thứ hai của cao ốc WTC. Hai tòa nhà cao ốc và Ngũ Giác Đài bốc cháy, khói đen cao ngất phủ cả một góc trời. Rồi thì hai tòa cao ốc từ từ sụp xuống. Cảnh tượng xảy ra như trong ảo giác hay như trong phim ảnh vì nó vượt quá sự tưởng tượng của con người. Xe cộ và người bị các khối bê tông đè bẹp, các cửa kính bung vỡ. Hai trăm ngàn tấn thép nóng chảy, đổ ra các vĩa hè, con đường, rượt theo các khách bộ hành kêu la thảm thiết, chạy tán loạn cùng với xe cộ đủ loại trong đám bụi mù trắng xóa của bê tông, thạch cao, tro tàn và đủ mọi thứ. Trước sức nóng trên hai ngàn độ, trên bước đường cùng, từ trên cao tầng, nhiều người nhảy qua cửa sổ, cách mặt đất hàng trăm mét như là hy vọng cuối cùng. Nhưng than ôi! Họ đâu phải là những cánh chim. Bà Barbara Olson, bình luận viên đài truyền hình Fox có mặt trên chiếc phi cơ đâm thẳng vào Ngũ Giác Đài. Trong những giây phút cuối của đời mình vẫn bình tỉnh, cố gắng dùng điện thoại di động gọi về cho chồng để nói lời yêu thương cuối cùng. Nhiều hành khách trên những chuyến bay khác cũng làm như bà. Tôi không thể cầm được nước mắt khi nghe những đoạn băng ghi lại lời nói của họ.

Tôi thấy thương những hành khách trên các chuyến bay, những nhân viên làm việc ở Ngũ Giác Đài, những lính cứu hỏa, tất cả hơn ba ngàn người thuộc tám mươi quốc tịch khác nhau. Trước đó vài giờ họ đâu biết mình đang đi trên những chuyến bay cuối cùng, những chuyến bay định mệnh sẽ đưa mình vào hư vô, biến mình thành cát bụi như Đức Chúa Trời đã phán khi Adam nhận bản án phạm tội.Tôi cũng thương Tổng Thống George Bush. Cầm quyền mới tám tháng mà biết bao điều xảy ra. Nhậm chức đúng vào lúc nền kinh tế bắt đầu tuột dốc và suy thoái sau một chu kỳ tám năm phát triển vượt bực. Một kế hoạch cải tổ quốc phòng dự tính kéo dài cả chục năm để bảo đảm cho Hoa Kỳ một ưu thế quân sự vững chắc. Mọi việc chưa bắt đầu thì chiến tranh khủng bố mang màu sắc tôn giao lại xảy ra giữa lòng thủ đô nước Mỹ. Đây là một thách đố nặng nề nhất dành cho một Tổng Thống từ hơn năm mươi năm nay. Bọn cuồng tín đã lợi dụng nền Tự Do của Mỹ để tấn công vào chính nền Dân Chủ đó. Đó là nỗi đau. Kết quả thăm dò công bố ngày 24/09/2001 cho thấy hơn 90 phần trăm dân số Mỹ ủng hộ Tổng Thống Bush trong mọi biện pháp chống và tiêu diệt khủng bố ở khắp mọi nơi trên thế giới. Trong giờ phút đau thương của đất nước mọi người đều đoàn kết, không phân biệt đảng phái, chánh kiến, tôn giáo hay sắc tộc. Ai cũng hành diện mình là công dân Hoa Kỳ, muốn cống hiến nhiều nhất để phục vụ và bảo vệ đất nước.

Sau đệ nhị thế chiến, Mỹ đã giúp 31 tỷ đô la cho mười hai quốc gia Châu Âu , 11 tỷ cho các quốc gia Châu Á để tái thiết và phát triển. Hiện nay mỗi năm Mỹ đều dành ra hàng trăm tỷ viện trợ cho các quốc gia nghèo, kém mở mang. Thực phẩm thặng dư của Mỹ đã nuôi sống hàng trăm triệu người đói khát trên thế giới. Mỹ luôn mở rộng vòng tay cứu trợ mọi nạn nhân chiến tranh, thiên tai ở tất cả mọi nơi. Cuộc khủng hoảng tài chánh ở các nước Châu Á xảy ra mùa Thu năm rồi, cũng chính Mỹ chớ không phải Nhật Bản hay Trung Quốc đứng ra cứu nguy các nước đó. Vậy mà khi tuyến đường sắt Pennsylvania bị hư hại nặng, cả Pháp Đức và Ấn Độ không ai cho Mỹ mượn ngay cả một cái toa xe để xài tạm, mặc dầu trước đó khi tuyến đường xe lửa ở Pháp, Đức và Ấn Độ bị hư hại thì chính nước Mỹ đã trùng tu lại. Ngay cả đối với trận động đất kinh hoàng ở San Francisco trước đây, cả thế giới dường như không biết đến. Thảm họa ngày 11/09/2001 đã gây cho Mỹ hơn ba ngàn người chết, năm ngàn người bị thương và thiệt hại vật chất hàng trăm tỷ vậy mà chưa thấy một quốc gia nào nghĩ tới việc cứu trợ, giúp đỡ nạn nhân. Ngược lại Mỹ vẫn tiếp tục thả dù lương thực và vật dụng cứu trợ nhân dân Afghanistan trong khi truy lùng Osama Bin Laden và đồng bọn. Hưởng ứng lời kêu gọi của Tổng Thống Bush, mỗi trẻ em Mỹ đều dành ra một đồng để giúp đỡ trẻ em Afghanistan.

Biến cố thứ hai xảy ra khi Mỹ bị tấn công từ kẻ thù bên trong. Đây là nỗi đau, là một thực tế cho thấy bản chất nền dân chủ Mỹ, không giống như nhiều người lầm tưởng. Đàng sau sinh hoạt chánh trị công khai và dân chủ là thế lực ngầm đầy quyền lực và tiền bạc chi phối và lèo lái chánh quyền theo hướng có lợi cho chúng, chúng có thể bằng mọi cách làm thay đổi kết quả một cuộc bầu cử. Gọi là thế lực ngầm nhưng chúng không ngại gì mà không xuất đầu lộ diện ngày càng đông với những cái tên quen thuộc của đảng Dân Chủ cực tả, cấu kết vói bọn Antifa bắt tay với lực lượng thuộc khuynh hướng xã hội Marxist chủ trương công bằng xã hội, tiến đến thế giới đại đồng như Barack Obama, Bill Clinton, Hillary Clinton Nancy Pelosi, George Soros, Mike Bloomber, gần đây nhất là cặp ứng cử viên Tổng Thống, Phó Tổng Thống tranh chức Tổng Thống thứ 47 của đảng dân chủ là bà Kamara Harris và ông Tim Walz.

Mỹ là quốc gia hình thành từ nhiều chủng tộc cho nên cứ đến mùa bầu cử Tổng Thống người ta thường đem vấn đề phân biệt chủng tộc, cụ thể là nạn kỳ thị người da đen từ nhiều thế kỷ trước ra để đánh phá lẫn nhau. Từ một sự kiện xã hội bình thường và rất nhỏ, người ta biến nó thành vấn đề chánh trị, phục vụ cho mưu đồ chánh trị, đưa tới cuộc bạo loạn tồi tệ nhất trong lịch sự Hoa Kỳ. Tôi muốn nói đến sự kiện George Floyd ở thành phố Minneapolis tiểu bang Minnesota ngày 25/5/2020. Vào ngày đó George Loyd vào một cửa hàng mua thuốc lá, trả bằng tờ 20 đô la giả. Quản lý cửa hàng gọi cảnh sát đến giải quyết. Loyd bị bắt giữ và áp giải lên xe nhưng hắn chống cự và nói rằng mình mắc chứng sợ không gian hẹp. Cảnh sát kéo Loyd ra khỏi xe. Cùng với ba người giúp sức, sĩ quan cảnh sát Derek Chauvin đè Loyd xuống, dùng đầu gối chèn cổ nạn nhân trong 9 phút 29 giây. Khi xe cấp cứu đến nơi thì Loyd đã tắt thở. George Loyd sinh ngày 14/10/1973, lúc đó 46 tuổi, một người Mỹ da đen, là một tội phạm có nhiều thành tích: Từ 1997 đến 2005 từng bị kết án tám tội danh như tàng trử ma túy, trộm cắp, đột nhập, năm 2009 bị kết án 5 năm tù về tội cướp có vũ trang, được tạm tha năm 2013.

Nếu Goerge Loyd không phạm tội sử dụng tiền giả và không chống người thi hành công vụ, nếu nhóm cảnh sát không dùng bạo lực quá đáng thì chuyện đáng tiếc đã không xảy ra. Vụ việc sau đó được đưa ra tòa. Derek

Chauvin bị truy tố về tội giết người và ngộ sát cấp độ 2 và bị kết án 22,5 năm tù giam. Nền tư pháp Hoa Kỳ đã được vận hành một cách công bằng và vô tư, xét xử đúng người, đúng tội và đúng pháp luật. Đây là vụ án hình sự rất bình thường xảy ra hàng ngày ở Mỹ nhưng xảy ra đúng vào mùa bầu cử nên người ta đã biến nó thành một trò chơi chánh trị, nhuộm cho nó một màu sắc kỳ thị chủng tộc, kỳ thị người da đen. Nếu có kỳ thị ở đây chỉ là kỳ thị giữa cá nhân, chuyện mâu thuẫn cá nhân, đã có luật pháp giải quyết, hà cớ gì phải làm lớn chuyện? Cuộc biểu tình bạo loạn có tổ chức, có lãnh đạo từ Minneapolis nổ ra đã nhanh chóng lan tràn khắp nước Mỹ với khẩu hiệu Black Lives Matter, nghĩa là sinh mạng người da đen là quan trọng. Họ kéo nhau từng đoàn người ra phố với gậy gộc, hung khí, vào các cửa hàng để đập phá, cướp bóc tài sản, hàng hóa, kể cả thiêu đốt cửa hàng, giết người, gây bất an, sợ hãi và gieo rắc kinh hoàng trong dân chúng, không chỉ ở vài khu vực mà là trên 400 thành phố lớn khắp 50 tiểu bang nước Mỹ, với danh nghĩa là chống kỳ thị chủng tộc, đòi công lý cho người da đen. Sự thật họ là những kẻ tiên phong, được đẩy ra tuyến đầu để gây rối loạn xã hội, thực hiện ý đồ chánh trị, do những tổ chức và thế lực đứng đàng sau điều khiển, để chống lại chánh quyền đương nhiệm, chống Donald Trump, Tổng Thống đương nhiệm, đang ra tranh cử nhiệm kỳ hai. Có những nhóm người được sự đồng tình của các cấp chánh quyền địa phương, đối lập với chánh quyền trung ương, đi chiếm cả một khu phố, rồi tuyên bố tự trị như một quốc gia trong một quốc gia, bất chấp luật pháp và hiến pháp. Tổ chức của họ còn đi đốt quốc kỳ Mỹ treo ở công sở hay nhà dân và nói "Fuck the flag, fuck America". Bà Lori Lightfoot, người da đen, thị trưởng Chicago, theo đài NBC Chicago tường thuật, còn fuck cả Tổng Thống Donald Trump. Thiệt là hết chỗ nói. Người bạo loạn giương cờ Black Lives Matter còn đi đập phá các tượng đài có tính cách văn hóa và lịch sử của các vị Tổng Thống thành lập nên nước Mỹ và có công với nước Mỹ được toàn dân và thế giới cảm phục. Táo bạo hơn nữa, họ đốt nhà thờ và đập tượng Chúa vì họ nói Chúa là người da trắng. Vậy mà họ tuyên bố và giương cao khẩu hiệu chống kỳ thị chủng tộc, vẫn có người tin và ủng hộ. Tại buổi lễ tưởng niệm Goerge Loyd đêm 30/5/2020 ở Delaware, ông Joe Biden đang là ứng cử viên tranh chức Tổng Thống chống lại Trump đến quỳ gối dưới chân tội phạm, gây nên nhiều phản ứng khác nhau. Theo tôi đây là hành động mất nhân cách nhằm kiếm phiếu của người da đen. Chủ tịch Hội Đồng Quản Trị và Giám Đốc Hội Người Việt tại Illinois gửi ra thông điệp ủng hộ Black Lives Matter bị tôi và cộng đồng phản đối mạnh mẽ nên cuối cùng hai người đã phải từ chức. Trong khi đó, những người đứng giữa trước sau vẫn giữ im lặng, không nói một lời. Quả là một sự im lặng đáng sợ! Tôi không phải là tín đồ Thiên Chúa Giáo mà cũng thấy xót xa cho thời kỳ đen tối của lịch sử cận đại nước Mỹ mà tôi nhìn thấy được bằng chính con mắt của mình.

Chương 18:

Sinh hoạt cộng đồng ở Mỹ

Nước Mỹ còn gọi là Hiệp Chủng Quốc Hoa Kỳ được hình thành bởi nhiều chủng tộc, sắc dân trên thế giới. Người Mỹ bản địa đa số là dân da trắng có nguồn gốc từ các quốc gia Âu Châu là thành phần đông nhất chiếm tỷ lệ gần 60% trên tổng số dân khoảng 345 triệu người, xếp hàng thứ ba trên thế giới. kế đến là người Mỹ da đen gốc Phi Châu khoảng 40 triệu, tỷ lệ khoảng 12% dân số. Người Mỹ gốc Á trên 13 triệu tỷ lệ từ 5 đến 6%, trong số này đông nhất là Trung Quốc, Ấn Độ, Philippines, kế đến là Việt Nam khoảng 2,2 triệu theo thống kê năm 2023. Các sắc dân thiểu số tập hợp với nhau hình thành các cộng đồng có chung nền văn hóa như công đồng người Hoa, cộng đồng người Ấn, cộng đồng người Việt. Người Việt tập trung nhiều nhất ở những tiểu bang nắng ấm có khí hậu ôn hòa, gần giống Việt Nam như California, Texas, Washington, Florida, New York. Từ lúc sang Mỹ, tôi chỉ sống ở tiểu bang Illinois thuộc miền Trung Tây Hoa Kỳ, thời tiết có bốn mùa nhưng những tháng lạnh nhiều hơn những tháng ấm. Càng sống lâu, càng lớn tuổi thì cái lạnh nó thấm dần vào da thịt cho nên thấy lạnh nhiều hơn. Do đó người già rất ngại đi ra ngoài vào mùa Đông, nhất là khi trời đổ tuyết. Tôi không gia nhập bất cứ đảng phái hay tổ chức chánh trị nào, nhưng có tham gia sinh hoạt cộng đồng ở các hội đoàn như hội cựu chiến sĩ, hội người cao niên, các hội ái hữu, hội đồng hương như Hội Huế- Quảng Trị. Tôi thì chủ trương ôn hòa, đoàn kết nhưng khi cần tranh đấu thì tôi không khoan nhượng, đứng về phe yếu thế chống lại những gì tôi cho là sai trái và bất công. Do đó nhiều lúc không tránh khỏi va chạm với những người không cùng quan điểm, nhất là những ông bà khoái làm chủ tịch, làm hội trưởng, bằng mọi cách phải giữ cho được chiếc ghế hữu danh vô thực của mình. Cái dỡ nhất của người Việt ở Mỹ này là hễ không thích ai thì nói người ta là Việt Cộng. Thường thì những người này không có trình độ, kém hiểu biết, là những thành phần chống Cộng cực đoan, có nhiều nhất ở California, nơi được mênh danh là chốn giang hồ, gió tanh mưa máu. Ở Illinois thì không đến nỗi nhưng tôi đã từng bị chụp mũ như vậy. Cuối cùng mọi chuyện cũng qua đi vì họ thấy tôi không có tranh chấp quyền lợi chức vụ gì với ai. Chuyện cộng đồng tôi xem rất nhẹ nhàng, thích thì tham dự, không thích thì thôi. Tôi thích và quan tâm đến chuyện chụp hình nhiều hơn. Có lúc tôi về Việt Nam chụp hình đến ba tháng mới trở lại Mỹ. Xách máy ảnh cùng với bạn bè có chung sở thích đi các nơi chụp hình thì bổ ích và vui hơn. Thật ra cái tôi đóng góp nhiều nhất cho cộng đồng ở Chicago này chính là chuyện chụp hình. Các tổ chức và hội đoàn mỗi lần hội họp, sinh hoạt đều nhờ tôi đến chụp hình, các cá nhân cũng vậy. Mỗi lần tôi chụp hình họ dúi vào tay tôi hai mươi đồng nhưng không bao giờ tôi nhận của ai một đồng bạc nào. Tôi thường nói với họ, vui chơi thôi mà. Có thể nói từ người thân cho đến những người đã từng chửi tôi không có nhân vật nào ở Chicago này có tham gia sinh hoạt cộng đồng mà tôi không chụp hình cho.

Chương 19:

Tôi đi thăm câu lạc bộ 309.81

Tôi đến thăm Bác sĩ Thể lúc 3 giờ chiều ngày thứ năm. Cơ quan Asian Human Services viết tắt là AHS đặt ở lầu 7 một building trên đường Broadway, up town Chicago. Phòng làm việc của ông chiếm một diện tích nhỏ, khiêm tốn trong một building bao la. Sau lưng ông là một tủ kính nhỏ, chứa đày sách lịch sử và văn học. Trước mặt ông trên tường, tôi đọc được dòng chữ viết bằng bút lông xanh trên nền giấy trắng: The great thing in this world is not so much where you are, but in what direction we are moving. Tôi hỏi câu đó của ai vậy. Ông nói nó không phải của một danh nhân lịch sử hay văn học thế giới, mà là của bạn ông, một người Mỹ ở trường Trung học, tên là Oliver. W. Holmes. Câu nói đơn giản đó đã an ủi ông rất nhiều khi ông vấp ngả, đồng thời, giúp ông nhiều nghị lực để đứng dậy tìm hướng đi mới.

Chỉ cái ghế trước mặt, ông bảo tôi ngồi chờ. Ông đi pha trà. Chúng ta vừa uống trà, vừa nói chuyện. Bây giờ là giữa tháng mười. Chicago mới bước vào Thu mà trời đã lạnh. Có lẽ là dấu hiệu của một mùa Đông gay gắt? Tôi vốn yêu mùa Thu, đặc biệt mùa Thu ở thành phố nầy, ở tiểu bang nầy, vì nó rất đẹp. Vậy mà tôi không biết tả cảnh. Đúng hơn, tôi không biết tả thế nào cho hay với những chiếc lá vàng đỏ và nâu sậm, cứ mỗi lần có cơn gió thoảng qua thì đua nhau rơi rụng,vàng cả vỉa hè, lối đi, bãi cỏ, làm tôi bồi hồi nhớ lại một đoạn văn tả cảnh lá rụng đọc hồi nhỏ, giờ đã quên tên tác giả, mỗI chiếc lá rụng có một linh hồn riêng, một tâm tình riêng, một cảm giác riêng...! Giờ đây, mỗi lần mùa thu trở về, tôi chỉ có thể vặn nhạc lên để cho cảm xúc dâng tràn, cho tâm hồn đắm đuối theo điệu nhạc valse trầm bổng réo rắc, và lờI ca mượt mà, sâu lắng của bản nhạc Thu Vàng:

Chiều, hôm qua, lang thang, trên đường
Hoàng hôn xuống, chiều thắm muôn nơi
Chiều hôm qua mình tôi bâng khuâng
Có mùa Thu về, tơ vàng vươn vươn...

Khi hồi ức của tôi đi lang thang về miền qúa khứ và trở về với nhạc phẩm Thu Vàng của Cung Tiến thì bác sĩ Thể cũng trở lại với một bình trà và hai cái tách.Tôi giúp ông đặt xuống bàn và rót trà ra tách. Nhìn hai tách trà đang bốc hơi thành những làn khói mỏng quyện vào nhau, đưa mùi hương thoang thoảng, khắp phòng. Ông nói, đây là loại trà sen đặc biệt mà một người bạn về Việt Nam mới qua, gửi biếu, ngon lắm. Sau khi uống xong ngụm trà đầu tiên, tôi đi thẳng vào vấn đề, vào mục đích cuộc viếng thăm hôm nay.Tôi nói, tôi có dự buổi ra mắt sách của ông và có nhiều suy nghĩ. Sau khi đọc xong tập truyện ngắn của ông, tôi muốn biết câu lạc bộ 309.81 như thế nào. Ông hỏi tôi nghĩ gì. Tôi nói, tôi nghĩ về tình cảm gia đình, họ tộc, về thân phận con người trước định mệnh, nhất là thân phận người lính trong và sau chiến tranh, vì tôi cũng là một người lính. Khi tôi hỏi tại sao ông vượt biên. Ông kể tóm tắt nhưng thật sâu sắc và cảm động những ngày còn làm việc tại bệnh viện khi Cộng sản vào tiếp thu. Có nhiều lúc đang nói thì ông ngừng lại, đưa mắt xa xôI nhìn về một đoạn đường quá khứ. Có lúc ông đập mạnh tay xuống bàn, có lúc ông ghì chặt lấy tôi và nói như thét, rồi thì giọng ông chùng xuống, Ông ứa nước mắt, nói, thôi anh sẽ hiểu rõ hơn khi đọc tập hồi ký Thiên lý và vô tận của tôi, sắp xuất bản.

Nói xong, ông đứng dậy. Tôi đứng lên theo. Ra khỏi phòng, ông nói , đây là lầu 7, còn câu lạc bộ của chúng tôi đặt ở lầu 10, vì trên đó yên tỉnh. Bệnh nhân sinh hoạt định kỳ, học Anh văn, vẽ tranh, nặn tượng ở trên đó. Họ ăn bữa trưa không mất tiền...Rồi ông dẫn tôi đi từng phòng , giới thiệu. Đây là Bác sĩ Lowis, Bác sĩ Omary. đây là cô giáo Thanh Hằng, cô Thơm, cô Tuyết. Đây... Anh Nguyễn Minh, anh Đăng Hoàng, anh Trần Thành. Ông nói thêm, họ là những người trẻ tuổi, nhiệt tình, chịu khó, có lòng từ thiện hiếm hoi... Nói tới đây, ông phải trở lại văn phòng vì có một bệnh nhân đang đợi. Trước khi đi, ông nói nhờ anh Trần Thành tiếp tôi. Thấy một cô đi ngang, Anh Thành gọi lại, giới thiệu với tôi. Đây là một bệnh nhân trong nhóm điều trị của anh.Tên cô là Mai Trinh, người Việt gốc Hoa. Cô nói trong xúc động, em thật lòng biết ơn bác sĩ Thể, đã cứu đời em. Năm đó, ở Việt Nam, mẹ con em đau khổ trần đời. Bị chồng phụ bạc, có vợ bé. Gia đình nhà chồng hất hủi, đuổi xua, chính quyền địa phương cũng làm ngơ. Em tuyệt vọng, lều chết, dắc hai đứa con cùng cái thai bốn tháng trong bụng, trốn nhà, đi vượt biên. Trên đường tới trại Hồng Kông, em bị hải tặc cưởng hiếp. đánh em đến sẩy thai. Kể từ đó, em bị đau đầu, mất ngủ, huyết áp cao, lúc nào cũng mê sảng thấy toàn lũ đầu trâu mặt ngựa hành hạ mình. Tới được nước Mỹ thì em suy sụp hoàn toàn, hai con em thì tả tơi nheo nhóc. Nhiều lần em toan tự tử mà không chết. May sao được trời phù hộ, có người chỉ em tới đây gặp bác sĩ Thể và cô Tuyết, hết lòng giúp đở, em như được cải tử hoàn sinh. Em được hưởng tiền trợ cấp, tiền bệnh, có nhà housing, hai con được đi học như mọi trẻ em khác và em không còn nghĩ đến cái chết nữa... Và, đây là một mảnh đời khác, cũng do anh Thành giới thiệu. Bệnh nhân nầy còn rất trẻ, tên là Jackline, người Việt, mang hai dòng máu. Cha cô là người Mỹ da đen mà cô chưa lần biết mặt. Ở ngoài đời người ta thường gọi cô là Liên điên. Bình thường cô lanh lợi, rất dễ thương, nhưng khi ngấm thuốc hoặc bị stress cô thường không tự chủ được mình, cô thường đập phá những gì trước mặt. Vừa qua, lần thứ hai cô sinh một em bé. Cô không được quyền nuôi dưỡng con mình vì cha nó là kẻ bất lương, mang con đi bán! để lại cho cô mọi điều đau khổ. Thế là cô điên. Những lúc tỉnh táo bản năng người mẹ trỗi dậy, cô chịu không nổi và tự tử nhưng trời vẫn không cho cô chết để cô gặp bác sĩ Thể và cô Thơm. Cô Đặng Thơm là người theo dỏi, trấn an hàng ngày, hàng giờ cho cô gái bất hạnh nầy. Cô Thơm túc trực cả đêm theo dỏi mọi, chăm sóc để giử lại mạng sống cho cô Liên. Cô đã làm tất cả những viêc phức tạp nhất, liên hệ mọi cơ quan, xin phương tiện giúp đở để sớm trả cô về với đời sống bình thường. Giờ thì Liên đã có tất cả, trợ cấp, nhà housing, và mọi benefit dành cho những kẻ bất hạnh. Tôi thấy Liên rất tỉnh táo, vui tươi. Cô phát biểu: Con coi Bác sĩ Thể như một ông Phật sống, còn cô Thơm như người mẹ đỡ đầu. Không có họ, con đâu sống được tới bây giờ. Con điên thiệt mà! Anh Thành dẫn tôi lên lầu 10. Các thành viên câu lạc bộ đang chuẩn bị học Anh văn. Anh giới thiệu với tôi Đại úy Thiện Nhân, người chôn súng, Đại uý Phúc, trưởng toán viễn thám, người vào

Tchépone sớm nhất, Đại úy Hào, người kể những chuyện rùn rợn tại Phú Quốc. Tôi đến bắt tay anh Hào và nói, năm đó tôi cũng bị đưa ra Phú Quốc, có khi là cùng chuyến với anh. Khi cô giáo Thanh Hằng lên lớp, chúng tôi chào cô rồi đi xuống. Ôi! những gương mặt trông còn sáng sủa, vẫn còn phản phất nét cương nghị của người lính, vậy mà bị… tâm thần sao? Người ta còn gọi họ bằng danh từ hoa mỹ là hội chứng hậu chiến. Sao người ta không nói là điên cho đơn giản, dứt khoát, một lần. Thì ra, ngôn từ của ta sao mà phong phú và nhân đạo quá! người ta còn dùng ký hiệu bằng số để nói về họ, để không ai biết.

Ngoài những trường hợp trên, anh Thành còn kể cho tôi nghe biết bao trường hợp bất hạnh khác. Họ là nạn nhân của chiến tranh, có khi là nạn nhân của thói đời gian manh, phản trắc, của sự tính toán, lọc lừa. Số phận đã ném họ ra giữa dòng xoáy đắng cay, nghiệt ngả của đời, đẩy họ đến tận nấc thang cuối cùng của xã hội. Nhưng họ vẫn còn may mắn khi gặp được bác sĩ Thể, Cô Tuyết, cô Thơm, anh Thành và những người khác tại A.H.S. Trước khi từ gỉa anh Thành, tôi hỏi anh câu cuối:

- Anh có thể cho tôi biết một đôi điều về bác sĩ Thể được không?

Anh Thành trả lời:

- Nói về Bác sĩ Thể thì rất thú vị và nói hoài không hết. Vậy anh muốn nói về một bác sĩ hay một nhà văn?

Tôi nói:

-Dầu là bác sĩ hay nhà văn thì cũng chỉ có một tấm lòng.

Anh Thành gật đầu:

-Tôi hiểu anh rồi. Đó là một tấm lòng nhân hậu.

Vâng, ở độ tuổi đáng lẽ phải nghỉ ngơi, đi du lịch, an hưởng tuổi già nhưng bác sĩ Thể vẫn tiếp tục phục vụ cộng đồng. Năm trước cũng vào khoảng nầy, một cơn stress đột ngột làm ông ngất xỉu, phải đưa đi cấp cứu khẩn cấp. Tin nầy ít ai biết. Mỗi ngày, sau giờ làm việc, mọi người về hết, còn ông một mình khép cửa phòng lại, đắm chìm trong suy tư, sống cái thế giới của riêng ông. Ông lại tiếp tục làm việc,tiếp tục viết, tiếp tục suy nghĩ về các bệnh nhân của ông, về cộng đồng người Việt ở Mỹ, về đồng bào ở Việt Nam, về nơi chôn nhao cắt rún quê nhà... Hôm ra mắt tập truyện ngắn 309.81, ông được nhiều người ủng hộ. Số thu đã bù đắp được mọi chi phí in ấn. Như vậy coi như đã thành công. Ông nói. Từ hôm đó đến nay, ông bán được lai rai. Ông dành tiền nầy để giúp đở bệnh nhân. Thí dụ, Anh Đ.C là thành viên câu lạc bộ, đang bệnh nặng phải nhập viện. Anh Đ. C là Trung úy cựu sĩ quan V.N.C.H, đồng thời là một họa sĩ và là điêu khắc gia có tiếng, cựu tù nhân Cộng sản. Khi đưa được vợ con đến Mỹ thì vợ dắc theo mấy đứa con, đi theo tiếng gọi của đồng đô la! Từ đó, anh bị tâm thần, lúc nào cũng cười. Hiện anh đang nằm viện, không một ngườI thân, chỉ còn bác sĩ Thể là chỗ dựa và anh em trong câu lạc bộ là niềm an ủi cuối cùng. Phải chi ở một nơi nào đó, vợ anh Đ.C đọc được những dòng chữ này. Nhưng... để làm gì? Tôi buồn quá!

Khi trở về phòng bác sĩ Thể, tôi thấy ông đang loai hoai với mấy hồ sơ bệnh nhân trên bàn. Ông nói:

- Đây là những hồ sơ bệnh nhân tôi đề nghị cho gặp bác sĩ chuyên khoa để thẩm định tình trạng bệnh lý và chỉ định phương án điều trị mà bị người ta trả lại.

Tôi ngạc nhiên:

- Bác sĩ mà cũng gặp khó khăn nữa sao?

- Hôm ra mắt sách tôi có nói, gần chín năm chúng tôi được phục vụ cộng đồng người Việt, có thể ví như chín năm đốt đuốt soi rừng, gặp vô vàn khó khăn.

- Bác sĩ có thể nói rõ hơn không?

Thí dụ như người ta chỉ giới hạn cho tôi có bốn chục bệnh nhân nhưng tôi thấy cần phải điều trị và giúp đỡ nhiều hơn số đó. Thế là có mâu thuẩn. Đây là khó khăn về phía người Mỹ mà cũng là khó khăn của mình. Họ thì lúc nào cũng nguyên tắc còn mình thì lúc nào cũng bị tình cảm và lòng nhân đạo thôi thúc.

-Trường hợp đó sẽ giải quyết thế nào?

-Thì phải đãu tranh chứ sao. Trước hết đãu tranh trong nội bộ. Nếu không xong thì đãu tranh ở cấp cao hơn, cấp tiểu bang. Thường thì khi đưa lên cao thì mình thắng, có lẽ người ta thấy được tấm lòng của mình mà thông cảm, bỏ qua nguyên tắc

- Còn những khó khăn khác?

-Thì cũng từ sự kiện đó mà người ta xuyên tạc việc làm của mình. Thiểu số nầy lại là người Việt Nam. Nhưng tôi không coi đây là trở ngại.

Tôi tiếp lời:

-Vì khi mình làm được nhiều điều tốt đẹp, được yêu mến thì bị người ta dèm pha, ganh tị. Đó là chuyện thường tình.

- Nhưng anh nên nhớ, người Mỹ chỉ làm khó mình về nguyên tắc, thật ra họ có cái lý của họ. Trong khi đó, người Việt làm khó mình vì ác ý, thì anh nên suy nghĩ, nhất là trong hoàn cảnh sống hết sức khó khăn nơi đất khách quê người. đáng lẽ phải hết lòng giúp đỡ, thương yêu nhau, đùm bọc nhau.

Nhận thấy những thông tin cần biết về câu lạc bộ 309.81 như vậy là tạm đủ, tôi chuyển sang đề tài mà giữa ông và tôi có sự đồng cảm sâu xa. Đó là việc sáng tác, thuộc lảnh vực văn học. Tôi hỏi về dự định sắp tới. Bất ngờ, ông hỏi tôi:

- Anh có quan tâm đến Cloning không?

- Có phải là vấn đề nhân giống vô tính không, bác sĩ.

- Đúng rồi. từ tế bào của một sinh vật người ta có thể nhân thành vô số những sinh vật khác giống y hệch và có cùng tính chất với sinh vật gốc. Người ta đã thí nghiệm thành công trên con vật.

- Và bị phản đối trên con người.

- Nhưng anh hãy tưởng tượng, vào một ngày nào đó người ta sẽ thực hiện trên con người, thì sự thể sẽ như thế nào? Chúng ta chỉ có một Hitler mà hắn làm thế giới nầy đảo điên như vậy. Nếu như người ta dùng khoa học, dùng phương pháp cloning để sản xuất ra một trăm, một ngàn Hitler thì hậu quả có phải là trăm ngàn lần khốc liệt hơn không? Đó là điều tôi đang nghĩ tới và tôi sẽ viết một quyển tiểu thuyết về đề tài đó, để cảnh cáo nhân loại. Anh có thấy đề tài đó lý thú không, cần thiết không anh Duy Nhân?

Quả thật, tôi hoàn toàn bất ngờ trước điều ông vừa nói. Thế thì, đâu có phải khi người ta lớn tuổi thì đầu óc người ta bị cùn, sự sáng tạo, óc tưởng tượng người ta không còn nữa. Sau giây phút trầm tư, tôi nói:

- Vâng, chủ đề đó tôi chưa được nghe ai nói đến bao giờ, kể cả các nhà văn, thường được xem là có nhiều tưởng tượng nhất. Chủ đề mà bác sĩ nói đó nó vượt lên trên mỗi cá nhân, mỗi gia đình,và ra ngoài cả phạm vi quốc gia, nó có tính nhân loại. Sau khi thực hiện được tác phẩm đó, bác sĩ sẽ trở thành nhà văn lớn, và sẽ được trao tặng giải thưởng Nobel về Văn chương và cả hoà bình nữa.

Ông cười:

- Anh nói đùa hay nói thật đó?

- Tôi nói nửa đùa, nửa thật. Như vậy là xác xuất 50% và 50% đó là có cơ sở, bởi vì trong cuốn The Old man and The Sea, Ernest Hemingway chỉ nói lên sức tranh đấu của con người chống với thiên nhiên vậy mà ông đã được giải Nobel năm 1954, trong khi đó quyển tiểu thuyết mà bác sĩ nghĩ tới có ý nghĩa rộng lớn bao trùm cả nhân loại và có ảnh hướng đến toàn thế giới.

- Vậy là anh cũng có óc khôi hài đó chứ!

Tôi thấy cần phải giải thích một cách nghiêm túc hơn:

- Theo quan điểm nghệ thuật của riêng tôi, một cuốn truyện dựa trên cuộc sống thực tế, hơn nữa là căn cứ trên dử kiện khoa học, được viết bởi nhà chuyên môn bằng tất cả tấm lòng cùng với sự sáng tạo của tâm hồn nghệ sĩ thì tác phẩm đó phải là tác phẩm hay, có giá trị.

- Đó chỉ là một tư tưởng mới được hình thành. Bác sĩ Thể nói:

- Nhưng là một tư tưởng lớn, rất đáng nể, và mọi chuyện đều chỉ có thể bắt đầu bằng một tư tưởng thôi. Chúc bác sĩ thành công.

Nói xong, tôi đứng lên bắt tay ông xin phép ra về, vì biết ông còn phải làm nhiều việc.Ông với tay lấy ba quyển sách đã lựa sẵn cho tôi mượn. Tôi bước ra khỏi phòng với niềm vui khó tả. Tôi biết rằng câu lạc bộ 309.81 không phải chỉ dành riêng cho anh em cựu quân nhân, tôi được tiếp cận với các thành viên câu lạc bộ mà trước đây chỉ biết qua truyện ngắn của ông.

Từ phòng ông bước ra, rẽ phải là gặp ngay cầu thang máy. Trong khi chờ đợi thang lên, tôi đến thẳng lang cang, nhìn xuống đường Broad way:

Nắng chiều chỉ vừa mới tắt nhưng gió chiều đã nổi lên thành những cơn giông từng đợt. Khách bộ hành ai cũng hấp tấp, vội vả, có lẽ để tránh cơn mưa sắp tới. Ánh điện hai bên đường hắt ra từng mảng sáng, soi rõ hình ảnh gầy gò của mấy người homeless đang co ro, nằm, ngồi trước các cửa hàng, quán ăn. Trong trạm chờ xe bus, hai thanh niên khoản mười tám tuổi, áo quần lôi thôi, lếch thếch, đang chuyền cho nhau hút nốt một điếu thuốc của ai đó vừa mới ném ra. Phía lề đường bên kia, đứng lố nhố một toán police da trắng. Dưới chân họ là ba người da đen, nằm sấp mặt xuống đất, hai tay bị còng tréo sau lưng, như những con heo bị trói, chờ mang đi thọc tiết. Khi tôi xuống tới đường thì những người Mỹ đen khốn khổ kia vẫn còn nằm đó, không biết họ bị tội gì. Hướng về chiếc Camry của tôi đang đậu sát lề đường: một Mỹ trắng và một cô gái, có lẽ là người Việt đang tựa vào sau xe, hôn nhau tha thiết. Tôi giữ một khoảng cách an toàn cho họ được tự nhiên. Tôi đứng đó, chờ đợi. Gần năm phút sau họ buông nhau ra. Tôi đến mở cửa bước vào trong xe. Đồng hồ chỉ đúng 6 giờ. Tôi cho xe chạy chậm, hướng về nhà. Những chiếc lá vàng bám trên xe bắt đầu rơi ra, lả chả. Tôi cảm tưởng như họ là những nhân vật được tưởng tượng, hư cấu trong một quyển tiểu thuyết của một nhà văn nào đó, chứ không phải là thật. Họ là những nhân vật đóng vai những kẻ khốn cùng, bị định mệnh vứt bên lề xã hội. Họ là những kẻ với số phận hẩm hiu, dường như được sinh ra để bị kỳ thị, bị bạc đãi. Họ là những nạn nhân của sự bội bạc, phản trắc vì thói đờI ham chuộng vật chất xa hoa. Họ là nạn nhân ngây thơ của một âm mưu mua bán tàn nhẫn được ngụy trang bằng một cuộc tình chớp nhoáng, giai đoạn. Cuối cùng, họ là nạn nhân của cuộc chiến tranh huynh đệ tương tàn, đáng nguyền rủa. Đối lập với họ là những nhân vật điển hình đóng vai phản diện, là tác nhân của mâu thuẩn đời sống, xung đột xã hội. Bên cạnh đó, may thay, còn có những vai khác là đại diện của lòng nhân từ, chuyên đi vuốt ve, an ủi cuộc đời, làm cho cuộc đờI thêm chút ý nghĩa, vậy mà lại bị chính cuộc đời ganh tị, dèm pha!

Khi tôi đến văn phòng bác sĩ Thể lần thứ hai để trả lại mấy quyển sách thì ông bắt đầu hỏi về tôi. Tôi nói, khi còn ở Việt Nam tôi là Giám Đốc một ngân hàng thương mại cổ phần ở Chợ Lớn. Trước đó, tôi làm thông dịch viên cho Mỹ, tôi đã đi lính, và ở tù. Một mảnh đạn hiện còn ghim ở đùi bên phải trong lần chạm súng với Cộng sản ở miền Tây năm 72. Khi ở tù, họ đánh tôi vào đầu vì không đồng ý với bản tự khai của tôi. Giờ tôi bị điếc tai trái và tai phải chỉ nghe loáng thoáng. Đó là nỗi buồn và mặc cảm lớn của tôi hiện nay, nó làm tôi xấu hổ và mất tư tin. Trong cơ quan, nơi tôi làm việc, khi người ta nói, nhất là nói tiếng Anh, thì tôi cứ vểnh tai lên, gương mặt thì ngây ra, đần độn nhưng chẳng hiểu họ nói gì. Ai cũng tỏ vẻ khinh tôi. Họ hỏi tôi ở Việt Nam học lớp mấy. Tôi nói học hết lớp năm. Họ nói, hèn chi...Tôi đang bị thất nghiệp hơn một năm nay. Khi nghe tôi nói xong, bác sĩ Thể kéo tủ lấy ra cái hộp nhỏ, có những cái máy điếc. Ông chọn đưa tôi một cái và nói đây là loại digital, đắc tiền và tốt lắm.Thấy tôi hơi ngần ngại, ông nói, tôi không tính tiền anh đâu, cứ cất mà dùng. Rồi ông tiếp tục hỏi về tình trạng sức khỏe của tôi, về mối giao tiếp hàng ngày trong gia đình, với vợ con, với bạn bè và về trí nhớ, về các hiện tượng trong giấc ngủ. Sau khi nghe tôi mô tả và trả lời tỉ mỉ, ông kết luận:

- Anh đã bị trầm cảm và hội chứng hậu chiến rồi đó!

Chương 20:

Tôi và Joe

Mặc dầu không phải là nhiếp ảnh gia chuyên nghiệp, tôi cũng thực hiện được nhiều bức ảnh đẹp. Nước Mỹ rộng bao la nên không thiếu những cảnh đẹp, do bàn tay con người dựng lên cũng có, do tạo hóa sáng tạo cũng có: Mùa Xuân với hoa anh đào trên dòng sông Potomac ở Washington DC, mùa Hè ở Grand Canyon, Arizona, mùa Thu ở San Juans, mùa Đông thì có rừng thông, núi tuyết ở Yellow Stone, tiểu bang Wyoming… Tôi lại nghĩ, sẽ đẹp biết bao nếu những bức ảnh của tôi có mang ý nghĩa nhân bản một cách tự nhiên, không dàn dựng, không hư cấu, không cần photoshop can thiệp.Tôi cho đó là những bức ảnh có hồn, khác với những bức ảnh đẹp về nghệ thuật mà vô tri, vô giác! Trong suốt thời gian sống ở Mỹ, tôi vẫn để tâm theo đuổi mục tiêu đó.

Hôm đó là ngày ngày 4 tháng 7, ngày độc lập Hoa Kỳ. Vào khoảng 3 giờ trưa, tôi mang máy ảnh ra trạm Wilson định đón xe lửa đi down town chụp cảnh đốt pháo bông vào tối hôm đó. Tình cờ tôi chụp được một loạt ảnh của một bà Mỹ da đen, đang quằn quại trên đường rây. Biết bao nhiêu người trong đó có Police la ó, ra dấu hiệu, tìm mọi cách ngăn chặn chiếc xe lửa đang tiến tới Nhưng… đã quá trễ! Hình ảnh kinh hoàng đó đã khiến tôi bỏ cầm máy trong một thời gian dài, cùng với những tấm hình chụp được, không biết để làm gì!

Tôi lặng lẽ nhìn thời gian trôi qua từng ngày với dòng xe qua lại liên tục trên đường Western, con đường chính nối liền Nam- Bắc thành phố Chicago, một thành phố kỹ nghệ nổi tiếng nước Mỹ. Vào một ngày giá rét của tháng 12, ai cũng ngại đi ra ngoài. vì cần phải xuống phố Argyle, nơi có nhiều chợ Việt Nam để mua thức ăn nên tôi đã lái xe đi. Khi đến số 4816 N đường Western, gần Lawrence tôi bắt gặp một hình ảnh lạ: Một ông già người Mỹ, da trắng, tóc bạc gần hết mái đầu, gương mặt xương xương, với những nếp nhăn sâu hoắm, là dấu vết của thời gian, của nắng, mưa, sương, tuyết.. Ông mặc áo xanh, bỏ vào quần jean cũng xanh nhưng đã bạc màu. Ông ngồi yên bất động trên cái họng cứu hỏa (fire hydrant) màu đỏ, mặt hướng ra đường. Điều đặc biệt là trên đầu, hai vai, xuống tới bắp đùi ông có những con chim bồ câu trên đó. Dưới chân ông, trên vỉa hè cũng có vô số bồ câu đi tới đi lui.Thấy cảnh lạ, tôi dừng hẳn xe lại, quan sát.Ông già im lặng như pho tượng, chỉ có đôi môi là mấp máy! Hình như ông đang đọc kinh hay cầu nguyện điều gì. Những con bồ câu cũng nằm yên tại chỗ. Thỉnh thoảng ông cúi xuống hôn con bên vai phải, rồi con bên vai trái.Tôi thấy được một sự cảm thông tuyệt đối giữa con người và con vật! Trông phút chốc, tôi liên tưởng đến hình ảnh của Đức Thích Ca Mâu Ni ngồi dưới gốc bồ đề để tìm chân lý, cứu độ chúng sinh. Có điều khác biệt là trước đây Đức Phật tham thiền nhập định ở một nơi hoàn toàn yên tĩnh, còn bây giờ, người này ngồi ngay giữa đường phố, ồn ào náo nhiệt, người qua kẻ lại không lúc nào ngơi. Tuy chưa biết ý nghĩa của sự việc là gì, tôi cũng nhận thức được đây là một hình ảnh đẹp, đầy tính nhân bản mà tôi có ý săn lùng tự bấy lâu nay. Hy vọng một hình ảnh đẹp là sự thể hiện một bản chất tốt đẹp. Nghĩ thế, tôi quyết định không đi chợ nữa mà quay xe về, lấy máy ảnh… Khi tôi trở lại thì ông già vẫn ngồi đó, những con chim bồ câu vẫn ở vị trí cũ. Tôi muốn chụp cận ảnh, kiểu chân dung nhưng vì ông quay mặt ra đường, xe thì chạy vun vút, tôi không có khoảng cách, không có không gian nên rất khó xử lý. Tôi đành qua phía bên kia đường, nơi có tượng Abraham Lincoln, sử dụng ống kính 300 ly để chụp qua, và tôi phải chờ từng phút từng giây, khi nào ngơi xe mới bấm máy. Xong, tôi trở lại để chụp ông và lũ bồ câu dưới nhiều góc độ khác nhau. Trong khoảng thời gian hơn tiếng đồng hồ tôi đã chụp trên năm mươi bức ảnh.Tạm hài lòng với việc đã làm, tôi mời ông già vào quán Mac Donald gần đó uống nước.Tôi muốn tìm hiểu con người rất lạ lùng này, nhất là về những gì tôi đã trông thấy. Joe có tên đầy đủ là Joseph Zeman. Hôm nay là sinh nhật lần thứ 77 của ông. Trước đây ông có quày bán báo ở vệ đường nên có cơ hội gần gũi với đám bồ câu. Ông ngồi ở đó đã hơn mười một năm, trước đây ở góc đường LaSalle và Division là bốn mươi bảy năm. Như vậy ông đã làm bạn với chim muông để thực hành lý tưởng của mình được năm mươi tám năm, kể từ năm19 tuổi! Báo chí Mỹ thường gọi ông bằng cái tên thân thương là "The Pigeon Man of Lincoln Square" hoặc vắn tắt là "The Pigeon Man". Lúc nhỏ ông bị chứng động kinh và bị mẹ bạc đãi, bị abuse cả thể xác lẫn tinh thần. Vì không muốn khơi lại niềm đau dĩ vãng, cũng không muốn đi quá sâu vào đời tư của ông nên tôi không hỏi gì thêm. Hiện tại ông sống một mình trong một phòng của chung cư số 2134 W.Arthur, Chicago. Mỗi ngày hai lượt ông đi bộ trên một tiếng đồng hồ từ nhà đến đây. Ông là người thiếu tình thương và có kinh nghiệm rất xót xa, cay đắng về tình người. Bài học mà ông học được từ cuộc đời: Để tránh lỗi lầm,ông giữ im lặng không nói gì cả, im lặng mà tin tưởng và lương thiện.Với cung cách đó,ông đã đến với những con bồ câu, cũng như chúng đã đến với ông và đã đáp lại ông một cách tích cực, không bằng lời. Ông biết ơn về tình bạn trong sáng của chúng hơn bất cứ một con người nào khác Ông muốn yêu thương, muốn được yêu thương và rao giảng tình thương cho con người qua những con bồ câu, tự nó đã là biểu tượng của hòa bình! Ngoài ra, ông còn nói: "*It's not any hard to be nice to people than it is to be bad to people*", con người cư xử tốt với nhau không khó chút nào, chỉ cư xử xấu mới khó.Về ước vọng tương lai thì ông chỉ muốn con người nên hòa thuận, đoàn kết với nhau, cư xử với nhau cho đứng đắn, lịch sự và tình người: "*My hope for the future is that people will get along and treat each other with decency*". Điều ray rức nhất trong ông bây giờ là con người ta cư xử quá tệ với nhau. Trong khi nói chuyện, Joe thường hay dùng từ *decency*. Gặp ai ông cũng trao cho tấm danh thiếp, bên trái có hình ông và mấy con bồ câu, ở giữa có ghi một câu thể hiện triết lý sống của ông: "*I'm advertising to the public how easy it is to be good without an attitude; It's just easy to show decency as it is to hate today*". Ông nói đây là thông điệp ông muốn gửi đến mọi người. Khi được hỏi ai là người thân yêu nhất của ông bây giờ, ông nói đó chính là thánh St Francis of Assissi! Joe đang cố gắng sống và hành động giống như vị thánh này. Francis là một vị thánh Thiên chúa giáo La Mã, sinh năm 1181, mất năm 1226 ở Ý Đại Lợi. Ông có lòng yêu mến đặc biệt đối với thiên nhiên như mặt trời, mặt trăng, không khí, nước, lửa, hoa. Ông cổ vũ cho Hòa Binh, Công Lý, nhằm chấm dứt bạo loạn, chiến tranh, nghèo khổ và áp bức. Ông vinh danh sự sáng tạo hoàn hảo của Chúa đối với muôn loài, kể cả chim muông và thú vật.Ông có những bài rao giảng với chim muông còn truyền tụng tới bây giờ. Lễ chúc phúc cho thú vật hàng năm, 4 tháng 10 trên toàn nước Mỹ ngày nay đã khơi nguồn từ tinh thần của vị thánh bảo trợ cho muôn thú, thánh Francis of Assissi.Ngày nay vẫn tồn tại bức tượng của thánh Fransis tại Rivo Torto, gần Assisi bên Ý, với hai cánh tay dang ra đưa lên trời, nối liền với những cánh chim bồ câu trên khoảng trời bao la, cao rộng. Nói xong, Joe lấy từ trong túi xách bên cạnh, hình như tất cả tài sản của ông đều nằm gọn trong cái túi xách nhỏ bằng vải màu xanh này: thức ăn cho chim, sách báo, một tấm postcard có hình thánh Francis để tặng tôi. Tôi đọc được hàng chữ, là một lời cầu nguyện: "*Lord, make me an instrument of your peace. Where there is hatred, let me sow love*". Hởi thượng đế! Hãy biến con thành công cụ của hòa bình. Nơi nào có sự oán ghét, con sẽ gieo mầm yêu thương!

Trả lời thắc mắc của tôi là sao không thấy ông cho lũ bồ câu ăn gì cả, Joe nói chánh quyền Chicago đã có lệnh cấm không cho thú hoang ăn ở đường phố. Mỗi ngày hai lượt ông ra ngồi đó với chúng. Ông chỉ lén cho chúng ăn lúc mặt trời lặn, khi ông ra về. Police thì ai cũng biết ông, có người hiểu được việc làm của ông thì thông cảm, cũng có người hễ thấy ông thì đuổi đi, mặc dầu ông chưa có cho chúng một hạt gạo, một hạt bắp hay một mẩu bánh mì nào. Chỉ tội nghiệp cho lũ bồ câu. Ông nói mà rươm rướm nước mắt. Khi nghe tôi tỏ ý muốn được làm bạn với ông thì ông nói rất vui vì có người hiểu được ông. Tôi nói, hơn năm chục năm nay biết bao người hiểu ông. Tôi rất tiếc đã đến với ông rất muộn màng. Ông nói muộn còn hơn không.

Khi chúng tôi trở lại, Joe chỉ tay về phía bên kia đường và trên các building xung quanh nơi có những con bồ câu và nói: "chúng đang chờ tôi đó". Joe ngồi vào cái fire hydrant thì lũ bồ câu sà xuống, tranh nhau bám lên người ông từ đầu tới chân, những con còn lại đành ở vĩa hè.Từ trong miệng, ông phát ra những âm thanh giống như những người bạn nhỏ "Cục! Cục"Tùy theo sắc lông bồ câu, ông gọi tên từng con một: "Whitey, Brownie! Sure, Sure… There, There…".Đối với những con đến trễ, ông tỏ ra vô cùng lo lắng, luôn miệng hỏi: Where you been? Where you been.? Rồi ông hôn chúng. Ông gí mũi vào đầu,vào cánh chúng. Ông nhặt từng sợi lông rơi ra trên người chúng, còn chúng thì dùng mỏ mổ mổ lên mặt ông, đồng thời phát ra những tiếng "Rù! Rù". Ông cũng đáp lại bằng những âm thanh thật nhỏ mà có lẽ chỉ có ông và lũ bồ câu mới hiểu được.

2.

Khi tôi đến cho Joe xem một số ảnh chụp ngày hôm trước thì ông rất mừng. Ông nói trước đây phóng viên tờ Chicago Tribune cũng có chụp ảnh ông nhưng không đẹp bằng những bức ảnh của tôi. Tôi nói, tôi chụp ông với tất cả tấm lòng theo quan điểm nghệ thuật và cung cách của riêng tôi.Ông thích nhất tấm ảnh bán thân, tấm mà tôi cũng thích, có hai con bồ câu ở hai vai, ông hơi nghiêng đầu nhìn lên với ánh mắt thật say đắm, còn con thứ ba đang xòe cánh lấy thế thăng bằng trên bàn tay ông đã đưa lên tới ngực trong tư thế nâng đỡ nó, hậu cảnh là các cửa kính có in bóng dáng lờ mờ những chiếc xe qua lại vào lúc bấm máy. Joe muốn tôi in cho ông bức ảnh này cở lớn hơn và copy ra nhiều bản để phân phát cho mọi người. Tôi hứa là sẽ thực hiện điều mà ông mong muốn và sẽ mang lại cho ông lần tới, đồng thời để lại cho ông tất cả những bức ảnh mà ông thích. Sau mỗi bức ảnh tôi ghi tên họ, số phone cùng chữ ký để tặng ông. Thời gian ở chơi với Joe không lâu nhưng tôi hiểu được cá tính,ý nghĩa việc làm của ông không bằng lời nói mà bằng sự im lặng hoàn toàn, đúng như chủ trương của ông: "*to be good without attitude*". Một sự kiện bất ngờ xảy ra làm tôi xúc động: Không biết từ đâu, một chiếc xe Police chạy tới. Hai viên Police xuống xe, đến chỗ ông ngồi và nói chuyện với ông khoảng chừng năm phút. Không biết họ nói gì nhưng ông lại đứng lên và xách cái túi xanh, bước đi. Tôi hỏi ông đi đâu, ông nói họ đuổi thì mình cứ đi, đi đâu cũng được. Lúc bấy giờ con bồ câu trên đầu và hai con ở hai bên vai ông vẫn nằm yên như không có chuyện gì xảy ra. Lúc ông bước đi nó vẫn giữ yên vị trí trên người ông, còn những con khác thì khi ông đi tới dâu, chúng bay theo tới đó, bay rợp cả một góc phố về hướng Bắc. Hình ảnh này đã được tôi ghi vào máy rất đầy đủ và cẩn thận. Khi ông đến quán Mac Donald, nơi mà tôi và ông có lần uống nước thì ông dừng lại.Thấy Police vẫn còn canh chừng ông, tôi đề nghị ông lên xe, tôi chở về nhà. Ông nói có người bà con ở gần đây và nhờ tôi đưa ông tới đó, khi nào Police đi ông sẽ trở lại. Nghe ông nói, tôi đồng ý ngay vì có ý muốn qua người bà con này, tôi sẽ hiểu rõ và đầy đủ hơn về gia cảnh, nhất là khoảng thời gian ông còn nhỏ. Tôi nói chuyện với bà Marilyn Donovan, chị họ của Joe khoảng nửa giờ. Bà xác nhận những gì Joe nói là đúng và nói rõ cách thức mà Joe bị mẹ abuse lúc nhỏ cùng nhiều chi tiết thú vị khác. Bà không quên ghi cho tôi địa chỉ, số phone và nói khi nào rảnh thì tới chơi, nhà tôi và nhà bà cách nhau chỉ vài block đường.

3

Mùa Đông ở Chicago năm nay lạnh chưa từng thấy, nhất là vào tháng mười hai. Bão tuyết cứ liên tục kéo đến hết trận này đến trận khác.Thành phố bị bao phủ trong màn tuyết trắng. Người ta gom tuyết lại thành đống như những ngọn núi nhỏ bên vệ đường, trong công viên, xung quanh nhà… Cả thành phố như cái tủ lạnh! Chicago còn có tên là Windy City, thành phố gió. Những hôm có wind chill nhiệt độ rớt xuống dưới con số 0. Tôi đã thực hiện tấm ảnh như Joe mơng muốn và đã copy ra nhiều bản. Định hôm nào bớt lạnh và khô ráo tôi sẽ mang đến cho ông. Chắc là mấy hôm rày ông cũng ở nhà như tôi.

Vào một ngày thứ ba, khoảng 4 giờ chiều có người gọi điện thoại cho tôi và xưng là Police Chicago. Sau khi xác định tên họ tôi, Police báo cho tôi biết Joe đã qua đời lúc 3 giờ 21 phút, tại bệnh viện St Francis, Evanston! Tin bất ngờ đến với tôi giống như sét đánh! Tôi bàng hoàng và chết lặng đi trong nhiều phút mới trả lời được với Police rằng tôi chỉ là bạn, rằng Joe còn có người bà con tên.... số điện thoại là... Vậy là trong những ngày giá lạnh tôi ở nhà thì Joe vẫn đến với những con chim câu. Ông đã bị chiếc Chevrolet van đụng phải ở góc đường Devon và Mc Cormick lúc 2 giờ 15 phút ngày thứ ba. Police tìm thấy trong túi xách của Joe có danh thiếp của ông và những tấm ảnh mà tôi chụp cho, phía sau có tên và số điện thoại của tôi, là người duy nhất mà Police có thể liên lạc được. Có một sự lý thú, bất ngờ như phép mầu là Joe đã mất đi ở ngay cái bệnh viện mang tên Thánh Francis, vị thánh mà Joe tôn là thần tượng và suốt đời ông cố noi theo.Tuy nhiên, điều làm tôi suy nghĩ và hơi buồn là Joe đã bỏ cả cuộc đời để tư tưởng, cầu nguyện, và thực hành điều cao quý , đó là tình thương cho con người, cho nhân loại, còn đối với riêng mình, ông chỉ muốn một việc rất đơn sơ là một tấm ảnh ưng ý nhưng khi đã có rồi thì ông lại không được nhìn thấy nó! Ngày hôm sau, thứ tư tôi cho bức ảnh đã phóng lớn cở 8 x10 vào khung và mang theo một thẻ nhang, tới chỗ mà Joe thường ngồi. Nơi đây đã có ai đó đặt một vòng hoa tựa vào cái họng cứu hỏa, có nhiều cây nến đang cháy, bên cạnh là một gói thuốc đã mở ra, cùng cái giá cắm điếu thuốc đang cháy dở. Trên cái fire hydrant có một con bồ câu ngồi ủ rũ, trên vỉa hè, nhiều con khác cứ đi qua đi lại... Tôi đặt khung ảnh tựa vào vòng hoa, đốt ba cây nhang, ngồi xuống nói với Joe: “Joe ơi! Tôi mang đến cho ông bức ảnh mà ông thích nhất đây...”. Nói tới đây thì nước mắt tôi trào ra. Tôi yên lặng, thật lâu, rồi tiếp tục: “Đây là lần sau cùng tôi đến với ông. Mong ông cứ ngủ thật bình yên cùng với thánh Francis trong vòng tay của Chúa...”. Vì quá xúc động, tôi không nói thêm gì được nữa.Nhiều khách bộ hành thấy tôi khóc thì tò mò dừng lại xem chuyện gì đã xảy ra, những người khác thì vẫn cứ bình thản xuôi ngược lo toan công việc của mình. Ngoài kia,dòng xe qua lại vẫn không một phút ngừng nghỉ. Tuyết đã bắt đầu rơi… Và, trong tôi chợt xuất hiện những vần thơ. Tôi lẩm bẩm những lời sau cùng dành cho Joe:

Giữa phố phường đông đảo
Người qua lại hững hờ
Tiếng bồ câu ảo não:
Người ở đâu bây giờ?

Chương 21:

Câu cá ở Mỹ

Sinh hoạt cộng đồng nhiều lúc làm cho tôi mệt mỏi và chán nản. Những lúc đó thì tôi xách máy ảnh đi ra ngoài chụp hình hoặc vác cần câu đi câu cá để cho tâm hồn thoải mái và bình thản trở lại. Câu cá cũng là một môn thể thao bổ ích và lý thú. Đây cũng là một trong những đam mê của tôi.

Thượng đế sanh ra loài người đồng thời ban cho luôn bốn cái khoái, gọi là tứ khoái. Nếu có ai hỏi tôi còn cái khoái thứ năm là gì thì tôi trả lời ngay: đó là câu cá. Sẽ có người không đồng ý. Nhưng tôi biết, có nhiều người mê cá còn hơn mê… vợ. Đang nằm bên vợ nửa đêm nổi hứng, lén lén xách cần câu, đi ra hướng bờ sông. Sáng ra, vợ nghi ngờ, tra vấn:

- Em hỏi anh đêm nay đi đâu?

- Anh nói rằng anh đi giăng câu.

Đến khi nghe chồng trả lời thì vợ mới an tâm, mà còn chia sẻ niềm đam mê, hạnh phúc với chồng nữa. Mời bạn nghe lại bản nhạc Giăng Câu của nhạc sĩ Tô Thanh Tùng. Lời lẽ mộc mạc, chân tình, giọng điệu dí dỏm, dễ thương, sôi nổi làm sao!

Cá thì đếm được, nhưng số ít hay số nhiều gì, tiếng Mỹ chỉ dùng có một chữ *fish* thôi, không có thêm ếch (s) nhái gì cả. *Fisher* là người sống bằng nghề cá. Nhưng danh từ này không thông dụng bằng từ *fisherman*. Sau nhiều giờ "lên mạng" để đọc hoặc viết, tôi xách cần đi câu để quân bình, thư giãn đầu óc, chân tay.Tôi câu cá chỉ để giải trí như một môn thể thao nên tôi không phải là một fisherman mà là *angler*. Angler do từ *angle* mà ra. Cổ ngữ Anh thế kỷ 15 viết là angel, không dính líu gì đến thiên thần cả mà chỉ có nghĩa đơn giản là lưỡi câu. Để chỉ lưỡi câu, ngày nay người Mỹ không dùng từ angle mà lại dùng từ *hook*. Động từ *to angle* vẫn được dùng để chỉ việc đi câu với cần câu và lưỡi câu. Động từ *to fish* có nghĩa là câu mà cũng là chài mồi, là lợi dụng, như "câu khách". Liên hệ với danh từ fish có tĩnh từ *fishy*, nghĩa đen là tanh hôi mùi cá, là khó ngửi. Từ đó, đưa tới nghĩa bóng, được dùng nhiều hơn, để chỉ một việc có tính khôi hài (funny), khó tin, đáng ngờ (suspicious), ba xạo (questionable). Việc sử dụng từ trong Anh ngữ đôi khi cũng giống như trong Việt ngữ là rất hình tượng, rất thâm thúy.

Nghe bản nhạc Giăng Câu ta biết ngay là chuyện xảy ra ở Việt Nam, vì ở Việt Nam mới có thể đi câu bất cứ giờ nào, lúc nào, ở đâu. Có thể bắt bất cứ loại cá nào, lớn bé gì cũng không ai cấm. Đi câu cũng không cần có phép và trả tiền cho ai. Còn ở Mỹ thì có quy hoạch, có chương trình, có điều lệ (regulations) từng tiểu bang, từng vùng nước (water area) cho từng lọai cá khác nhau. Mỹ đưa ra điều lệ là nhằm vào nhiều mục đích rất hay:

- Nâng cao kỹ năng câu cá của người đi câu, nhất là trẻ em

- Quy định số lượng cũng như chiều dài từng lọai cá là nhằm duy trì và phát triển nguồn cá

- Tháng 7 không được câu cá perch vì tháng đó là tháng cá đẻ

- Nâng cao ý thức đạo đức bảo vệ môi trường, không làm ô nhiễm nguồn nước

- Huấn luyện và nâng cao lòng tự trọng (self-esteem) nhất là đối với trẻ em

- Duy trì và nâng cao phẩm chất các họat động ngoài trời

- Nâng cao kiến thức và ý thức bảo vệ cây cối, động vật, tài nguyên thiên nhiên.

Trong toàn nước Mỹ cứ sáu người thì có một người đi câu. Kết quả điều tra toàn quốc do Harris Poll cho biết câu cá là loại hình hoạt động ngoài trời phổ thông nhất, và là môn yêu thích xếp hàng thứ tư sau đọc sách, xem TV, họp mặt gia đình. Tiểu bang Illinois mỗi năm có khoảng 1.2 triệu người đi câu. Chương trình câu cá Illinois có từ năm 1985. Hiện nay chủ yếu là huấn luyện mùa hè miễn phí cho trẻ em dưới 16 tuổi tại 43 địa điểm. Hàng năm tổ chức trên 200 clinics cho khoản 4,000 trẻ em. Cư dân Illinois muốn câu cá phải mua license, trước đây là 13$ một năm, trên 65 tuổi là 6$.75. Hiện nay giá này đã khác rồi. Người ngoài tiểu bang có giá cao hơn. Trẻ em dưới 16 tuổi, người mù, người tàn tật, cựu chiến binh được miễn phí. Mùa câu cá ở Illinois bắt đầu từ 15 tháng 3 và chấm dứt ngày 30 tháng 9. Mỗi ngày được câu từ lúc mặt trời mọc đến lúc mặt trời lặn. Ngoài giờ đó, ai đi câu sẽ nhận *citation* đi hầu tòa. Qui định này được các bà hoan nghênh hết mình vì các ông hết còn đi léng phéng nơi nào đó rồi về nói dối với vợ là đi câu.

Tôi đi câu chủ yếu là ở bờ hồ Michigan, cách nhà khoảng hai mươi phút lái xe hoặc ở sông Illinois, thì xa hơn, phải hơn hai tiếng đồng hồ mới đến nơi. Hồ Michigan lớn thứ ba trong ngũ đại hồ với diện tích mặt hồ 22,309 dặm vuông. Ở đây tôi câu cá yellow perch và cá salmon, tùy tháng. Ở sông Illinois thì câu cá bass. Vậy là tôi chỉ câu một vài trên hai trăm lọai cá khác nhau ở Illinois. Mặc dầu cũng nắm được một cách tương đối về kỹ thuật và nghệ thuật câu cá, tôi vẫn chỉ là một tay câu trung bình yếu so với những người khác.

Sau nhiều năm “kinh nghiệm”, tôi khám phá ra một điều rất thú vị là con cá giống y hệch con người. Ý tôi muốn nói giống về mặt tâm lý ở ba phương diện. Về thực phẩm, người thích món này, người thích món kia, cá cũng vậy. Cá perch thì thích mồi có tên soft-shell, kế đến là thịt tôm, rồi mới tới con minnows. Trong số này soft-shell là mắc nhất. Cá bass thích nhất con crank bait, crawfish, là một loại tôm, thỉnh thỏang cũng có người câu bằng trùn (giun) đất. Cá salmon chỉ bị quyến rũ bằng những con cá giả, mồi giả, có nhiều màu sắc óng ánh hoặc loang loáng bạc. Thật ra, cá salmon đớp mồi không phải là thích mà là ghét những con cá giả lảng vảng trước đầu nó, nên tấn công cho bỏ ghét, thế là mắc câu. Bài học: Sự hung hãn bao giờ cũng là tai họa! Nếu con người muốn được an toàn thì cá cũng vậy. Do đó, cá thường tìm nơi an toàn để ẩn náu. Ở đây ta có trò chơi trốn kiếm (hide and seek) kẻ trốn là cá, kẻ kiếm là ta. Cá thường ẩn náu sâu dưới nước nơi có cành cây đổ, mõm đá dưới chân cầu, nơi có dòng nước xoáy. Tôi thường đến chân cầu ở sông Illinois để câu cá bass. Câu được nhiều cá nhưng bù lại lưỡi câu bị mất vì kẹt dưới mõm đá cũng rất nhiều. Ngoài nhu cầu về an toàn, cá cũng có nhu cầu nghỉ ngơi (resting). Cá thường di chuyển đến nơi ấm cúng, dễ chịu (comfortable). Khi đầu Xuân tiết trời còn lạnh, cá tìm đến nơi ấm, mùa Hè cá di chuyển đến vùng nước mát. Trong một ngày, căn cứ vào mặt trời, phải phân biệt ba thời điểm: sáng, trưa, chiều. Buổi sáng mặt trời chưa mọc hoặc mới lên, cá thường lên gần mặt nước. Đến khi mặt trời lên cao, ánh nắng gay gắt, cá lặn xuống sâu hơn. Đến chiều thì trở lại tình trạng ban sáng. Từ quy luật đó, người đi câu mới chỉnh lại vị trí lưỡi câu cho thích hợp. Sáng sớm hoặc chiều tối thường câu được nhiều cá hơn buổi trưa. Đọc tôi đến đây thế nào bạn cũng nghĩ người viết bài này cũng là một tay sành điệu về câu cá đây. Sự thật những điều tôi nói chỉ là lý thuyết cộng với một ít kinh nghiệm bản thân. Đem lý thuyết áp dụng vào thực tế đâu phải dễ. Chủ yếu vẫn là kỹ năng từng cá nhân, kèm theo yếu tố may mắn nữa. Cùng một địa điểm và thời gian, người này câu được mà người kia câu không được. Xách cần câu đi, vác cần câu về không có gì trong giỏ là chuyện bình thường. Có một em tên là Tuấn, bạn của con trai tôi, mỗi khi thấy tôi câu không được, em đều trút hết cá perch trong giỏ sang cho tôi. Chừng một hay hai giờ sau trở lại, giỏ của em lại đầy nhóc cá. Thật tài tình. Em đúng là cao thủ sát cá! Tôi thích dùng chữ the fish-killer, nhưng người Mỹ không nói như vậy, chỉ nói lady-killer thôi.

Về kỹ thuật, dây nhợ, cần câu, chì, v.v. là những yếu tố ảnh hưởng đến việc câu cá. Câu cá perch thì dùng nhợ có khả năng chịu lực cỡ 8 pounds. Nếu dùng nhợ lớn hơn cá sẽ nhìn thấy và sợ, khi cá cắn câu thì mình không có cảm giác. Khi cá cắn câu thì phải giật kịp thời, giật mạnh hay nhẹ là do kinh nghiệm, tùy theo cá lớn, nhỏ. Nếu cá lớn mà giật yếu thì không dính, nếu cá nhỏ mà giật mạnh thì bị sứt mép. Đối với cá salmon thì nhợ câu phải to hơn và chắc. Cần câu phải dài và có độ cong lớn mới đối đầu lại được sức trì kéo rất mạnh của con salmon. Ngoài ra, bạn phải có cánh tay rắn chắc để giữ vững cần câu. Nếu bạn yếu và thế đứng không vững, bạn sẽ bị té ngay. Giây phút chờ đợi và cảm giác sung sướng nhất chính là lúc cá cắn câu. Cảm giác đó khởi đầu rất nhẹ nhàng từ sợi nhợ, chuyền đến cần câu rồi đến các đầu ngón tay. Khi cá đã cắn câu thì cảm giác sung sướng bắt đầu và kéo dài mãi khi con cá vẫy vùng, làm cho ngọn cần câu cong xuống, cong xuống mãi. Con cá càng to thì cảm giác càng mạnh và kéo dài cho đến khi lôi được con cá lên bờ. Cảm giác sung sướng khi "chiến đấu" với cá không thể nào diễn tả ra lời. Với cá salmon, làm sao hướng cần câu xuôi dòng nước để cho nó trì kéo về hướng ngược nước cho đến khi nó đuối sức ta mới từ từ thu giây, khi lôi được cá gần đến mặt nước thì sẽ có một bạn câu khác dùng vợt vớt lên bờ. Nhiều lúc phải mất từ 15 đến 30 phút hoặc lâu hơn mới chế ngự được con salmon, nhất là các loại chinook, silver hoặc king salmon rất to và khỏe. Đối với lọai cá này tôi bị sẩy nhiều hơn là được. Khi kết quả gần kề mà bị sẩy thì tiếc ngẩn ngơ và buồn hiu hắt. Nhiều lúc chiến đấu với con salmon thì tôi tưởng tượng mình là nhân vật Santiago trong quyển The Old man and The sea của Ernest Hemingway. Một mình trong ba ngày đêm vật lộn với con cá kiếm nặng 500 ký trên biển mà ngày thứ 85 ông mới câu được. Khi con cá đã mệt, ông dùng dao đâm chết được nó, buộc nó vào mạn thuyền và lôi về nhưng đàn cá mập đánh hơi thấy, đã lăn xả tới. Ông già đem hết sức tàn chống chọi với những con cá mập. Ông giết được nhiều con và đuổi được chúng nhưng khi nhìn lại con cá kiếm thì nó đã bị rỉa hết thịt, chỉ còn trơ lại bộ xương trắng khổng lồ.

Luật Illinois quy định mỗi người đi câu không được quá hai cần và mỗi cần không được quá hai lưỡi. Cá perch không được quá 20 con. Cá large mouth và small mouth bass không quá 3 con, trong số này chỉ có thể có một con dài hơn 15 inches hoặc 2 con dưới 12 inches. Các loại cá bass khác như yellow, striped, hybrid, white thì được câu tới 4 con, cá trout và salmon cũng không quá 5 con và phải dài tối thiểu 10 inches. Luật quy định như vậy nhưng tôi chưa hề thấy có một dân An Nam Mít nào thi hành đúng, kể cả người viết bài này. Phe ta thì câu được càng nhiều càng tốt vì đâu phải chỉ câu cho mình mà còn câu cho bạn bè, cho hàng xóm nữa! Người khác như thế nào tôi không biết chớ đối với tôi thì đi câu cũng giống như đi Casino vậy. Thua thì cố gỡ, câu chưa được thì ráng cho được. Ăn được rồi thì muốn ăn nữa, nhiều hơn. Những hôm cá cắn câu nhiều thì rất ham, làm sao dừng lại được ở 20 con như quy định? Như tôi nói, cái cảm giác khi cá cắn câu nó sướng không thể nào tả được. Đi câu chẳng qua là đi tìm cảm giác, mà sự sung sướng, sự khóai lạc đâu có giới hạn, đâu biết thế nào là đủ, phải không bạn? Vấn đề là khi ngồi gần một người bạn Mỹ mình phải dè chừng. Hai mươi con là hai mươi con! Họ không câu hơn. Nếu câu nhiều thì họ chỉ lấy những con cá lớn, ngoài ra thì họ thả xuống nước lại, cũng có khi họ cho người bên cạnh. Họ sẽ nhìn mình bằng ánh mắt khó chịu khi thấy mình câu nhiều hơn số cá quy định. Nhìn ánh mắt của họ mình cũng cảm thấy nhột nhột. Do đó, phe ta thường ngồi gần nhau, vừa để tán gẫu vừa tránh được ánh mắt khó chịu của người láng giềng gương mẫu! Về phương diện kỷ luật (câu cá) mình phải bái phục người Mỹ vì suốt đời mình không thể nào làm được như họ, tôi nghĩ thế. Tôi thấy nhiều người Mỹ câu được cá rồi trả lại cho sông, cho hồ chớ tôi chưa hề thấy một dân Mít nào làm thế cả!

Đâu có phải những người bình dân, tầm thường như tôi và bạn mới thích câu cá. Con cá nó quyến rũ không chừa một ai: Cựu Tổng Thống thứ 39 Hoa Kỳ từ năm 1977 đến 1981, Jimmy Carter sinh năm1924, giải thưởng Nobel Hòa Bình năm 2002, đã từng nói: "*Những biến động công luận lớn nhất trong nhiệm kỳ tổng thống của ông cũng không đáng nhớ hay quan tâm bằng những kỷ niệm đi câu cá với thân phụ ông*". Năm 80 tuổi ông vẫn còn câu cá, bị hiệp hội các nhà bảo vệ động vật Mỹ ra văn bản phản đối, cho rằng "*hành động giết hại cá của ông không tương xứng với vị thế của một người từng nhận giải thưởng Nobel Hòa bình. Hãy để cho loài cá được sống yên ổn trong thế giới nước của chúng*". Tài liệu không thấy nói cụ cựu Tổng Thống trả lời công luận như thế nào. Vậy là ông Jimmy Carter mê câu cá là do di truyền, từ trong máu, từ cái zen của ông bố để lại. Vua Lê Đại Hành (940-1005) của chúng ta thì mê câu cá còn hơn việc triều chính, thích câu cá hơn là tiếp sứ Tàu. Sứ Tàu mang chiếu chỉ, sắc phong của vua nhà Tống sang triều kiến, Lê Đại Hành viện cớ đau chân vì bị ngã ngựa, không tiếp. Vậy mà liền sau đó ông cởi bỏ hết cân đai, áo mão, xách cần câu, lội chân đất đi câu cá. Mỗi lần giật được một con cá là ông reo vui ầm ỉ, vừa uống rượu, vừa ca hát líu lo. Theo như lời sứ Tàu báo cáo lại với vua nhà Tống thì "chẳng ai hiểu là ca hát cái gì". Ông sứ Tàu này rõ thật dzô dzuyên. Người ta hát tiếng Việt chớ có phải tiếng Tiều Châu hay tiếng Quảng Đông đâu mà hiểu! Bây giờ dân câu cá chúng tôi câu được con salmon thì cũng reo vui bằng vua Lê Đại Hành là cùng. Chúng tôi còn thiệt thòi hơn là không được uống rượu nơi công cộng. Làm vua như thế mới "đã", mới hưởng hết được cái thú của cuộc đời. Tổng Thống thứ 31 của Hoa Kỳ Herbert Hoover (1874-1964) có nhận định vô cùng chính xác: *"Fishing is much more than fish. It is the great occasion when we may return to the fine simplicity of our fore fathers"*. Tạm dịch: *Câu cá không nhất thiết là vì cá mà còn nhiều hơn thế nữa. Đó là cơ hội tốt nhất để chúng ta có thể trở về với cách sống đơn giản thuần khiết của cha ông.*

Theo tôi, câu cá nó tạo cho chúng ta môi trường sống, một xã hội nho nhỏ vô cùng lành mạnh, lý thú và hữu ích. Câu cá có khi được cá, có khi không, nhưng cái "câu"được thật sự thì lớn lắm. Từ chỗ không quen biết, hai người câu cá ngồi gần nhau thế nào cũng trờ thành bạn thân. Thời gian câu tương đối dài, cho nên trong lúc ngồi chờ cá cắn câu bao nhiêu chuyện từ bản thân, gia đình, bạn bè, công việc đều kể cho nhau nghe, rồi mời nhau về nhà… Mọi điều tốt đẹp mà một người bạn mang đến cho ta thì không thể nào nói trước và nói hết được. Dân câu cá không bao giờ ích kỷ và giấu nghề vì bản chất của việc câu cá chỉ là vui chơi, giải trí và thể thao, chẳng phải là danh vọng, quyền lợi gì mà tranh giành với ai. Nếu bạn không biết điều gì, cứ hỏi người bên cạnh, họ sẽ chỉ cho. Từ tay mơ, bạn trở thành chuyên nghiệp hồi nào không hay. Tôi chưa thấy ở một chỗ nào mà lòng quảng đại, sự nhiệt tâm, tình bằng hữu được thể hiện cao cho bằng ở xã hội của những người câu cá. Khi nhợ câu bị rối, người ta xúm lại gỡ rối cho bạn, khi bạn thiếu mồi sẽ có người tiếp tế, kể cả gặp ngày xui, bạn câu không được con nào, sẽ có người san sẻ cho bạn có cá mang về nhà, tránh được lời cằn nhằn của bà vợ khó tính: "*Tôi đã bảo rồi, không chịu ở nhà cho khỏe, tối ngày cứ vác cần câu ra ngòai nắng gió. Nào tốn tiền mua nhợ, mua lưỡi câu, mua mồi, không kể tiền xăng nhớt, tiền hao mòn xe mà chẳng làm nên cơm cháo gì, chẳng câu được con cá lòng tong nào, khi nhức đầu sổ mũi lại báo hại vợ con thì có khổ không cơ chứ".* Khi bạn câu dính con cá salmon lôi nó được vào bờ thì mọi người xúm lại reo hò, chia vui với bạn. Bạn chỉ việc giữ cho vững cần câu, những người khác mang vợt tới, vớt con cá lên cho bạn, nếu không nó vẫy vùng và rớt xuống nước trở lại. Bạn thấy không? Tính cộng đồng được thể hiện và phát triển hết sức trong sáng và tự nhiên. Vào ngày cuối tuần thì cả nhà đi câu. Đứa con trai lớn cũng một cần câu , ngồi bên cạnh ba. Hai cha con vừa câu cá, vừa tâm sự, chuyện trò vui vẻ như hai anh em mà ngày thường ít có dịp nói chuyện với nhau. Đứa con gái nhỏ thì phụ mẹ tìm nơi bóng mát dưới một tàn cây gần đó, trải tấm nylon, đặt mấy cái ghế, và bếp lò. Trong suốt buổi, mẹ và con gái có nhiệm vụ tiếp tế bánh, nước cho chồng và anh trai. Mỗi lần câu được cá ai nấy đều vui mừng, gọi nhau ơi ới, bu quanh con cá vừa câu được. Con gái nhỏ thì chạy tới chạy lui, lăng xăng lích xích, vỗ tay reo hò. Bà mẹ thì cân cá bằng tay , con này bao nhiêu pound, con kia bao nhiêu pound, vui đáo để. Đến trưa thì hai cha con nghỉ tay. Cả nhà xúm nhau nướng cá, dùng bữa trưa ngay tại chỗ. Ngày vui trôi qua rất nhanh. Mới đó mà đã xế chiều. Cả nhà thu xếp hành trang trở về với hai giỏ cá nặng trĩu và không quên cám ơn thượng đế đã cho họ một ngày hạnh phúc bên nhau, một cơ hội hiếm hoi để "*trở về với cách sống đơn giản, thuần khiết của cha ông*". Ở cấp liên bang Hoa Kỳ có chương trình HOFNOD tức là "The hooked on fishing- Not on drugs". Chương trình này nhằm hỗ trợ về mọi mặt cho các tiểu bang trong việc cổ vũ, huấn luyện và hướng dẫn các em về ích lợi của việc câu cá, đồng thời cái nguy hiểm của việc dùng thuốc. Chương trình này đương nhiên là rất hữu ích. Năm rồi tại Illinois đã có 45,960 em dưới 16 tuổi tham gia. Khi điều tốt được phát huy thì điều xấu sẽ bị đẩy lùi.

Câu cá không có lưỡi câu thì có Đại tướng quân Khương Tử Nha, còn có tên là Lã Vọng, cuối đời nhà Thương bên Tàu. Hàng ngày xách cần câu ra bờ sông Vị ngồi câu. Đây là một lối câu công danh hay là câu minh chủ gì đó, chúng ta chỉ nghe kể trong truyện Phong Thần chớ chưa bao giờ nhìn thấy. Còn câu cá mà không có cần câu cũng là chuyện lạ nhưng lại là chuyện có thật và rất phổ thông mà hầu như trong giới cầm cần ai cũng có dịp nhìn thấy. Hai bên bờ sông Illinois có rất nhiều người Mễ, gồm cả trẻ em lẫn người lớn câu cá mà không có cần câu. Họ dùng cái lon sữa bò hoặc một cái chai không, thế cho cần câu. Họ quấn nhợ câu vào đó giống như trẻ em Việt Nam đi thả diều. Động tác quăng dây câu thì giống như mấy chàng cowboy người Mỹ quăng dây bắt bò, tức là họ lấy trớn bằng cách quay vòng tròn , nhiều lần tại đầu dây nhợ có lưỡi câu, sau đó mới quăng ra xa. Khi cá cắn câu thì họ dùng tay giật mạnh một cái, rồi họ quấn cuộn nhợ lại giống như trẻ em thu hồi con diều về. Tôi để ý thấy họ câu lối này chỉ bắt được những con cá trung bình chớ không được cá lớn. Dầu sao thì họ đã không mất tiền mua cần câu từ bạc trăm đến bạc ngàn. Đúng là *cái khó "ló" cái khôn.*

Bộ tài nguyên thiên nhiên Illinois (Department of Natural Resources) hàng năm đề ra rất nhiều loại giải thưởng để khuyến khích những người câu cá có thành tích, gồm có các giải như State Record, Grand Slam, Master Angler, Catch and Release. Một số cá đạt kỷ lục nặng nhất mà cư dân Illinois câu được từ trước đến nay gồm có: Cá catfish blue: 124 pounds, cá salmon: 37 pounds, Grass carp: 69 pounds, striped bass; 31 pounds. Có lần tôi câu được con cá carp khá to, không phải lớn nhất nhưng cũng được thưởng 100 USD.

Ai cũng nghĩ câu cá chỉ là một môn thể thao, một trò giải trí để giết thì giờ, chớ có ai ngờ đó là một ngành công nghiệp và mua bán lớn (Big Business). Dân câu cá mua sắm thiết bị hàng năm đã đóng góp một số thuế 9,000,000 USD cho ngân sách tiểu bang và 73,000,000 USD cho liên bang, đồng thời tạo ra việc làm cho 13,000 người, tương đương với 398,000,000 USD lương bổng. Riêng hồ Michigan mỗi năm thu hoạch trung bình 21 triệu pounds cá các loại. Doanh số bán lẻ mà dân câu cá mang lại hàng năm đã đạt con số 1,6 tỷ USD, quả là một con số đáng kể.

Bản chất dân câu cá là hiền lành và tốt bụng. Họ chỉ biết lấy việc câu cá làm niềm vui, không mích lòng và đụng chạm tới ai. Vậy mà, một hôm bỗng xuất hiện mấy tên da đen say rượu. Chúng gây sự rồi bất ngờ xô một người đang câu cá xuống hồ, nơi có dòng nước đang chảy xiết. Người này lại là một người Việt Nam, không biết lội. Biến cố này làm cho tôi choáng váng và chấn động mạnh, phải bỏ câu một thời gian dài.

Chương 22:

Giữ cháu ngoại, chuyện Brandon

Thật ra ở Mỹ rất dễ sống cho nên tôi không cần phải làm việc nhiều, không muốn làm việc nhiều. Hai đứa con tôi đều tốt nghiệp đại học, có việc làm và tôi đã có cháu ngoại, cháu nội đầy đủ là đã mãn nguyện rồi. Từ năm 2001 tôi tự động nghỉ việc để dành thời gian còn lại cho gia đình và bản thân. Ngoài việc tham gia sinh hoạt cộng đồng, tôi dành thời gian còn lại để đọc tin tức sách báo trên mạng, tập thể dục, giữ cháu, đi du lịch, đi chụp hình, và viết về nước Mỹ. Bao nhiêu việc đó đã chiếm hết thời gian của tôi rồi. Gọi là về hưu nhưng đâu có giờ rãnh. Mỗi ngày tôi thức dậy lúc 5 giờ sáng làm việc cho đến 9, 10 giờ đêm, bảy ngày một tuần nhưng thấy không đủ. Tôi còn nhiều dự án phải hoàn thành như phải hoàn tất tập hồi ký, in sách và ảnh, vân. vân... Không biết có còn kịp không? Năm nay tôi đã 82 tuổi rồi và cảm thấy yếu hơn một năm trước nhiều lắm.

Tôi có tất cả là bốn đứa cháu. Hai đứa cháu ngoại và hai đứa cháu nội. Hai cháu ngọai là Brandon, năm nay mười bảy tuổi, đang học lớp mười một highschool, Allison mười lăm tuổi, học lớp 10 cùng trường với anh. Hai cháu nội là Charlie năm nay năm tuổi, học pre-school, Emma ba tuổi, đi nhà trẻ (kindergarden) trên năm nay. Hai đứa cháu ngoại thì ở nhà cha mẹ chúng còn hai đứa cháu nội thì sống với tôi cùng với con trai và con dâu tôi. Theo sự suy nghĩ chủ quan của tôi thì trên đời này chắc không có ai thương cháu bằng tôi. Tôi giữ cháu ngoại lúc tôi 66 tuổi và gần hai mươi năm sau, lúc tôi 80 tuổi thì tiếp tục giữ cháu nội. Mỗi lần đi xa như khi về Việt Nam, những người mà tôi nhớ nhất chính là mấy đứa cháu của tôi. Ở Mỹ tôi viết về nhiều thể loại, đề tài khác nhau nhưng khi viết về cháu tôi thì tôi sôi nổi và hào hứng hẳn lên. Sau đây là bài viết về Brandon khi tôi giữ nó lúc nó mới mấy tháng tuổi.

Theo Khổng Tử thì con người khi tới một tuổi nào đó mới hiểu rõ được một số điều mà những người chưa đến tuổi đó không hiểu nổi. Thí dụ như đến sáu mươi tuổi mới có trình độ "lục thập nhi nhĩ thuận", tức là những gì nghe được là khó hiểu hay chướng ngại đến tuổi sáu mươi thì đoán được ngay.

Năm nay tôi sáu mươi sáu tuổi, vậy mà có những chuyện tôi không biết gì cả, hay nói đúng hơn tôi tưởng là biết nhưng biết rất hời hợt, vì tôi chưa hề sống với kinh nghiệm đó, cảm giác đó. Việc giữ cháu là một thí dụ. Lâu lâu chúng ta nghe các bậc cha mẹ tỏ ra nóng lòng, nhắc nhớ con mình sao không lấy vợ, lấy chồng đi để ông bà sớm có cháu mà bồng. Những lúc đó tôi có suy nghĩ, mà không nói ra: bồng cháu thì mỏi tay chớ có sướng ích gì mà mong dữ vậy? Tôi có người chị vợ ở Canada vừa mới có cháu ngoại đã gửi cho vợ tôi cả chục cái email báo tin và nói đủ chuyện. Theo tôi, chỉ cần gửi một hay hai cái báo tin mừng là đủ, hà cớ gì phải gửi nhiều lắm thế, chuyện gì mà nói nhiều thế? Tôi có ông bạn hàng xóm. Khi có cháu ngoại thì email cho tất cả bà con nội ngoại xa gần, kể cả Việt Nam chưa đủ, ông còn email cho bạn bè, dĩ nhiên trong đó có tôi, mặc dầu không quen thân. Ông này không viết nhiều, chỉ viết mỗi một câu ngắn mà lặp lại hai lần "Tôi có cháu ngoại rồi! Tôi có cháu ngoại rồi". Lúc đó tôi chưa hiểu được nỗi vui mừng của bạn tôi, mà nói, dĩ nhiên là chỉ nói với vợ con tôi thôi: Có cháu ngoại chớ có phải trúng số đâu mà làm ầm ì cả xóm vậy?

Bây giờ có cháu rồi tôi mới hiểu và thông cảm được niềm hạnh phúc của những người mới được lên chức ông, bà. Không biết với mọi người thì sao, chớ đối với tôi được lên chức ông ngoại thì cảm thấy sướng còn hơn là từ chuẩn úy được thăng cấp lên thiếu úy trong quân đội nữa.Trở lại chuyện trúng số. Khi gia đình có thêm một người thì đúng là số trời cho chớ còn gì nữa! Nhưng trời cho trúng số chỉ là cho tiền bạc thì làm sao so với một linh hồn bé bỏng, biết khóc, biết cười, biết vui, buồn, giận, ghét? Trong dân gian Việt Nam có những câu rất đơn giản nhưng vô cùng ý nghĩa, có tính triết lý rất sâu xa. Chẳng hạn như câu: "*Đoạn trường ai có qua cầu mới hay*". Một câu nói dân gian, đơn giản mà tóm tắt được cả nội dung của trường phái tâm lý học nội quan Tây phương. Đó là khía cạnh độc đáo của văn chương bình dân Việt Nam, nếu không quan tâm, không có tấm lòng thì không nhìn thấy được.

Việc giữ cháu ngoại của tôi chỉ là tình cờ. Lúc đầu mỗi ngày ba me cháu đem cháu đi gửi cho bà nội vì bà có kinh nghiệm giữ cháu lâu năm, cháu nội cháu ngoại đều có đủ. Một hôm ngoài trời tuyết đổ thật nhiều, người lớn cũng phải rét run, thế là con gái và con rể tôi, hai vợ chồng quấn con trong nhiều lớp áo, đầu phủ khăn kín mít, khệ nệ xách con từ lầu ba xuống đất, bỏ cháu vào car seat, đem đi gửi bà nội rồi mới đi làm. Thấy tội nghiệp, tôi mới nói để tôi giữ cho vài bữa. Vậy mà tôi đã giữ cháu ngày này qua ngày khác, tháng này qua tháng khác. Bây giờ cháu ngoại tôi đã biết đi và chạy cùng nhà, còn bập bẹ kêu lên mấy tiếng ông, ông nữa.Thật là tuyệt vời, ngoài sức tưởng tượng của tôi.Từ hồi nào tới giờ tôi vẫn quan niệm việc giữ trẻ con chỉ thích hợp đối với phụ nữ vì họ vừa khéo léo, dịu dàng lại có sức chịu đựng. Đó là thiên chức trời cho, dành riêng cho mấy bà, chớ đâu phải việc của mấy ông. Người ta thường nói cô bảo mẫu chớ ít ai nghe nói cậu bảo mẫu hay ông bảo mẫu.Tôi thì già lại không có tính kiên nhẫn nên không bao giờ giữ được con nít. Mặc dầu rất thương, tôi chỉ có thể rờ rẫm hoặc ẵm bồng nó một vài phút là cùng. Đến lúc này mới rút ra được bài học kinh nghiệm: Đối với bản thân, tôi còn chưa đánh giá và hiểu được đúng thì làm sao mà hiểu và đánh giá được người khác? Bây giờ thì tôi thay tã cho cháu rất rành, còn biết pha sữa, pha thức ăn cho cháu nữa.Tôi "nắm" được tâm lý, thói quen của cháu nên việc chăm sóc cháu không khó khăn lắm. Chẳng hạn khi cháu làm biếng ăn, hoặc cháu giỡn, không chịu há miệng ra thì tôi đem một món đồ chơi đến dụ cháu, lúc đó cháu mê chơi nên ăn một cách phản xạ, ngon lành. Lúc cháu hơi buồn ngủ cho cháu ăn là dễ nhất. Lúc đó cháu gần như không cử động, hai con mắt lờ đờ thì tôi đút thức ăn bao nhiêu cháu cũng nuốt hết. Ăn xong, ẵm vào giường, chưa kịp đặt xuống thì cháu đã ngủ rồi. Ban ngày cháu ngủ ba lần.Giấc ngủ ban ngày của cháu thường kéo dài chừng hai giờ, có khi là ba giờ. Trong khoảng thời gian này có thể cháu thức giấc một vài lần. Mỗi lần cháu cựa mình, thức giấc tôi lên tiếng thì cháu ngủ tiếp, cũng có khi tôi phải gãi lưng cho cháu vài cái, lúc đó thì cháu an tâm, biết có tôi bên cạnh. Có những lúc cháu thức giấc, hai con mắt không có mở ra mà quờ quạng tìm tôi, trèo lên ngực tôi ngủ ngon lành, thương quá là thương! Cháu đang chơi giỡn bỗng nhiên chạy đến cạnh bàn, đứng đó im lặng, gương mặt đỏ bừng lên là biết cháu đang mắc "ị". Nhưng không phải lúc nào cũng có tín hiệu như vậy.Thành thử lâu lâu phải ghé mũi vào đáy quần của cháu. Khi nghe có mùi "thơm" thì biết. Lúc nhỏ cháu ít táy máy chân tay nên việc thay tã cho cháu rất dễ dàng. Bây giờ cháu biết đùa giỡn, chân tay không lúc nào yên, con trai mà. Mỗi lần đặt cháu xuống giường thì cháu lồm cồm ngồi dậy, nếu cháu chịu nằm xuống thì hai chân lại đạp lia lịa, cho nên thay tã rất khó. Lúc đó tôi phải hướng sự chú ý của cháu sang một việc khác, chẳng hạn đưa cho cháu một món đồ chơi để cháu mân mê, lúc đó cháu sẽ quên việc đạp chân.Cháu có thói quen là mỗi khi nhặt được bất cứ thứ gì cháu đều lật đật bỏ vào miệng, từ cây viết đến bông hoa, từ mẫu vải vụn, giấy vụn đến nguyên cả một cuốn sách.Nếu như nhặt được trái ớt có lẽ cháu tôi cũng bỏ vào miệng. Một trong những lý do khiến cho tôi yêu tất cả trẻ con trên hành tinh này là vì chúng hồn nhiên, ngây thơ, trong trắng quá, chớ không biết suy nghĩ, tính toán, loc lừa, độc ác và phản bội như người lớn. Cháu ngoại tôi có điều hay là chỉ gặm nhấm chớ không bao giờ nuốt. Cháu cũng biết há miệng, thè lưỡi để cho tôi lấy mọi thứ từ trong miệng ra.Vậy là cháu cũng khôn đó chứ! Từ lúc mới sanh đỏ hỏn cho đến lúc biết lật, biết trườn, biết bò, biết ngồi, biết đi, rồi biết chạy là cả một khoảng đường dài khó nhọc, coi vậy mà trôi qua rất nhanh. Tất cả đều được tôi ghi vào máy ảnh. Tôi đã chụp cho cháu cả trăm bức ảnh, trong đó tôi thích nhất là những bức ảnh cháu ở trần ở truồng, khi cháu chập chửng mới tập đi, tôi chụp ở mọi tư thế, góc cạnh. Những tấm ảnh này bây giờ xem rất bình thường nhưng vài chục năm sau nó sẽ rất quý. Tôi nói với ba mẹ cháu vào ngày đám cưới cháu sẽ làm slide show, chiếu lên cho mọi người xem. Lúc đó chắc là tôi không còn trên thế gian này nữa, nhưng có sao đâu?

Giữ cháu ngoại đối với tôi bây giờ không còn khó khăn như lúc ban đầu nữa, nhưng phải nói là rất mệt, mệt còn hơn đi làm việc ở sở nữa. Cả ngày phải chạy theo cháu, tôi muốn vẹo xương sống luôn.Tôi bị đau cột sống từ lâu mới là khổ. Lúc mới giữ cháu tôi cân nặng một trăm bốn mươi lăm pound, bây giờ còn chưa tới một trăm bốn chục pound. Có lẽ vì phải chạy bộ nhiều và vì ăn uống thất thường nên tôi bị sụt cân. Bù lại, cái bụng tôi nhỏ bớt cũng là điều tốt. Bình thường cháu chạy chơi thì tôi rất khỏe. Có những lúc cháu không chịu để xuống, cứ bắt ẵm hoài là biết cháu bị bệnh hoặc có điều gì bất thường. Nhiều lúc tôi để cháu ngủ trên tay tôi cả mấy tiếng đồng hồ. Điều tôi lo nhất bây giờ là vào một ngày nào đó chứng đau cột sống của tôi tái phát nặng và tôi không giữ cháu tôi được nữa! Không có giây phút nào mà tôi không để mắt tới cháu. Có những lúc cháu ngủ tôi cũng nằm bên

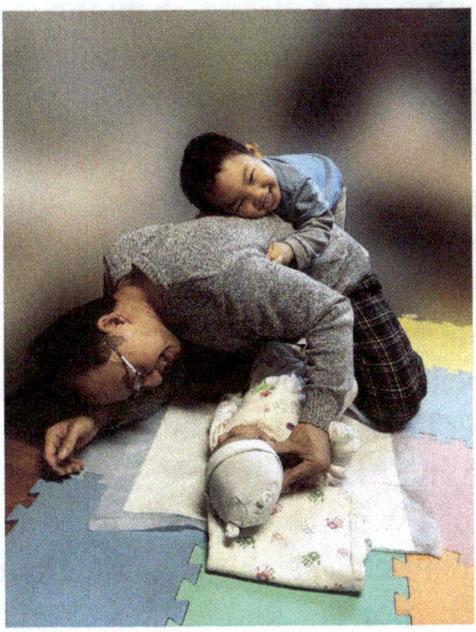

cạnh để cho cháu ngủ được yên giấc. Có một chuyện rất lạ: Mới ngoài mười hai tháng tuổi mà cháu rất thích nghe hát ru. Mỗi lần tôi ru thì cháu lắng nghe, tỏ ra rất thích thú. Tôi rất ngượng ngùng khi viết ra điều này. Ai đời ở xứ Mỹ hôm nay lại có ông già ru cháu ngoại bằng ca dao:

Ví dầu cầu ván đóng đinh
Cầu tre lắc lẻo gập ghềnh khó đi
Khó đi mẹ dắt con đi
Con đi trường học mẹ đi trường đời

Rõ ràng là việc ru cháu là việc của mẹ nó chớ không phải việc của ông ngoại. Sẽ có người thắc mắc: Ở Mỹ này làm gì có cầu ván với lại cầu tre? Thôi thì trước một tâm trạng, mỗi người có thể có cái nhìn khác nhau. Có người cho là hài kịch, có người cho là bi kịch, là ý nghĩa, là chua chát, đắng cay…

Mỗi ngày tôi phải dậy lúc sáu giờ, chuẩn bị ăn uống xong là lái xe sang nhà con gái tôi để trông cháu cho vợ chồng nó đi làm đến bảy giờ chiều mới về, những hôm chúng về sớm thì cũng phải sau sáu giờ. Vậy là mỗi ngày tôi phải "làm việc", nói đúng hơn là lao động, không hiểu là lao động loại gì. Không phải là lao động trí óc, cũng không phải là lao động chân tay, gọi là lao động giữ trẻ có lẽ chính xác nhất, tiếng Anh, tiếng Mỹ gọi là baby-sitting, trên mười hai tiếng đồng hồ. Khi về tới nhà chỉ muốn đi nằm chớ không thể ngồi bên computer để viết lách hay đọc báo gì được. Đọc và viết là nỗi đam mê, là niềm hạnh phúc của tôi trong tuổi già, hay thỉnh thoảng xách máy ảnh đi chụp bất cứ thứ gì, hoặc vác cần câu đi câu cá cũng là niềm vui, rất thú vị, nay phải chia sẻ cho việc giữ cháu để có thêm niềm hạnh phúc mới.Tôi không biết những người nghiện xì ke, ma túy như thế nào, chớ tôi ghiền cháu tôi có lẽ cũng không kém. Tôi giữ cháu từ Thứ Hai đến Thứ Sáu. Thứ Bảy và Chúa Nhật giao lại cho ba mẹ cháu thì tôi thấy thiếu và nhớ cháu thật nhiều, lại muốn chạy qua thăm để bồng, ẵm cháu.

Sau tháng đầu tiên tôi giữ cháu thì con gái tôi đưa cho tôi một số tiền. Ý chừng là để trả công cực khổ của tôi trong một tháng. Điều này rất là bình thường đối với mọi người sống trên đất Mỹ này. Thay vì đem cháu đến các trung tâm day care hoặc mướn người tới nhà giữ thì nhờ bà nội, bà ngoại rỗi rảnh, giữ giùm, cũng trả bao nhiêu đó tiền, bà có thêm thu nhập, có việc làm đỡ buồn, mà cháu cũng được chăm sóc tốt hơn, cha mẹ đi làm thì an tâm hơn, tất cả mọi đàng đều có lợi. Nhưng tôi thì có quan niệm khác. Tôi không nghĩ đến việc có lợi hay không có lợi, nhất là về tiền bạc.Tiền bạc thì ai cũng cần nhưng đối với tôi bây giờ không phải là nhu cầu quan trọng lắm. Hàng tháng tôi đã có chánh phủ trợ cấp, tôi để dành lâu lâu còn gửi về cho em cháu ở Việt Nam được kia mà. Công sức và thì giờ tôi dành cho cháu thì nhiều thật nhưng nếu tôi nhận tiền thì tôi cũng giống như những người làm công khác và vào một lúc không vui, con gái hoặc con rể tôi có thể xem tôi và cư xử với tôi như một người vú em, một người làm công thì tội lỗi quá. Tôi muốn tránh điều này nên đã từ chối, không nhận tiền. Con tôi có đưa cho tôi một đồng hay một triệu đồng tôi cũng không nhận.Vấn đề ở đây là tình thương.Tôi đến với cháu tôi chỉ vì tình thương mà tình thương thì không thể đo lường và tính bằng tiền bạc được! Thương cháu chỉ là sự thương con nối dài. Ngày trước tôi thương con đâu có ai cho tiền cho bạc, bây giờ thương cháu cũng vậy thôi. Ngày trước khi đưa con gái tôi đi mẫu giáo mà nó khóc nhiều thì tôi ẵm về, bữa đó nghỉ làm ở nhà với nó. Bây giờ khi cháu tôi khóc mà tôi dỗ không được tôi rất xót xa, khi cháu ăn ít thì lo lắng, khi cháu té ngã thì thấy đau lòng, khi cháu "ị" được thì rất mừng, khi cháu mỉm cười thì rất vui. Những xót xa, lo lắng, đau lòng và vui sướng như vừa kể làm sao cân, đo, đong, đếm được, làm sao tính ra tiền được? Trả bao nhiêu cho vừa đây? Tiền bạc rất dễ làm mất đi ý nghĩa và sự trong sáng của một nghĩa cử cao đẹp.Tôi muốn bất cứ một hành vi nào của con người cũng mang một ý nghĩa tích cực nào đó.

Ngày trước nuôi con một đôi khi còn nghĩ rằng con mình sẽ thương mình, sẽ ngoan ngoãn và có hiếu, tới lúc già sẽ nhờ con.Ý nghĩ này mặc dầu phù hợp với điều Phật dạy: "*Tội lỗi lớn nhất của đời người là bất hiếu*" nhưng vẫn còn *vị ngã*, mang tính cá nhân nhiều quá, nghĩ về mình nhiều quá! Bây giờ giữ cháu thì hoàn toàn không nghĩ gì cả. Nếu có nghĩ thì nghĩ là khi cháu lớn khôn chưa chắc mình đã còn sống để cho nó biết mặt ông ngoại, một người đã từng giữ nó, chăm sóc nó,yêu thương nó. Mỗi ngày được giữ cháu, được ẵm cháu trong tay là niềm vui lớn. Một nụ cười hồn nhiên, trong sáng và thánh thiện, một cái nheo mắt tinh nghịch của cháu với tôi là cả trời hạnh phúc thì tôi còn mong gì nữa?

Hình như cuộc đời có một định luật là không có một niềm vui nào, một hạnh phúc nào là trọn vẹn. Cháu ngoại tôi là người Việt Nam nhưng khi lọt lòng mẹ đã là công dân Mỹ, mang một cái tên Mỹ chớ không phải Việt Nam.Tên cháu là

Brandon. Phải chi ba cháu đặt cho cháu tên là Cu, là Tý hay Tèo gì đó để cho tôi âu yếm gọi, có lẽ tôi cảm thấy ấm lòng hơn, hạnh phúc của tôi sẽ trọn vẹn hơn.

Chương 23:

Hết sẩy, chuyện Allison

Tôi có ông bạn, sau lần đầu tiếp xúc với cháu ngoại Allison của tôi, đã phát biểu: *"con bé này lớn lên là hết sẩy"*. Tôi dùng nhận xét này làm kết luận cho bài viết của mình về cháu, lúc đó nó mới có ba tuổi rưỡi. Bây giờ tôi lại lấy nhận xét của bạn đặt tên cho bài viết này. Ai trong chúng ta ít nhất cũng một vài lần nghe nói tới tỉnh từ "hết sẩy" nhưng không thể nói chính xác nghĩa của nó là gì. Tôi cũng vậy, chưa thấy có sách vở hay từ điển nào định nghĩa. Thôi thì mọi người cứ hiểu theo cái cách riêng của mình Tôi thì nhìn thấy cháu tôi "hết sẩy" ngay từ lúc này, lúc cháu mới có bốn tuổi chớ không phải đợi tới lúc nó "lớn lên"như ông bạn tôi nói. Đây cũng là một may mắn vì biết đâu khi cháu lớn lên thì tôi không còn có mặt trên đời này nữa!

Trong khi viết bài này (tháng 12 năm 2013) mắt tôi vẫn chưa bình phục sau hai ca mổ cataract , nhìn đâu cũng thấy khi thì chóa lòa, khi thì mờ ảo, nhất là trên màn hình máy vi tính, con chữ cứ chập chờn, chập chờn... Tôi thì háo hức muốn viết ra ngay vì sợ để lâu sẽ quên hết những chi tiết độc đáo, rất thú vị, liên tục xảy ra hàng ngày. Do đó, tôi nhớ gì viết nấy mà không theo một dàn ý, bố cục hay thứ tự nào cả.

Thời gian này Allison đi kindergarten gần nhà tôi, loại trường giống như nhà trẻ ở Việt Nam đó mà. Nó học lớp mầm, chồi hay lớp lá gì tôi cũng không rõ nhưng về nhà là cứ dạy cho ông bà ngoại cách phát âm từ tiếng Anh. Nó nói *ông ngoại không biết gì hết, tên của con ông ngoại còn đọc sai, bạn con đọc mới đúng.* Nó bắt ông bà đọc đi đọc lại, chừng nào đúng mới chịu. Có lần tôi phát âm đi phát âm lại một từ mà Allison vẫn không vừa ý, cô bé liền chạy đến hét thật to vào tai tôi, nói rằng *để ông ngoại nghe cho rõ*! Tôi cũng thuộc vào loại khá tiếng Anh, đã từng làm thông dịch viên ở Việt Nam, định cư và làm việc ở Mỹ hơn mười năm, bây giờ nhờ Allison mới biết mình phát âm sai nhiều quá, thành thử nhiều lúc nói chuyện với người Mỹ họ không hiểu. Mỗi sáng ba Allison đưa bé tới trường, chừng 10 giờ 45 thì tôi và bà ngoại đi rước về, lo cơm nước cho nó. Trưa khoảng 2 giờ thì chở nó về nhà ba mẹ, dỗ cho nó ngủ, đồng thời chờ đúng 3 giờ thì ra đầu ngõ, đón anh Brandon của nó do xe bus nhà trường đưa về. Lại lo cho Brandon ăn uống rồi cho nó ngủ, chờ đến 7 giờ tối ba mẹ nó mới đi làm về. Brandon bây giờ đã lớn, chuẩn bị lên lớp một, dễ dạy và biết nghe lời người lớn. Cần nói thêm về bà ngoại là bà đã bị cho nghỉ việc (lay off) từ nhiều tháng nay, ở nhà cùng với tôi "chăn" hai đứa cháu suốt ngày, còn mệt hơn là đi làm việc ở sở nữa!

Giờ thì Allison đã có phòng riêng và ngủ một mình. Mỗi trưa vào giường ngủ, nó hay bắt tôi nằm bên cạnh để nghe nó kể chuyện, hát, và giải thích những bức tranh vẽ trong sách. Đối diện với giường ngủ là tủ áo, đầy nhóc những chiếc áo đầm, nhất là áo màu đỏ. Nhiều lúc nó ngồi im, nhìn chầm chập vào những chiếc áo trong tủ cả mười lăm phút mới chịu nằm xuống. Nó nói: "*chừng nào đám cưới con sẽ mặc áo đầm màu đỏ*". Mỗi ngày Allison tự tay chọn cho mình quần áo mặc đi học. Có lần mẹ mua về một chiếc áo, Allison nói không đẹp và bắt mẹ phải đi trả lại, cô nàng nhất định không chịu mặc. Allison cắt trong báo quảng cáo hình cô bé mặc áo đầm màu đỏ, nói với bà ngoại: "*Bà giữ cái này để mua cho con chiếc áo giống như thế này*". Ý niệm về cái đẹp đến với cô bé bốn tuổi như Allison là quá sớm. Đưa cho Allison xem nhiều bức ảnh của mấy cô người mẫu, hỏi nó ai đẹp nhất thì bảo đảm Allison chỉ đúng ngay. Thấy bác Tý (chị của ba Allison) sơn móng tay, nó để ý, về năn nỉ, xin bà ngoại một hủ và bắt chước y chang: Một bàn tay để trên đùi một tay cầm cọ sơn rất gọn gàng và điệu nghệ. Thấy vậy tôi mới nói chuyện với nó:

- Sao con điệu quá vậy?

- Người lớn mới điệu, con đâu có điệu, con chỉ làm đẹp thôi

- Ba đi làm về thấy thì sao?

- Con giấu, ba đâu có thấy!

- Nếu ba hỏi?

- Con nói ông ngoại sơn, con không biết

- Còn mẹ?

- Mẹ khen con đẹp

- Vô trường cô giáo hỏi, con nói sao?

- Con nói I painted the colors by myself

- Con để hủ sơn móng tay ở đây ông ngoại giữ giùm cho. Con đem về nhà anh Brandon thấy, đòi thì sao?

- Không có đâu. Cái này là của con gái, anh không có thích.

Một lần Allison nói với bà ngoại là nó có boy friend. Bà rất bất ngờ và nghĩ rằng nó nói vậy thôi chớ đâu có hiểu nghĩa boy friend là gì. Nhưng không! Allison nói *boy friend của con tên là Aron. Con thích nó vì nó đẹp trai nhất lớp, con thích nhìn nó, chừng nào lớn lên con làm đám cưới với nó!* Tôi chưa thấy mặt Aron, còn bà ngoại thì thấy rồi vì mỗi ngày bà vào tận lớp rước Allison. Bà nói Aron đẹp trai thật. Một hôm cả nhà đi ăn buffet ở Royal trên đường Golf. Trước nhà hàng có hòn non bộ thật lớn. Người ta hay ném xuống đó những đồng tiền xu để cầu may. Allison cũng xin tôi mấy xu và ném xuống. Tôi hỏi: "*để làm gì vậy?*" Allison trả lời: "*con wish cho con có được Aron* ". Nghe Allison nói, mọi người đều ngẩn ngơ, không thể nào tưởng tượng đươc. Chưa hết! Một hôm nhà trường tổ chức bán hàng, tập cho học trò đi shopping. Được ba cho 5 $, Allison mua đủ thứ cho ba, mẹ, anh Brandon. Ngoài ra, nó còn khoe với tôi là có mua cho Aron một chiếc nhẫn (ring) để mai mốt làm đám cưới nữa. Thật là hết ý! Mới chừng ấy tuổi mà lại có tư tưởng thật lạ. Điều này không khỏi làm cho bà ngoại ít nhiều băn khoăn và lo lắng: Không biết khi lớn lên, tới tuổi thành niên thì sẽ như thế nào?

Thường ngày thì ba đưa Allison đi học. Một hôm vì phải đi làm sớm nên ba nó nhờ tôi và bà ngoại đưa Allison tới trường giùm. Khi tới cửa trường thì Allison nói *ông ngoại đừng có vô*. Tôi hỏi tại sao thì Allison trả lời là *bạn con không thích ông ngoại, vì ông ngoại già rồi*. Lại một câu nói đầy bất ngờ làm tôi chới với! Sau này Allison về kể với ba: "*Có lần ông ngoại đến, bạn con hỏi ai đó. Con nói đó là grandpa của tao thì bạn nói grandpa của mày sao già quá vậy. Con trả lời grandpa của mày cũng già vậy!*". Thì ra là vậy, đã xảy ra một trận cãi nhau giữa Allison và bạn về ông ngoại. Đến lúc này tôi mới hiểu tại sao Allison không muốn tôi đến trường. Từ đó, mỗi khi đi rước Allison tôi chở bà ngoại theo để bà vào đón nó, còn tôi thì ngồi chờ ngoài xe

Công việc của Allison khi về tới nhà ông bà ngoại là ăn uống, nghỉ ngơi, bày đồ chơi ra chơi, xem tivi chương trình thiếu nhi, ôn tập sách Kindergarten K ages 5-6. Cũng có lúc lên cơn, không thèm học, ông ngoại nói cách mấy cũng không chịu, còn nói đủ thứ, nào là *ông ngoại xấu trai, con ghét ông ngoại, ông ngoại đừng có đụng con, đừng có nhìn con vân.vân và vân. vân......*Ngược lại, điều gì cô nàng vừa ý thì nói ông ngoại đẹp trai, con thương ông ngoại, con help ông ngoại, ông ngoại muốn gì con mua cho ông ngoại, con mua thuốc cho ông ngoại nhỏ mắt... Với bà ngoại cũng vậy, khi vừa ý thì khen bà ngoại đẹp gái, không vừa ý thì rất khó chịu, có khi còn đánh, còn đá bà ngoại nữa! Bà ngoại dọa đòi kêu police, nó cũng không sợ. Mỗi ngày Allison nói thương và ghét ông bà ngoại không biết bao nhiêu lần. Đặc biệt lần nào cũng đều có lập luận, nêu lý do tại sao. "*Con thương ông ngoại tại vì... Con ghét ông ngoại tại vì...*" Viết tới đây tôi mới nhớ có nhiều người lớn mà không chín chắn, ăn nói hồ đồ, không vựa trên cơ sở, nền tảng nào cả, có khi còn bịa đặt, xuyên tạc sự thật nữa.

Một đôi khi tôi cũng cho Allison xem TV chương trình tiếng Việt. Cô bé thích nhất là chương trình dạy nấu ăn của cô Uyên Thy, xem rồi về nói *mẹ nấu cho con ăn giống như cô Uyên Thi dạy.* Khi bà ngoại vào bếp thì Allison lăng xăng, lít xít bên cạnh, xem bà ngoại nấu ăn rồi ý kiến này ý kiến nọ. Khi bà ngoại chiên trứng cho Allison thì cô bé nhất định đòi cho được phần việc của mình là đập trứng bỏ vào chén, đánh trứng, xịt nước tương, bỏ hành vào. Xong, cô bé bắt ghế, đứng từ xa "chỉ đạo": *bà chiên làm sao mà thành vòng tròn, bỏ vào dĩa đừng có bể!* Khi cái trứng chiên xong bỏ ra đĩa mà méo hay nứt một chút nó cũng không chịu và cằn nhằn: *Bộ bà ngoại không biết ý con sao?* Mỗi khi chê bà ngoại điều gì thì nói: "*bà ngoại local quá*". Sống ở Mỹ cả chục năm, tôi chưa hề nghe người Mỹ nào dùng từ local trong trường hợp này. Tôi biết trong tiếng Pháp từ local đọc là "lô can", nghĩa là nội địa, không phải ngoại nhập, người sính đồ ngoại thường hay chê đồ trong nước là đồ lô, là xấu, dở. Local trong tiếng Anh nghĩa là địa phương. Tôi thắc mắc hỏi Allison: *Con nói gì vậy?*. Cô bé trả lời: "Con nói tiếng Xì" (1). Tôi lại hỏi "Sao con biết tiếng Xì mà nói". Lần này Allison không nói tiếng Việt mà nói tiếng Anh, tỉnh bơ: "I know everything". Sau này tôi hỏi cậu Tâm của Allison nghĩa của từ local trong tiếng Tây Ban Nha (cũng là tiếng của người Mễ Tây Cơ, người Xì) thì Tâm nói nó giống nghĩa như crazy trong tiếng Anh, là điên khùng. Theo tôi từ local nên hiểu là quê mùa thì chính xác hơn. Cho tới bây giờ tôi vẫn chưa biết Allison học ở đâu ra cái chữ "local" đó. Tôi và bà ngoại đều đồng ý là Allison cái gì cũng biết và cái gì cũng nói được, lại nói có suy nghĩ, tính toán và lý luận đâu ra đó.

Thỉnh thoảng tôi cũng có cho Allison xem kịch hoặc cải lương để nó quen với âm điệu của tiếng Việt. Vậy mà nó hiểu và thường đưa ra nhận xét hoặc thắc mắc, chẳng hạn: "*Cô kia happy quá phải không ngoại?. Cô đó buồn vì ông đó không thương cô đó nữa, phải không ngoại?*

Tại sao ông đó không thương cô đó nữa vậy ngoại?". Trong trường hợp này tôi lại phải giải thích cho nó hiểu. Năm 2012 tôi và gia đình đi du lịch ở vùng biển Caribê, khi về có mua cho Allison con cá mập nhồi bông, nó cứ ôm con cá mà ngủ và hỏi tôi: "*Sao ngoại biết con thích con whale mà mua cho con vậy?"*.Có lần Allison đặt ra cho tôi một câu hỏi thật bất ngờ: "*Tại sao con chó nó dễ thương quá vậy ngoại?"* Một câu hỏi thật đơn giản, ngây thơ vậy mà đã làm tôi lúng túng! Chẳng lẽ tôi trả lời "con chó dễ thương tại vì nó dễ thương?" Cuối cùng, tôi cũng tìm được câu trả lời đơn giản cho cháu: "*con chó nó dễ thương là vì nó biết nghe lời người lớn"* Ngày nào cũng vậy, trước khi về nhà, Allison cũng tự tay làm những món quà, nó gọi là gift cho ba, mẹ và anh: có khi là một viên kẹo xin bà ngoại, xếp một cây quạt hoặc vẽ một bông hoa. Quà của từng người cô bé bỏ vào một bao thư riêng và cẩn thận ghi tên từng người. Xong xuôi, tất cả lại được bỏ vào một phong thư lớn rồi dùng glue dán lại. Khi Allison đang làm cái gì mà bà ngoại kêu đi ăn nó đều từ chối và nói *con mắc làm việc*. Khả năng tập trung và say mê công việc của Allison hơn hẳn anh Brandon của nó. Trong những ngày Xuân, Hè nắng ấm, bà ngoại thường đi bộ đón Allison. Trên đường về nhà, bao giờ Allison cũng hái rất nhiều hoa, làm thành một bình hoa cho mẹ. Cô nàng còn nói *đám cưới của con sẽ có nhiều hoa và con sẽ tặng cho mẹ.*

Sau khi mổ mắt tôi đâu lái xe được nên để bà ngoại lái, tôi thì ngồi phía sau, cạnh Allison mỗi khi đưa cô bé về nhà. Một thời gian dài bà ngoại không có lái xe nên bà rất chậm, bị Allison chê: "*Bà ngoại lái chậm quá, đâu có lái ra highway được, để con dạy bà ngoại lái"*. Một câu nói tự phát, bất chợt tưởng là vô nghĩa nhưng đã bộc lộ cái khuynh hướng thích lãnh đạo, chỉ huy người khác. Allison có biệt tài kể chuyện, những câu chuyện do Allison tự đặt ra. Trên đường về nhà nhìn thấy một người Mỹ homless da đen, Allison cũng nghĩ ra được một câu chuyện về người này và kể bằng tiếng Anh. Tôi và bà ngoại rất thích thú được nghe những câu chuyện do Allison kể. Khi bảo cô bé kể lại, bao giờ Allison cũng từ chối: "*Cái gì con kể rồi thì con không kể nữa* ". Hôm nhà trường tổ chức văn nghệ có mời ba mẹ học sinh đến dự, Allison được tham gia một tiết mục ca. Hôm đó mẹ bị bệnh, Allison nài nỉ mẹ *đến trường một chút thôi cũng được*. Như là người lớn, Allison dạy mẹ cách nói chuyện với cô giáo bằng tiếng Anh khi đến trường. Cô giáo nói cái gì, mẹ trả lời ra làm sao. Lúc mẹ bị bệnh, Allison mỗi khi đi học về đều đến bên mẹ hỏi *mẹ có bớt chưa*, trong khi anh Brandon đâu có biết chuyện này, đâu có biết hỏi han mẹ!

Từ khi Allison đi học thì bà nội thôi không giữ Allison nữa mà giao lại cho tôi. Thỉnh thoảng khi tôi bận một việc gì thì ba mẹ chở Allison giao cho nội. Bà nội hỏi: "*Chắc Allison quên bà nội rồi, phải không?*". Cô nàng trả lời chắc nịch: "*không bao giờ* ". Bác Tỳ hỏi: "*Bà nội, bà ngoại và bác Tý, ai là người nấu ăn ngon nhất?*". Suy nghĩ một hồi, Allison đáp: "*Bà nội number one, bà ngoại number one, bác Tý number one*" Bác Tý không chịu, hỏi lại:

"*Trong ba người này, con chỉ chọn một người thôi. Ai là người nấu cho con ăn ngoan nhất?*" Lần này cô bé vẫn kiên định "*Bà nội number one, bà ngoại number one, bác Tý number one*". Thật là tuyệt vời, câu trả lời của một cô bé 4 tuổi làm hài lòng tất cả mọi người. Trong lúc đó có không ít người mỗi khi nói ra là gây chia rẽ, mất đoàn kết, kể cả đối với những người thân trong gia đình! Allison là gái mà quậy phá, nghịch ngợm không ai bằng. Có lần bà nội nói: "*Con quậy vừa vừa chớ con quậy quá, bà nội lên máu bà nội chết đó*". Bạn có biết Allison trả lời sao không?: "*Bà nội lên máu thì con cũng lên máu vậy*". Đó, đố ai mà nhịn cười được trước câu nói của Allison thì tôi… chết liền.

Không lý thuyết mơ hồ, không sách vở viển vông, tôi đã nói về hai chữ "HẾT SẨY" qua một số trải nghiệm từ cháu Allison của tôi. Chuyện về Allison thì nói hoài không hết. Allison chỉ mới có bốn tuổi. Hy vọng bài viết này được bạn chia sẻ phần nào. Sự hết sẩy ở đây mang tính cá biệt độc đáo, thú vị cùng một chút băn khoăn, lo lắng, không phải cho bây giờ mà là mai sau. Người cần hiểu điều này nhất chính là ba mẹ Allison, để có thái độ ứng xử một cách khôn ngoan và thích hợp với cô con gái có cá tính đặc biệt và mạnh mẽ như Allison. Còn tôi? Lúc đó chắc đã "đi xa".

Chương 24:

Giữ cháu nội, chuyện Charlie

Năm 2007, lúc 66 tuổi tôi mới có đứa cháu ngoại đầu tiên là Brandon, hai năm sau thì có Allison, em của Barandon. Mãi đến năm 2019 thì đứa cháu nội Charlie mới ra đời. Lúc này tôi đã 77 tuổi. Hai năm sau, chính xác là ngày 05/12/2021 em gái của Charlie là Emma chào đời. Vậy là tôi có đủ hai cháu nội và hai cháu ngoại, trai gái vẹn toàn, không còn hạnh phúc nào hơn.

Charlie là cháu đích tôn. Tôi thì không quan trọng lắm cái chuyện đích tôn hay không đích tôn, trai hay gái,

nội hay ngoại vì tất cả đều là cháu tôi, không lý do gì mà tôi thương đứa này ít, đứa kia nhiều. Chắc cũng có người nói tôi ba gai, tôi bướng bỉnh. Không sao. Tôi có quan điểm riêng của mình: Không nên kỳ thị, phân biệt đối xử với con, cháu của mình vì điều đó đã lỗi thời từ thuở phong kiến theo quan niệm Nho Giáo ở đâu bên Tàu, rồi ông nội, ông ngoại, ông cố của chúng ta bị ảnh hưởng. Đó là cái thói trọng nam, khinh nữ vì "nhất nam viết hữu, thập nữ viết vô", một trai cũng là có, mười gái cũng bằng không. Hay "nữ sinh, ngoại tộc", con gái là con người ta (chớ không phải con mình). Bây giờ chúng ta đang sống ở thế kỷ 21, trong một xã hội văn minh tiến bộ tại nước Mỹ này, không thể nào khư khư ôm giữ những tư tưởng lỗi thời, theo lối mòn xưa cũ nữa. Nếu con trai thờ phượng, cúng giỗ ông bà, cha mẹ nó được thì con gái cũng làm được và không có gì khác nhau. Quan trọng nhất là cái tâm của mỗi đứa, từ đó thể hiện ra lòng hiếu thảo, yêu thương, kính mến ông bà, cha mẹ nó thôi, chớ nội ngoại gì cũng như nhau cả.

Nếu Brandon là đứa cháu tôi có nhiều kỷ niệm thì Charlie là đứa mang lại cho tôi nhiều ấn tượng nhất. Tôi đã viết một bài về Brandon có tựa đề là Giữ Cháu Ngoại, được độc giả đánh giá cao thì không lý do gì tôi không viết một bài về cháu nội Charlie của tôi. Hồi đó cứ sáng sớm thì tôi lái xe đến nhà con gái tôi để giữ cháu cho đến chiều ba mẹ nó đi làm về tôi mới lái xe về. Tôi đi giữ cháu cũng giống như đi làm ở sở vậy. Ngày tám tiếng, có khi là mười tiếng, mà không lấy một đồng bạc thù lao nào, khi về đến nhà thì chân tay rã rời, không làm được gì cả, chỉ muốn đi nằm thôi. Còn bây giờ thì tôi giữ Charlie, sống với Charlie 24/24 tiếng vì lẽ từ ngày cưới nhau thì ba mẹ nó không có "ra riêng"mà vẫn sống chung mái nhà với vợ chồng tôi. Con trai tôi giờ đây đã 41 tuổi, đang dạy đại học mà vẫn sống cùng gia đình tôi, dưới sự chở che, đùm bọc của vợ chồng tôi, nhất là đối với hai đứa cháu nội tôi. Đối với Charlie, tôi gần gủi, để ý và quan sát nó hàng ngày từ miếng ăn, giấc ngủ. Đêm khuya khi nó cựa mình thức giấc thì ở phòng kế bên tôi cũng không ngủ được và thức theo với nó, từ ngày mới sinh cho tới bây giờ. Charlie ngày càng giống ông nội ở vầng trán rộng, chân mày đậm, hơi xếch và có hai cái xoáy trên đầu. Charlie đặc biệt hơn là có một xoáy trên trán, người ta nói đó là xoáy ngựa, dữ lắm. Tôi tra trên Google thì thấy ghi "người có xoáy ngựa thì ham hiểu biết, thích tìm hiểu những điều mới lạ, có dũng khí và thích những công việc mang tính chất khai phá, mở đường...". Nếu vậy thì xoáy ngựa tốt chớ không phải xấu. Charlie cũng hay tò mò và thích khám phá những thiết bị và máy móc trong nhà. Đồ dùng nào có nút bấm thì khó mà thoát khỏi tay nó. Tôi đang sử dụng computer mà nó thấy thì thôi rồi, chạy tới giành lấy con chuột và bàn phím và bấm lia lịa làm cho hình ảnh và số liệu trên màn hình biến mất hết. Thấy mọi người dùng cái remote control điều khiển chương trình trên TV, Charlie cũng bắt chước và nói để con tìm chương trình của con (chương trình hoạt hình). Lúc đầu nó chỉ biết bấm nút, giờ thì biết sử dụng rồi. Ở nhà có cái điện thoại bàn. Mỗi khi nghe chuông reo thì Charlie vội vàng chạy tới, bốc điện thoại lên nghe. Không hiểu gì nhưng vẫn cứ hê lô, hê lô. Ai đó! Mỗi khi nghe tiếng chuông cửa thì Charlie lên tiếng "Ai bấm chuông đó" rồi chạy tới cửa đứng chờ. Bây giờ mỗi khi đi đâu về tôi đều bấm chuông để được nghe giọng nói quen thuộc, thật dễ thương của nó "Ai bấm chuông đó". Ngoài giọng nói, Charlie có nụ cười rất tươi và có duyên nữa. Cái này chắc giống ba nó là lúc nào cũng cười, ai nói gì cũng cười cười, thể hiện một con người dễ dãi đến hời hợt. Ấn tượng nhất phải nói là bước chân của cháu tôi. Khi di chuyển từ phòng này sang phòng khác không bao giờ Charlie bước đi nhẹ nhàng như những đứa trẻ khác mà lúc nào cũng chạy. Tiếng bàn chân chạm vào sàn nhà, tôi nằm trong phòng đóng cửa mà nghe rõ mồn một, đều đều và gấp gáp. Nghe riết rồi quen, không có thì nhớ. Đó là lúc nó đi ngủ hoặc theo ba mẹ đi đâu đó. Điều mà tôi nhìn thấy rất sớm ở Charlie là cá tính rất mạnh mẽ của nó. Muốn gì thì Charlie thể hiện ra rất rõ ràng và dứt khoát, có khi rất quyết liệt. Mới mấy tháng tuổi đã biết lắc đầu, bây giờ thì nói "No" "No" khi không đồng ý điều gì. Một hôm cả nhà đến thăm gia đình một người bạn, có cô bé rất xinh và dễ thương nói Hello với Charlie. Mọi người kêu Charlie chào lại thì nó làm thinh, sau đó nói "không biết". Ở nhà Charlie thường nói với bà nội "Bà ơi bà, cháu yêu bà lắm". Vậy mà khi gặp ai trạc bằng tuổi bà nội mà bảo Charlie nói câu đó thì nó im lặng, nhất định không nói (chỉ nói với bà nội thôi).Trên bàn ăn mỗi người đều có vị trí trên một chiếc ghế cố định. Ai ngồi sai chỗ thì Charlie có ý kiến liền: "Ghế này của mẹ, đừng có ngồi", "ghế này của ba, đừng có ngồi". Charlie có óc quan sát, để ý thấy ai làm cái gì thì bắt chước rất nhanh và nói - để con làm giống bà, giống mẹ...Thấy ba nó cầm dụng cụ đi sửa nhà thì nói để con làm cho, con cũng biết làm contruction nữa. Ở đây nó dùng chữ "cũng" và chữ "nữa"là vô cùng chính xác và bất ngờ đối với một đứa trẻ mới lên hai. Tôi thật sự kinh ngạc khi nghe nó dùng chữ "vẫn" trong câu "đồ ăn vẫn còn mà". Charlie hay tò mò, táy máy các thiết bị, máy móc trong nhà. Chắc là nó có năng khiếu khoa học kỹ thuật, khác với ông nội là văn chương và nghệ thuật. Thiết bị nào tháo ra được thì Charlie tìm cách tháo ra, khi ráp lại không được thì bực tức, la khóc và vứt đi tất cả. Chưa đi học mà Charlie biết khá nhiều từ tiếng Anh là nhờ xem các phim hoạt hình. Charlie một mình ngồi xem phim và bình luận về các nhân vật trong truyện, đồng thời biểu lộ cảm xúc của mình theo tình huống các nhân vật. Qua những biểu hiện hàng ngày cũng thấy được tính tình của Charlie là nóng nảy nhưng rất giàu tình cảm, dễ xúc động, là một phần của ông nội. Mỗi tối trước khi đi ngủ Charlie vào phòng ông bà và nói chúc ông ngủ ngon, chúc bà ngủ ngon. Khi thấy ông bà ăn cơm thì nói ông ăn ngon, bà ăn ngon. Mỗi khi làm sai điều gì bị ba mẹ hăm đánh đòn thì chạy riết vào phòng, đóng cửa cái rầm nói con đi trốn hoặc tìm ông bà nội mà méc. Trẻ con thật là hạnh phúc khi được sống với ông bà, có ông bà bên cạnh. Ngược lại, cháu cũng là niềm an ủi rất lớn của ông bà. Ẵm bồng cháu, vui đùa với cháu làm cho ông bà trẻ lại và kéo dài tuổi thọ hơn.

Ba thế hệ cùng sống chung một mái nhà đôi khi không tránh khỏi va chạm. Thật ra chỉ là sự bất đồng trong cách nuôi dạy trẻ trong một số trường hợp. Ông bà thì có kinh nghiệm của người già còn cha mẹ trẻ chỉ biết dựa vào sách vở hoặc là nghe người này, người kia nói mà làm theo nên nhiều lúc sanh ra vấn đề. Nhớ lại mười mấy năm trước khi mới sanh Brandon, con gái tôi chưa có sữa đủ nhưng lại không cho Brandon một chút nước nào trong vài ngày, khiến thằng bé yếu ớt, môi khô rang, gần như bất động. Thấy vậy tôi giận quá, làm dữ lên, còn bà nội Brandon thì đòi kêu cảnh sát nhờ can thiệp. Lúc đó ba mẹ nó mới chịu cho chút đỉnh nước, thấm giọng cho Brandon thì nó tươi tỉnh trở lại. Ba mẹ nó quan niệm trong sữa đã có nước rồi nên không cần phải uống. Sữa là dưỡng chất không thể thiếu cho trẻ con nhưng không thể thay thế được nước trong mọi trường hợp cho nên khi ba mẹ nó đi làm tôi vẫn cứ cho cháu uống nước cũng như cho cháu ăn bất cứ thứ gì mà người lớn ăn được, trừ những thứ khó tiêu. Do vậy mà Brandon ăn uống rất dễ dàng và phát triển bình thường như mọi đứa trẻ khác. Việc ăn uống của Charlie bây giờ là rất khó khăn, điều mà tôi quan tâm nhất. Charlie gần ba tuổi và cho tới bây giờ khi tôi viết bài này vẫn không biết ăn cháo, ăn cơm và từ chối thịt, cá, trứng là những thứ giàu chất đạm (protein), iốt, chất sắt, kẽm và các loại vitamin rất cần thiết cho nảo bộ và hệ miễn dịch của trẻ con. Do đó mẹ nó phải đem những thứ này bỏ vào máy sinh tố xay thành một tổng hợp lỏng thì nó ăn nhưng cũng rất ít. Ai cho bánh thì Charlie chỉ bốc phần bột bên ngoài ăn thôi còn cái nhưng thì không bao giờ đụng đến. Tôi rất buồn khi thấy Charlie vẫn cứ ốm nhôm, Bác sĩ thì nói nó vẫn phát triển bình thường. Biết nói sao bây giờ? Khi từ chối không ăn món gì thì Charlie nói ghê quá! Có một đôi vợ chồng trẻ có hai con. Đứa lớn con trai, học high school, to cao hơn ba nó, còn bé gái chưa tới một tuổi, mẹ nó còn ẵm trên tay, trông rất khỏe mạnh, bụ bẫm, ai đút gì cũng ăn, kể cả những món trong nhà hàng. Điều đặc biệt là đôi vợ chồng này không rành tiếng Anh, họ không nghiên cứu sách vở mà nuôi con quá dễ dàng theo cách của người Việt Nam. Tôi cũng vậy, tôi quan niệm cái gì người lớn ăn được thì con nít cũng ăn được, không sao cả. Con cháu người ta phát triển thấy ham còn Charlie thì không bằng, tôi thấy xót xa. Ba mẹ Charlie cũng trẻ, mới sanh còn đầu lòng. Mẹ nó thì quá kỹ lưởng trong việc cho con ăn uống, còn ba nó thì không biết gì về tâm , sinh lý trẻ con. Có lần tôi nói với con dâu rằng kỹ lưỡng là tốt nhưng kỹ quá đôi khi làm hại con. Tôi dẫn chứng nhiều trường hợp đã xảy ra trong bà con mình như bà Dì Tư, tối ngày cứ đem cháu ra tắm, cuối cùng nó chết. Dâu tôi nó không chịu hiểu và phản ứng lại với tôi thật gay gắt, sau đó thì xin lỗi tôi. Tôi luôn luôn nhắc nhở rằng người lớn đã quen với cái nóng, lạnh của thời tiết từ mấy chục năm rồi, còn trẻ con mới ra đời có vài tháng hoặc vài năm cho nên nó rất nhạy cảm với thế giới bên ngoài. Khi mình cảm thấy nóng một thì nó nóng mười, khi mình thấy lạnh ít nó thì đối với nó là rất lạnh. Do đó lúc nào cũng phải giữ cho trẻ con được ấm áp, nhất là ở xứ lạnh như ở tiểu bang Illinois này. Vậy mà con trai tôi cứ phớt lờ đi. Charlie mới hơn một tuổi vẫn bị dẫn ra ngoài trong cơn bão tuyết. Tôi chụp hình bỏ lên Facebook, bạn tôi thấy, nói là ép người quá đáng! Cho đến hôm nay thì Charlie đã bị bịnh ba lần. Lần thứ nhất ba mẹ nó dẫn tới nhà một người bạn cho Charlie chơi với ba con chó, con nào con nấy lớn như sư tử, trong số đó có con chó ngao Tây Tạng, ai thấy cũng sợ trong khi ba mẹ chúng vẫn tỏ ra thích thú, nói con mình không sợ. Ngày hôm sau Charlie bị nóng, sốt. Tôi cho rằng do vi khuẩn từ mấy con chó mà ra vì qua hình ba mẹ Charlie chụp, tôi zoom lớn ra thì thấy những sợi lông chó còn vướng trên tay cháu! Lần thứ hai Charlie cũng bị nóng sốt, bác sĩ thì nói cháu vẫn bình thường, không có chuyện gì phải lo. Tôi không đồng ý, cho rằng bịnh kéo dài không hết thì phải có vấn đề chớ không thể nói là bình thường được. Đến khi Charlie được ba mẹ bồng đi bác sĩ khác theo yêu cầu của tôi mới phát hiện ra là trong lỗ tai cháu có nước (ba mẹ nó để nước tràn vào trong lúc tắm). Khi lý do được xác định thì việc chữa trị cũng dễ thôi. Đầu tháng 4 năm 2021 Charlie mới hơn một tuổi thì ba nó đem đi gửi nhà trẻ. Bắt con đi học hai ngày về nhà nó bệnh hai tuần, đến ngày 10/05/2021 Charlie mới bắt đầu hồi phục Triệu chứng là nóng sốt, ho, sổ mũi và hay khóc ban đêm.

Lý do rất dễ hiểu: Một là bị chấn động tâm sinh lý vì thay đổi môi trường đột ngột, hai là ngủ không được, ăn không được, lý do cuối cùng quan trọng nhất là nó khóc vì nhớ mẹ. Ở nhà Charlie thường nằm trên ngực mẹ mà ngủ. Thói quen này là không tốt nhưng quen rồi cho nên mỗi khi mẹ nó rời khỏi chỗ nằm là nó hay liền và khóc ré lên, ngồi dậy chạy đi tìm mẹ, miệng thì kêu mẹ ơi, mẹ ơi. Khi mẹ nó vào wash room thì nó đứng ngoài la khóc đến khi mẹ nó ra mới thôi. Thường ngày Charlie xem chương trình TV hoặc chơi với đồ chơi của nó cho đến khi chợt nhớ đến mẹ thì bỏ tất cả, vừa khóc vừa la và chạy khắp mọi nơi đi tìm mẹ. Nay tách rời khỏi mẹ đem giao cho người khác thì làm sao nó chịu nổi, cho dầu chỉ trong vài giờ hay một buổi. Trong thời gian bị bệnh đêm nào Charlie cũng bị ám ảnh bởi nhà trẻ và khóc từ một đến hai tiếng đồng hồ, tôi nằm phòng bên cạnh không ngủ được, tôi quá xót xa mà không làm gì được. Từ đó Charlie rất sợ nhà trẻ cho nên khi lớn lên đưa nó đi nhà trẻ là một việc vô cùng khó khăn. Phải dụ nó, nói là đi chơi nhưng khi đến gần nhà trẻ thì nó biết và phản ứng quyết liệt, la khóc và đòi đi đường khác, không chịu vô nhà trẻ. cuối cùng phải cho nó học trường khác. Có một lần để cách ly Charlie ra khỏi mẹ, ba nó mới đem Charlie đến gửi ở nhà con gái tôi. Tội nghiệp, Charlie chỉ biết la khóc. Tối đó tôi không ngủ được. Sáng sớm tôi gọi điện thoại nói chuyện với con rể thì Charlie nghe được, nó mới kêu la cầu cứu "Nội ơi! Nội ơi". Lập tức tôi lái xe qua rước cháu tôi về. Đó là một trong nhiều hành động điên rồ của con trai tôi mà không bao giờ tôi quên được. Con trai tôi lúc nào cũng hành động theo ý mình mà không biết gì về tâm sinh lý của trẻ con, không biết cách cư xử, nuôi dạy trẻ con, không biết nói lời êm ái, nhẹ nhàng với con mình, không biết đến hậu quả tai hại lâu dài về sau khi cư xử thô bạo với con mình. Có một lần Charlie không thực hiện một điều gì đó mà ba nó muốn thì Ba nó trấn áp lại bằng cách bỏ con mình vào trong xe và chạy ra ngoài đường, không biết là chạy đi đâu. giữa mùa đông lạnh giá. Nếu như Police bắt gặp thì lôi thôi lớn. Lần thứ hai, con tôi cũng làm như vậy với Charlie.Tôi quyết liệt hơn, ra cản đầu xe lại và dẫn Charlie vào nhà. Tôi hoàn toàn thất vọng về cách xử sự của con tôi với cháu Charlie. Tôi giận quá, nói người không có trái tim mới cư xử với con mình như kẻ thù như vậy. Dầu sao đây cũng là một phần lỗi của tôi vì tôi đã cưng chìu con tôi quá đáng cho nên đã 41 tuổi rồi, đã đi dạy đại học rồi mà không biết gì cả trong cách đối nhân xử thế, kể cả với chính con đẻ của mình mới hơn một tuổi!

Bây giờ thì con trai tôi có khá hơn, tôi rất mừng khi thấy nó đã có những cử chỉ trìu mến với Charlie, còn Charlie ngày càng trưởng thành. Charlie thường bảo mẹ dắt nó đi chùa và nhắc mẹ khi đi chùa thì mặc áo dài. Mỗi tối trước khi đi ngủ Charlie qua phòng bóp chân cho Bà Nội, lấy miếng dán chân dán lên chỗ đau cho Bà và nói để con help bà. Có lúc bà quên và tự làm thì Charlie khóc lóc nói sao Bà không để cho con help Bà. Hàng ngày trước khi đi làm thì ba mẹ chỡ Charlie và Emma đi gửi nhà trẻ. Đến chiều đúng ba giờ thì tôi lái xe cùng bà xã đến trường rước Charlie về nhà. Bà nội cho Charlie ăn uống xong thì vỗ cho nó ngủ còn Emma thì đến năm giờ Ba nó đi làm về rước nó luôn. Nhớ lại cực nhất là thời gian mẹ Charlie đi bệnh viện sanh em Emma. Chỉ trong ba ngày hai đêm mà tôi cảm tưởng như là hai năm. Charlie khóc đòi mẹ, tôi và bà nội vỗ cách gì nó cũng không nín chỉ trừ cho nó xem phim hoạt hình nhưng cũng chẳng được bao lâu thì nó lại khóc đòi bà ẵm đi tìm mẹ. Nó bắt bà nội ẵm đứng trên thành cửa sổ nhìn ra ngoài để chờ mẹ. Tối đến Charlie và bà nằm trên ghế sô pha đợi mẹ cho đến khi Charlie mệt quá thì ngủ thiếp đi. Lúc đó bà mới ẵm cháu vào giường. Nửa đêm Charlie thức giấc, khóc và la Mẹ ơi, Mẹ ơi. Tôi nghe mà đứt ruột. Khổ một nỗi khi Charlie khóc đòi mẹ tôi nói để ông nội ẵm con đi tìm mẹ thì nó không chịu, nhất định phải là bà nội mới được.

Bà nội cũng đã hơn 70 rồi nhưng tôi thấy bà cực quá. Nào lo cơm nước cho cả nhà, nào lo cho hai đứa cháu. Ngày đầy tháng Emma tôi mới năn nỉ con dâu: "Hai đứa đủ rồi. Xin làm ơn đừng đẻ nữa".

Chương 25:

Viết văn ở Mỹ

Ngay khi còn học trung học ở Việt Nam tôi đã viết văn, nhưng không nhiều. Đến khi định cư ở Mỹ thì tôi viết nhiều và đều đặng hơn, viết cho đến hôm nay. Tôi viết như nói chuyện, như kể chuyện mà không phải nặng óc, suy nghĩ nhiều, tưởng tượng nhiều để hư cấu, đẻ ra những nhân vật hành xử theo ý muốn, theo sự sắp xếp của tác giả. Tôi thì thích "người thật, việc thật" hơn. Cuộc đời thật sự rất muôn màu muôn vẻ với đầy đủ đắng cay, chua chát, mặn nồng. Dòng đời có những lúc êm như suối mơ, có những lúc dữ dội sóng cuồn, lại có những lúc éo le gay cấn, bất ngờ và lý thú hơn cả những gì nhà văn có thể tưởng tượng được. Do đó nhiều lúc ngồi vào bàn phím mà tư tưởng cứ ập đến, tuôn trào như sóng biển, từng đợt, từng đợt khiến cho mười ngón tay gõ nhịp không kịp. Sống ở Mỹ đã nhiều năm, tôi nhận thấy đất nước này có người gọi là thiên đường, cũng có người gọi là địa ngục, có nhiều điều để nói và để viết quá. Nếu không viết, mai này chết đi thì rất uổng. Thế là ngoài thời gian cầm kìm, cầm búa ở xí nghiệp, khi về nhà tôi liền đến bên chiếc máy vi tính, ngồi trước bàn phiếm hàng giờ để suy nghĩ về đề tài mình muốn viết. Lúc đó tôi cảm thấy hoàn toàn tự do, một sự tự do với trách nhiệm thật cao cả. Thật ra viết văn ở Mỹ cũng phức tạp chớ không hề đơn giản. Do đó phải chăm chút từng lời, từng chữ, từng dấu chấm, dấu phẩy. Trước khi đưa tay gõ từng con chữ cũng phải động não, suy tư, chiêm nghiệm, nhìn lại mình, nhìn lại đời, nhìn lại mối quan hệ giữa thân phận một cá nhân và thân phận đất nước, giữa cái riêng và cái chung, giữa cá nhân và cộng đồng, giữa những người đang sống lưu vong và đồng bào trong nước. Đang sống ở Mỹ, viết về nước Mỹ mà không có bài viết nào là không gắn với quê hương Việt Nam. Quê hương vẫn cứ chập chờn hiện ra trong từng miếng ăn, giấc ngủ, khi đi đứng, nằm ngồi, lúc lất phất mưa bay hay mịt mùng bão tuyết. Như vậy, đối tượng mà tôi viết gồm cả đồng bào hải ngoại và đồng bào trong nước. Đó là sự lựa chọn một giải đáp cho câu hỏi thường được nêu ra cho người cầm bút: Viết cho ai? Đâu có nhiều người có năng khiếu thẩm mỹ hay cái nhìn thuần túy văn học khi đọc một tác phẩm. Hoàn cảnh lịch sử đã ngăn cách người Việt ở hai bờ đại dương với tư tưởng khác biệt. Có nhiều thứ bên này đồng ý thì bên kia không đồng ý và ngược lại. Nói đâu xa, ngay tại nước Mỹ này, ngay tại địa phương này, trong cộng đồng người Việt lưu vong, thường được gọi là người Việt tỵ nạn, tâm lý đã phức tạp rồi. Cách thể hiện, cách suy nghĩ không giống người cũng có thể bị người phê phán, chụp mủ nọ kia mà dễ nhất là chụp cái nón cối lên đầu người khác. Tuy nhiên, tôi không bận tâm mấy về điều này, vì đó là cách biểu hiện của những người tự do ở một xứ tự do. Tự do nào mà không quá trớn, cũng như độc tài nào mà không quá trớn! Viết ra được điều mình tâm nguyện, điều mình suy nghĩ là hạnh phúc rồi. Tôi viết về nước Mỹ từ năm 2000 đến nay không biết bao nhiêu bài và nhận không không biết bao nhiêu giải thưởng của tờ

Việt Báo Cali, kể cả bằng tưởng lục, vinh danh của quốc hội về sự đóng góp, hình thành tài liệu lịch sử của người Việt tỵ nạn tại Hoa Kỳ do nhiều người viết.

Chương 26:

Tiếng hạc vàng

Đây là một bài viết về Âm Nhạc và Đời Sống. Bài viết tường thuật một cuộc thi hát do đài truyền hình SBTN tổ chức vào hai ngày 16 và 17 tháng 9/2023 dành cho người lớn tuổi từ 55 trở lên nên được đặt cho cái tên là Tiếng Hạc Vàng:

Từ sau biến cố 30 tháng 4 năm 1975, khi đã rời quê hương để định cư ở nước ngoài thì người Việt đã xem như mất tất cả, vì họ không mang theo được gì đáng kể ngoài lòng yêu nước và di sản văn hóa, trong đó có âm nhạc được xây dựng dưới chế độ Việt Nam Cộng Hòa. Nếu con người cần có nhu cầu vật chất tối thiểu để tồn tại thì âm nhạc chính là nhu cầu tinh thần giúp cho đời sống của họ thêm phong phú và ý nghĩa. Những bản nhạc gợi nhớ biết bao kỹ niệm một thời của từng cá nhân với quê hương, đất nước. Âm nhạc do đó chính là nhu cầu có thể nói là bức thiết đối với người lớn tuổi ở hải ngoại. Tiếng Hạc Vàng là chủ đề của cuộc thi hát do đài truyền hình SBTN thành phố Garden Grove, California tổ chức dành cho người lớn tuổi, không phân biệt nam nữ và nơi cư trú. Đây là lần thứ hai đài truyền hình SBTN tổ chức cuộc thi như thế này với số thí sinh tham dự hơn hai trăm, từ nhiều quốc gia như Pháp, Đức, Thụy Điển, Úc, Canada kể cả Việt Nam, và dĩ nhiên nước chủ nhà là Mỹ có số thí sinh tham dự đông nhất.

Đây là sáng kiến rất độc đáo, và hay mà cho tới thời điểm này ngoài SBTN ra, chưa có tổ chức nào, quốc gia nào thực hiện. Tiếng Hạc Vàng tự nó có nhiều ý nghĩa. SBTN là một sân khấu lớn. Khán giả của nó đâu chỉ có vài chục người, vài trăm người ngồi ở khán phòng hay sân khấu của một đài truyền hình mà là hàng triệu người trên khắp các châu lục trên thế giới, ngồi ở nhà cũng có thể xem được qua các phương tiện truyền thông đại chúng. Tiếng Hạc Vàng tổ chức ở Cali, còn tôi và gia đình ở Chicago cũng xem được qua màn ảnh nhỏ. Cả gia đình tham gia đầy đủ hai ngày chung kết là Thứ Bảy và Chủ Nhật, 16 và 17 tháng 9 năm 2023. Năm nay có mười bốn thí sinh được chọn vào vòng chung kết. Chúng tôi hào hứng theo dõi từng thí sinh, từng bài hát được trình bày rồi khen chê, bình phẩm rất vui theo cảm nhận riêng của từng thành viên trong gia đình để cuối cùng gửi kết quả bình chọn thí sinh được hâm mộ nhất về cho ban tổ chức. Gia đình tôi có bốn thành viên là vợ chồng tôi, con trai và con dâu đều có cách đánh giá và bình chọn khác nhau. Vợ và con dâu tôi nói ngoại hình và trang phục thí sinh rất quan trọng. Ngược lại, tôi thấy khi lên sân khấu thì ai cũng đẹp như ai, nhất là quí bà mặc dầu lớn tuổi nhưng người nào cũng đẹp một cách quí phái và sang trọng, dưới ánh đèn màu càng làm cho họ rạng rỡ thêm lên. Con trai tôi biết chơi guitar nên rất để ý đến nhịp điệu (rhythm) và giai điệu (melody) của bài hát mà thí sinh biểu diễn. Còn tôi? Mặc dầu không biết nhiều về nhạc lý, về kỹ thuật thanh nhạc nhưng khi đặt mình vào vị trí của một giám khảo, tôi có cách chấm điểm của riêng mình, dựa trên các tiêu chuẩn là giọng hát, lời ca và kỹ thuật trình diễn, còn ngoại hình và trang phục thì tôi cho là không quan trọng, nếu nâng lên thành tiêu chuẩn thì chỉ là tiêu chuẩn phụ thôi. Tôi muốn bà xã và con dâu tôi hiểu là giọng hát là yếu tố quan trọng có tính quyết định một người có thể trở thành ca sĩ hay không. Tôi nói giọng hát là một thứ tài sản mà trời ban tặng riêng cho mỗi người, không ai giống ai. Người ta nói đó là giọng hát thiên phú, giọng hát trời cho. Lời ca và kỹ thuật trình diễn có thể luyện tập và cải thiện được chớ giọng hát không tốt thì có đam mê, cố gắng cách mấy cũng chỉ có thể trở thành ca sĩ nghiệp dư, tài tử mà thôi. Mặc dầu không nhìn thấy người nhưng khi nghe một giọng hát cất lên thì người ta biết đó là ai, là ca sĩ nào. Chẳng hạn như Thái Thanh, xuất thân trong một gia đình có truyền thống âm nhạc lâu đời, cô chịu ảnh hưởng lối hát dân ca với âm giai ngũ cung Việt Nam, đồng thời với kỹ thuật opera phương Tây đã tạo được cho mình một trường phái riêng, một thế đứng riêng, không lẫn lộn với ai, cũng không ai sánh được với mình. Có một lần, trước năm 1975 khi nghe Thái Thanh cất cao tiếng hát (bài Kỷ Vật Cho Em) mà tôi nổi cả da gà! Theo tôi, Thái Thanh đích thực là một Diva của Việt Nam. Còn Hà Thanh? Xuất thân từ một gia đình quyền quí trâm anh, cô có giọng hát mượt mà và sang trọng, êm ái và nhẹ nhàng, thấm đậm hồn quê hương xứ Huế mộng mơ của cô. Sở hữu giọng nữ trung, khi lên những note cao rất trong trẻo, khi xuống nốt trầm thì đằm ấm dịu dàng. Hai danh ca này đã không còn nữa nhưng giọng hát của họ vẫn và sẽ còn sống mãi với thời gian.Trong khi đó Thanh Thúy thì có giọng nữ trầm, mang âm sắc thổ pha kim. Các giới trí thức, văn nghệ sĩ, âm nhạc mô tả tiếng hát Thanh Thúy là tiếng hát liêu trai, tiếng hát khói sương, tiếng hát lúc 0 giờ và phong cho cô là nữ hoàng thể điệu Bolero, Rumba, Slow...Còn Hoàng Oanh thì ngọt ngào không ai bằng. Ba tôi qua đời cách đây 32 năm, lúc sinh thời ông rất thích nghe Hoàng Oanh hát. Còn Chế Linh lại là một trường hợp khác nữa. Anh là người Chăm nên thân phận anh nó gắn liền với lịch sử của đất nước, dân tộc Chăm. Âm hưởng của sự ly tán, mất mát và đau buồn nó thấm vào máu thịt, nó vận vào giọng ca anh. Người ta nói giọng ca Chế Linh là giọng ca mất nước là có lý do vì nước Chăm Pa, từng là đế chế huy hoàng của Tổ Tiên anh, bây giờ chỉ còn là phế tích ở một số tỉnh miền Trung từ Bình Thuận, Ninh Thuận, Khánh Hòa, Phú Yên, Bình Định, Quảng Ngãi, Quảng Nam, Quảng Trị, Quảng Bình... nơi tôi đã ghé thăm và ghi hình để gìn giữ như một chứng tích lịch sử. Bài hát nào Chế Linh hát cũng mang đầy tâm trạng, cũng thấm thía, thiết tha như kể lại một chuyện tình buồn bằng thể điệu Bolero quen thuộc. Tôi cứ nghe đi nghe lại nhạc phẩm Hận Đồ Bàn do Xuân Tiên sáng tác mà lần nào cũng bồi hồi, với cảm xúc lâng lâng khó tả và nhận ra rằng không có ai có thể hát nhạc phẩm này hay hơn Chế Linh. Những ca sĩ trẻ bây giờ cố tình bắt chước giọng hát của anh nhưng hát không có hồn.

Cám ơn đài truyền hình SBTN đã tạo ra một sân chơi rộng rãi cho mọi người, cho tôi và gia đình cùng khán giả khắp nơi có cơ hội tham gia vào một sự kiện văn hóa và nghệ thuật lành mạnh và ý nghĩa. Qua đó, tôi cũng học hỏi được nhiều điều bổ ích. Cách tổ chức rất công phu, chu đáo và chuyên nghiệp, phần kỹ thuật như âm thanh, ánh sáng thì tuyệt vời. Các thí sinh được hướng dẫn, tập luyện trong phòng thâu, được hướng dẫn hát đúng theo cách hòa âm của bài hát sẽ trình bày. Ban giám khảo có bảy người, đa số là trẻ nhưng có trình độ và nhiệt tình. Theo dõi những góp ý của họ cho từng thí sinh, tôi thấy trình độ thưởng thức âm nhạc của mình cũng được nâng lên rất nhiều. Đối với các thí sinh thì đây là cơ hội hiếm hoi được đứng trên một sân khấu lớn để giới thiệu chính mình, để cất cao tiếng hát của mình cho cả thế giới nghe. Điều này không phải ai muốn cũng được, nhất là những vị đã bước vào ngưỡng cửa của mùa Thu cuộc đời như mười bốn thí sinh của chúng ta. Những tác phẩm họ trình bày một số là của các nhạc sĩ đang sống ở Mỹ và các nước, ngoài ra là các tác phẩm trước năm 1975 ở Sài Gòn. Giờ nghe lại những nhạc phẩm này, khán giả được sống lại những tháng ngày rất yên bình hạnh phúc mà thấy thấm thía và xúc động, muốn khóc. Ngay trong thời kỳ chiến tranh, người nhạc sĩ và các người làm văn học, nghệ thuật ở miền Nam vẫn được tự do sáng tác nên tác phẩm của họ rất hay, đậm chất nhân văn, chứa chan tình tự dân tộc và hy vọng một ngày mai tươi sáng. Nếu định nghĩa Văn Hóa là những gì còn lại thì đây chính là văn hóa đích thực. Vì nửa thế kỷ đã trôi qua, chánh quyền mới bằng nhiều biện pháp cấm đoán hòng tiêu diệt nền văn hóa Việt Nam Cộng Hòa nhưng nền văn hóa này vẫn tồn tại và phát triển mạnh ở trong nước và cả hải ngoại, vì nó đã thật sự đi vào lòng người. Nếu đài truyền hình SBTN khi tổ chức Tiếng Hạc Vàng là có mục đích bảo tồn di sản văn hóa dân tộc thì họ đã làm rất tốt và hy vọng sẽ còn tiếp tục, không chỉ cho và vì thế hệ hiện tại, những người lớn tuổi mà quan trọng là cho các thế hệ kế thừa, cho con cháu chúng ta biết rằng ông bà, cha mẹ mình trong vòng hai mươi năm đã từng kiến tạo nên một nền văn hóa rực rỡ và giá trị dưới một chế độ tự do, nhân bản như vậy. Một lần nữa xin cám ơn đài SBTN, cám ơn các thí sinh từ các tiểu bang nước Mỹ, từ Việt Nam và người Việt khắp nơi trên thế giới đã hưởng ứng cuộc thi không vì giải thưởng mà vì tình yêu âm nhạc và lòng đam mê nghệ thuật.

Sau hai ngày làm việc cật lực và nghiêm túc, ngày Chủ Nhật 17/09/2023 ban tổ chức công bố kết quả và trao giải thưởng cho ba thí sinh có số điểm cao nhất, đoạt giải Tiếng Hạc Vàng năm 2023 theo thứ tự như sau:

Giải nhất: Anh Phạm Châu Nam, 81 tuổi, Chicago, Illnois - 3,000 USD

Giải nhì : Cô Nguyễn Thục Duyên, 63 tuổi, Pleiku, Việt Nam - 2,000 USD

Giải ba : Cô Mai Linh 56 tuổi, Massachusettes - 1,000 USD

Giải thí sinh được yêu thích nhất do khán giả bình chọn cũng thuộc về anh Phạm Châu Nam, với phần thưởng 500 USD. Theo tôi thì kết quả này là hoàn toàn chính xác, và xứng đáng, nhất là đối với anh Phạm Châu Nam. Tôi nói thế không phải vì anh là bạn tôi, ở cùng một thành phố, cùng tiểu bang với tôi rất lâu năm mà là vì tôi rất hiểu anh và biết được hoàn cảnh rất đặc biệt của anh khi quyết định dự thi Tiếng Hạc Vàng, nhất là khi có kết quả tôi lại càng muốn viết về anh, muốn cho mọi người cùng biết về trường hợp của anh. Anh Nam là dược sĩ, có pharmacy ở Uptown Chicago từ đầu thập niên 80. Mặc dầu rất bận với công việc làm ăn, nhưng vốn có tâm hồn nghệ sĩ, anh vẫn dành thì giờ sinh hoạt cộng đồng và phục vụ đồng hương bằng lời ca, tiếng hát của anh. Vợ anh thì có tiệm vàng đối diện với pharmacy của anh bên kia đường Argyle. Anh thường hát nhạc tiền chiến và nhạc quê hương trước năm 1975. Anh có giọng hát rất đằm ấm và điêu luyện không thua gì ca sĩ chuyên nghiệp. Thời gian sau này anh bị bệnh, một căn bệnh hiểm nghèo mà ai cũng sợ. Đó là ung thư máu! Gia đình anh phải dọn về vùng nắng ấm Cali cho anh tịnh dưỡng và tiếp tục chữa bệnh ở tiểu bang Texas, nơi có bệnh viện tốt nhất nước Mỹ chuyên về ung thư. Ngày thứ bảy 16/9/2023, với số thứ tự 09, anh Nam lên sân khấu trình bày nhạc phẩm dự thi thứ nhất của mình: Anh Còn Nợ Em của cố nhạc sĩ Anh Bằng, phổ thơ Phạm Thành Tài từ năm 2001 theo thể điệu Boston. Nhạc phẩm này rất quen thuộc. Mọi người từ già tới trẻ, từ nam đến nữ ở Mỹ hầu như ai cũng biết, ai cũng có thể ê a một vài câu trong bài. Người ta hát từ sân khấu đến phòng trà cho tới karaoke trong gia đình. Do đó bà xã anh Nam khuyên chồng không nên hát nhạc phẩm này nữa. Nhưng trong khi các thí sinh tập dợt với nhau, anh Nam hát thử bài này thì có người khóc. Anh về nói với bà xã là bài hát này với giọng hát của anh vẫn còn làm cho người ta xúc động, thì cứ để cho anh hát. Nghe vậy, bà xã anh mới đồng ý và kết quả cuối cùng là bảy giám khảo đều khen ngợi, nói bài hát quá quen thuộc, được nhiều ca sĩ nổi tiếng hát rồi, nhưng cách trình diễn của anh thì rất mới và hay, đã hoàn toàn chinh phục được người nghe. Khi hát xong, lúc trả lời một số câu hỏi của cô Diệu Quyên, người dẫn chương trình, anh mới tiết lộ là mình bị bệnh ung thư máu, hàng tháng phải đi bệnh viện điều trị, làm chemotherapy. Tiết lộ của anh làm mọi người bàng hoàng, xúc động. Không khí trong khán phòng trước đó rất sôi nổi với tiếng hát, tiếng đàn, giờ đây chùng xuống và rơi vào im lặng, một sự im lặng tuyệt đối, giờ chỉ còn giong nói của anh, rất bình thản tuy có hơi yếu nhưng nghe rõ mồn một. Từ Chicago tôi nhìn thấy anh: ốm và xanh hơn trước. Mặc dầu biết trước trường hợp của anh, giờ nhìn thấy anh đứng trên sân khấu nói về căn bệnh của mình cho mọi người, cho toàn thế giới nghe, tôi không khỏi xúc động. Tôi thấy nhiều người đưa khăn tay chặm nước mắt. Anh nói: *"Khi gửi video clip dự thi được một tháng thì bác sĩ cho biết tôi bị cancer máu. Tôi rất bối rối và lo cho số phận của mình. Mỗi tháng tôi đi làm chemotherapy với sự khuyến khích, an ủi và chăm sóc của vợ tôi. Thời gian này tôi đã quên mất là mình có gửi bài dự thi Tiếng Hạc Vàng. Một hôm đang ở nhà thì nhận được cú phone của anh Mai Phi Long, trưởng ban tổ chức báo cho biết tôi đã được chọn vào vòng chung kết. Cú phone này như một liều thuốc hồi sinh đã vực tôi dậy và mạnh mẽ đứng lên trong lúc khó khăn nhất. Tôi rất vui, vợ tôi vui, các con tôi cũng vui, bạn bè thì gửi lời chúc mừng và khuyến khích. Tôi gọi cho bác sĩ đề nghị thay đổi kế hoạch thời gian điều trị sao cho tôi có thể tập dượt nhiều hơn để chuẩn bị thật tốt cho ngày thi chung kết, và bác sĩ đồng ý. Tôi tập hai bài thi theo hòa âm của các nhạc sĩ đài SBTN, đồng thời tiếp tục việc trị liệu theo thời gian biểu mới ở MD Anderston, Houston Texas. Lúc này vợ tôi cũng ở luôn trong bệnh viện để chăm sóc tôi, hai con tôi cũng xuống Texas để giúp tôi gần ba tháng. Thời gian đầu tôi tập hát rất khó khăn, có lúc hát không nổi muốn bỏ cuộc. Nhưng nhờ vợ tôi chăm sóc, lo cho tôi rất kỹ từ miếng ăn, giấc ngủ, nhắc nhở tôi uống thuốc, làm chemo cũng như cách thức mà tôi luyện tập hai bài hát dự thi. Sau ba tháng vợ tôi nói giọng hát của tôi đã trở lại và tiến bộ rất nhiều, từ 20% đến 60% bây giờ là 70%... có thể lên sân khấu vào ngày 16/09//2023 là được rồi, còn giải thưởng không quan trọng. Thưa quí vị, đó là lý do mà ngày hôm nay, cùng với quí vị, tôi có mặt trong ngày hội âm nhạc lớn như thế này. Đó là hạnh phúc lớn nhất mà tôi chưa bao giờ nghĩ tới. Xin cảm ơn ban tổ chức, cám ơn đài SBTN, cám ơn vợ tôi và cám ơn bạn bè thân hữu đã ủng hộ và yêu mến tôi...Biết đâu nhờ vậy mà tôi sẽ hết bệnh".*

Ngày Chủ Nhật 17/9/2023 anh Phạm Châu Nam lên sân khấu trình bày nhạc phẩm Đường Chiều với thể điệu Blue Jaz của Hồng Duyệt. Bản nhạc này cũng là do bà xã chọn cho anh. Jaz là thể loại nhạc bắt nguồn từ cộng đồng người da đen ở Mỹ từ cuối thế kỷ 19 rất khó hát, đặc biệt với những nốt thật là cao và những nốt thật là thấp, không phải ca sĩ nào cũng hát được. Vậy mà khi anh hát xong thì tất cả bảy người trong ban giám khảo và khán giả đều đồng loạt đứng lên vỗ tay tán thưởng. Rất nhiều hoa tươi được khán giả mang lên tặng anh. Giám khảo Lê Uyên nói: *"Nếu hôm qua tôi nói rất thương và ngưỡng mộ anh thì hôm nay tôi nói thêm một chữ nữa là tôi rất, rất "phục"anh. Sự lạc quan, khát vọng cháy bỏng trong đời sống, trong âm nhạc, trong từng lời hát của anh đã thể hiện rất rõ qua phong cách trình diễn, nó còn tạo được cảm xúc và hưng phấn cho mọi người. Phải nói là...trên cả tuyệt vời".* Ca nhạc sĩ Diệu Hương thì rơm rớm nước mắt, với giọng thật êm ái, nhẹ nhàng của người Huế, nói: "*Trường hợp của anh vừa phải đối đầu với bệnh tật mà trình diễn được như thế này thật sự làm tôi cảm động và xốn xang quá. Blue là thể loại nhạc rất khó hát, tôi có nghe vài lần, không thấy ca sĩ nào hát được như anh. Đặc biệt những nốt thăng, nốt giáng anh lên xuống rất ngọt ngào, tròn trỉnh, không một chút nào bị lệch hay bị phô (fault) thường thấy ở những người lớn tuổi, ngay cả ca sĩ trẻ cũng vậy. Cái câu anh hát- Giọng hát, lời ca, Ôi.. Nghe nó nức nở và xúc động quá. Chỉ có thể nói là trên cả tuyệt vời. Khi anh lúng túng với thật nhiều hoa được tặng trên sân khấu, anh đâu biết dưới này, các giám khảo và khán giả đều đứng lên vỗ tay tán thưởng rất lâu. Tôi sẽ cho anh điểm maximum".* Nhạc sĩ Trúc Sinh: "*Hôm qua tôi gọi anh bằng chú vì tuổi của anh gần bằng tuổi của ba tôi thì hôm nay tôi gọi là "Anh"vì theo tôi, anh đã là một ca sĩ rồi, xứng đáng đứng trong hàng ngũ ca sĩ chuyên nghiệp rồi. Tôi chưa nghe ai hát tự nhiên và dễ dàng như anh. Những nốt cao anh hát rất nhẹ nhàng, ca sĩ trẻ bây giờ nhất là ca sĩ trong nước gặp những nốt cao thì họ chỉ biết rống thôi mà không hát được vì không có kỹ thuật và không đủ hơi. Tôi rất phục, phục và phục anh. Nguyện cầu Đức Mẹ và Chúa che chở và ban phước lành cho anh* ". Ca nhạc sĩ Sĩ Đan có nhận xét: "*Nếu ngày hôm qua anh đã chứng tỏ được tài năng của mình qua nhạc phẩm Anh Còn Nợ Em với âm hưởng của giai điệu ngũ cung hoàn toàn Việt Nam với những luyến láy thật ngọt ngào từ những nốt thấp đến những nốt cao...thì hôm nay anh đã cho thấy một Phạm Châu Nam với một sắc thái và phong cách hoàn toàn mới qua nhạc phẩm Đường Chiều theo thể điệu nhạc Blue Jaz rất khó hát của những người nô lệ Châu Phi từ nhiều thế kỷ trước. Vậy mà anh hát rất tuyệt vời, với nội lực giống như người mới hai mươi tuổi. Nếu cần phải nói với các ca sĩ chuyên nghiệp bây giờ thì tôi khuyên họ hãy học hỏi ở anh từ giọng hát cho tới cách luyến láy, cách nhả chữ. Anh là một idol của tôi rồi đó. Xin chúc mừng anh".* Nhạc sĩ Trúc Hồ, Tổng Giám Đốc đài SBTN nhận xét: "*Tôi đã đánh giá rất cao khi tiếp xúc với anh lần đầu ở phòng thâu. Người khác thì thâu đi thâu lại nhiều lần mới đạt, còn anh chỉ thâu một lần là xong. Khi hỏi tuổi anh, tôi mới biết anh đã 81, vậy mà anh hát với tâm hồn phơi phới như người còn trẻ mà hát có hồn nữa. Tôi không biết có phải do có năng khiếu bẩm sinh hay là vì bị bệnh anh mới hát hay như vậy, vì anh hát như thể không bao giờ được hát nữa. Tôi thường nói với các học trò của tôi: "when you sing, you don't think". Khi hát thì bạn không nghĩ gì cả, kể cả nghĩ rằng mình đang hát, như vậy mới không bị các yếu tố bên ngoài ảnh hưởng mà chỉ để hết tâm hồn của mình vào bài hát thôi. Lúc đó bạn mới hát hay được. Anh Nam đã làm được điều này. Nhạc Blue khó hát vô cùng vì nó có những nốt cao và nốt thấp rất khó chịu. Nếu lên chưa tới hoặc xuống chưa tới, hát không đúng thì bị phô triền miên thôi. Anh Nam thì hát không cần suy nghĩ, anh hát tự nhiên và dễ dàng, không một lần bị phô...".*

Tiếng Hạc Vàng năm 2023 đã khép lại. Hai ngày được sống với âm nhạc với biết bao là hưng phấn, cảm xúc và hồi hộp đã trôi qua, nhường chỗ lại cho mọi sinh hoạt đời thường. Vợ và các con tôi thì bận rộn với công việc của họ. Giờ đây chỉ còn lại mình tôi ngồi trước máy tính để viết bài này với ngổn ngang tâm trạng. Tôi thấy hồn mình lâng lâng, ngây ngất như vừa uống cạn một ly rượu mạnh trong bữa tiệc âm nhạc mà hương vị của nó vẫn còn đọng lại trên bờ môi. Hình ảnh của anh Phạm Châu Nam lại hiện ra với kính trắng,veston màu rượu chát, cravate màu đỏ có hình chiếc kèn saxophone rất ấn tượng. Giờ có cơ hội nhìn lại hình ảnh của anh ngày 16/9/2023 và tấm hình tôi chụp cho anh ngày 30/4/2017 tôi mới phát hiện ra là anh vẫn mang chiếc cravate của sáu năm trước với hình chiếc kèn saxophone trên những dòng kẻ của những nốt nhạc. Một chi tiết nhỏ nhưng nói lên được nhiều điều, nói lên được con người Phạm Châu Nam, một tâm hồn nghệ sĩ và đam mê âm nhạc cao độ. Giám khảo Công Thành cũng nói rất thích thú với chiếc cravate này của anh. Trông anh vừa nho nhã, trang nghiêm mà cũng nghệ sĩ và lãng tử quá. Giọng hát của anh như còn phảng phất đâu đây trong khung cảnh mùa Thu đẹp và buồn của tháng 9 với những chiếc lá vàng rơi lã chã đầy cảm xúc:

Dừng trên hè phố
Lòng ta thầm nhớ
Những chiều lá rơi, lá rơi trên thềm nhà
Ôi! Hắt hiu là nhớ, chiều nay sao hắt hiu là nhớ...

Tôi đã từng nghe nhiều ca sĩ nổi tiếng của Việt Nam trước năm 1975 và sau này ở hải ngoại. Tôi ghi nhận tài năng của họ nhưng chưa có ai làm cho tôi xúc động như lần này khi nghe anh Nam hát. Tiếng Hạc Vàng đã thành công rực rỡ là do cách tổ chức của đài SBTN, sự ủng hộ của các nhà tài trợ, nhất là sự hưởng ứng rất đông đảo và nhiệt tình của các thí sinh mà nổi bật nhất là anh Phạm Châu Nam, một mình anh tạo ra nhiều kỷ lục: Là thí sinh lớn tuổi nhất, anh đoạt cả hai giải nhất, một của ban giám khảo, một do khán giả khắp nơi bình chọn, anh được tặng hoa và vỗ tay nhiều nhất, anh cũng là người đoạt giải mà không nhận phần thưởng và gửi lại tất cả cho ban tổ chức, góp thêm ngân quỹ cho Tiếng Hạc Vàng năm sau. Sự kiện anh Phạm Châu Nam đoạt giải Tiếng Hạc Vàng năm nay nhắc tôi nhớ tới một câu nói thời danh "*Đàng sau sự thành công của một người đàn ông luôn có bóng dáng của người phụ nữ*". Người phụ nữ ở đây chính là chị Minh Tâm, vợ của anh Nam. Thật ra, vợ giúp chồng thành công trong cuộc sống cũng là chuyện bình thường. Điều đáng nói ở đây là chị đã hy sinh quá nhiều, đã từ bỏ tất cả vì chồng trong lúc đau yếu, bệnh tật. Cư dân Chicago vui và tự hào về anh Phạm Châu Nam bao nhiêu thì cũng thương và ngưỡng mộ chị Minh Tâm bấy nhiêu. Xin cám ơn chị. Riêng người viết bài này thì muốn chia sẻ với mọi người một tấm gương tốt về người thật việc thật ở địa phương mình, muốn ca ngợi sự dũng cảm và lạc quan của anh chị, và muốn gửi ra một thông điệp là tình yêu âm nhạc, nỗi đam mê nghệ thuật thì không có tuổi, nó có khả năng vượt qua và chiến thắng mọi khó khăn và trở ngại, kể cả bệnh tật, dầu là căn bệnh nguy hiểm nhất.

Chương 27:

Cuộc bầu cử Tổng Thống Hoa Kỳ ngày 5/11/2024

Đây là bài viết về cuộc bầu cử Tổng Thống thứ 37 tại Hoa Kỳ, bài viết mà tôi tâm đắc nhất trong số những bài viết về nước Mỹ. Bài viết mang tựa đề Người Dân Đã Lên Tiếng:

Cuối cùng thì ngày 5 /11/ 2024 cũng đã đến. Cuộc bầu cử Tổng Thống thứ 47 của Hoa Kỳ đã có kết quả vào nửa đêm lúc 12 giờ 23 phút sáng khi Donald Trump đạt 270 phiếu đại cử tri (electoral vote) so với 189 phiếu của bà Kamala Harris. Đến khi 50 tiểu bang được kiểm phiếu xong thì Ủy ban Bầu cử Liên bang thông báo phiếu đại cử tri của ông Trump là 312 phiếu, còn bà Kamala Harris là 226 phiếu. Tất cả 7 tiểu bang chiến địa (Battle ground, còn gọi là swing states) ông Donald Trump đều thắng, đoạt tất cả 93 phiếu đại cử tri, là chuyện ít khi xảy ra trong lịch sử bầu cử tại Hoa Kỳ. Tiểu bang chiến địa là tiểu bang nhỏ nhưng rất quan trọng, có tính trung lập, không theo đảng Dân Chủ cũng không theo đảng Cộng Hòa. Họ bỏ phiếu tùy tình hình, đặc điểm và nhu cầu từng tiểu bang và nhận định riêng của họ mà không theo phe đảng. Thường thì vào giờ chót họ mới quyết định bầu cho ứng cử viên nào. Điều đáng ghi nhận là nhiều tiểu bang gọi là "bức tường xanh" là thành trì của đảng Dân Chủ lần này đã đổi sang màu đỏ, trong số có 3 tiểu bang quan trọng là Pennsylvania, Michigan và Wisconsin. Ngoài ra ông Trump còn thắng luôn phiếu phổ thông (popular vote) với trên 72,9 triệu phiếu so với 68,2 triệu phiếu của bà Kamala Harris, nghĩa là hơn gần 5 triệu phiếu. Đến ngày 11/11/2024 mặc dầu còn hai tiểu bang chưa kiểm phiếu xong là California và Alaska nhưng Ủy Ban Bầu Cử Liên Bang công bố là các đảng viên Cộng Hòa đã thắng 219 ghế trên 435 ghế ở Hạ Viện, vượt qua ngưỡng cửa 218 ghế theo luật định để trở thành phe đa số (so với 210 ghế của đảng Dân Chủ) dành quyền kiểm soát Hạ Viện. Ngày 6/11/2024 đảng Cộng Hòa cũng đã làm chủ Thượng Viện với 52 nghị sĩ trên tổng số 100. Cuộc đua giành ghế thống đốc đảng Cộng Hòa cũng chiếm đa số với 27 ghế so với 23 ghế của đảng Dân Chủ. Đảng Cộng Hòa làm chủ Tòa Bạch Ốc và đồng thời nắm đa số tại cơ quan lập pháp gồm hai viện quốc hội cùng với các chức vụ Thống Đốc là một chiến thắng lịch sử, tuyệt đối và toàn diện mà báo chí Mỹ gọi là cuộc chiến thắng land slide victory, cuộc chiến thắng long trời lở đất. Cuộc chiến thắng của ông Trump lần này có sự đóng góp rất lớn của tỷ phú Elon Musk, người phát minh xe Tesla, rất đáng được nghiên cứu, lý giải để rút ra bài học kinh nghiệm.

Nguyên tắc tự do, dân chủ được thực hiện như thế nào trong cuộc bầu cử ngày 5/11/2024?

Gần 73 triệu dân đã bầu cho Donald Trump để làm nên lịch sử. Họ là những người yêu nước, muốn cho đất nước phát triển, hùng mạnh trở lại, vĩ đại trở lại (Make America Great Again) chớ không phải là phường rác rưởi như ông Joe Biden, đương kim Tổng Thống đã nhục mạ. Trước ngày bầu cử, các cơ quan truyền thông báo chí mô tả cuộc bầu cử Tổng Thống năm 2024 là cuộc bầu cử khốc liệt, làm chia rẽ nhân dân nước Mỹ, một bên ủng hộ đảng Dân Chủ và bà Kamala Harris , một bên ủng hộ đảng Cộng Hòa và Donald Trump, trong đó có một số người Mỹ gốc Việt cũng bị lôi cuốn vào sự phân cực này. Theo tôi đây là cuộc đối đầu dầu có khốc liệt nhưng không phải là nguyên nhân làm cho người dân Mỹ chia rẽ, kể cả người Việt Nam. Sự thật thì mùa bầu cử nào ở Mỹ cũng gay cấn, sôi nổi và hấp dẫn. Đó là bản chất Tự Do, Dân Chủ của nền chánh trị Hoa Kỳ. Các ứng cử viên thì tìm mọi cách và hình thức có thể để vận động, tuyên truyền đường lối chủ trương của mình để cho cử tri bằng lá phiếu của mình, lựa chọn bầu cho ứng cử viên xứng đáng nhất, đúng như cái câu mà người Việt mình thường nói là "chọn mặt gửi vàng". Sau cuộc bầu cử thì mọi chuyện vẫn đâu vào đó, nước Mỹ vẫn tồn tại và tiến bước với vai trò là lãnh đạo thế giới, cho dầu là bên Bảo Thủ (Cộng Hòa) thắng hay là bên Cấp Tiến (Dân Chủ) thắng, cuộc bầu cử lần này cũng vậy. Một ngày sau khi kết quả bầu cử được xác nhận thì Tổng Thống Joe Biden và Phó Tổng Thống Kamala Harris đều gọi điện thoại chúc mừng chiến thắng của ông Donald Trump và cam kết một cuộc chuyển giao quyền hành êm thắm. Đây là truyền thống tốt đẹp của nền chánh trị Hoa Kỳ từ xưa đến nay. Báo chí đồn đoán là sau bầu cử thế nào cũng có bạo loạn khi người ta nhớ lại cuộc bầu cử năm 2016 khi ông Trump thắng bà Hillaty Clinton và cuộc bầu cử năm 2020 khi ông Joe Biden thắng ông Donald Trump, đưa tới cuộc bạo loạn ở đồi Capitol vào ngày 6/01/2001. Cho tới giờ này thì chưa có điều gì đáng tiếc xảy ra và nhiều người tin rằng nó sẽ không xảy ra. Cũng cần nhắc lại câu trả lời của ông Donald Trump khi nhà báo hỏi là ông có công nhận kết quả bầu cử lần này không thì ông nói là sẽ công nhận nếu đó là cuộc bầu cử trung thực. Ý ông muốn nói là sẽ không công nhận nếu đó là cuộc bầu cử gian lận. Những phát biểu thẳng thắng và trung thực của ông như thế này đã làm cho nhiều người khó chịu, không thích, thậm chí đả kích và áp đặt cho ông những điều tồi tệ không có thật. Thật ra ông Trump không nói gì sai. Tôi cũng vậy, bạn cũng vậy, và mọi người cũng vậy, không ai lại công nhận một cuộc bầu cử gian lận bao giờ! Nhận định có thể đúng hay sai là tùy vào sự chủ quan và vị thế của mỗi người. Nhưng từ nhận định đến hành động vẫn còn khoảng cách nên không phải cứ muốn là được, không phải cứ xúi người ta đi bạo loạn là người ta nghe!

Vai trò của truyền thông, báo chí trong cuộc bầu cử ngày 5/11/2024

Truyền thông và báo chí có vai trò rất quan trọng trong các cuộc bầu cử vì nó có khả năng tuyên truyền và dẫn dắt dư luận theo hường này hoặc hướng khác thay vì phải công bằng, trung thực, và tôn trọng sự thật. Báo chí chân chánh là phải tôn trọng tiếng nói đa chiều, từ nhiều phía. Tu chánh án thứ nhất hiến pháp Hoa Kỳ bảo vệ quyền tự do phát biểu, bày tỏ ý kiến. Báo chí Mỹ cũng có nhiều khuynh hướng: Thiên tả, thiên hữu và trung dung. Báo chí và truyền thông thiên tả gồm có NewYork Times, Washington Post, NBC, CNN, MSNBC chuyên ủng hộ đảng Dân Chủ và ứng cử viên của đảng này, bên thiên hữu gồm có Fox News, National Review, Eporch Times ủng hộ đảng Cộng Hòa và ứng cử viên đảng này. Dựa vào tu chính án thứ nhất, các cơ quan truyền thông báo chí có toàn quyền nhận định, đưa ra ý kiến bất kể đúng hay sai về một ứng cử viên, cho đến khi bị kiện thì mới ra tòa giải quyết, còn cử tri và độc giả thì họ không quan tâm, mặc dầu các cơ quan truyền thông, báo chí tồn tại và sống được là nhờ độc giả. Lần này thì các cơ quan truyền thông báo chí thiên tả xuyên tạc, bịa đặt, nói xấu ông Donald Trump nhiều quá. Một số tờ báo và cơ quan truyền thông người Việt cũng hùa theo cùng giọng điệu, hướng dẫn dư luận theo khuynh hướng chánh trị của họ, làm mất niềm tin nơi khán, thính giả. Chẳng hạn như Ông Donald Trump có lập trường cứng rắn, quyết liệt với đám di dân lậu vượt biên giới xâm nhập trái phép bằng đường bộ vào nước Mỹ thì họ nói ông Dolad Trump chống di dân. Họ cố tình bỏ chữ "lậu" đi, để đánh đồng di dân lậu với di dân hợp pháp rồi phản đối ông Trump. Đây là sự bịa đặt và nói láo trắng trợn mà người viết không thể tìm ra một từ ngữ lịch sự nào để nói về họ. Họ nói ông Trump lên làm Tổng Thống sẽ bãi bỏ chế độ an sinh xã hội và medicare dành cho người già. Thực tế không hề có chuyện này, không có dấu hiệu nào cho thấy ông sẽ làm như vậy. Ngược lại ông cho biết là sẽ tăng tiền trợ cấp cho những người phải nuôi dưỡng, phục vụ cho người thân bệnh hoạn trong gia đình và miễn thuế cho những người nhận An Sinh Xã Hội. Họ nói ông Trump kỳ thị phụ nữ, kỳ thị những sắc dân không phải là da trắng và không quan tâm đến người lao động mà chỉ giảm thuế cho người giàu. Kết quả cuộc bầu cử với những con số biết nói là câu trả lời hùng hồn nhất cho những lời nói dối: Thành phần cử tri phụ nữ, người da đen, người gốc Latin và người gốc Á bầu cho Danald Trump đều cao hơn so với năm 2020 và cao hơn bà Kamala Harris lần này. Thành phần lao động và cử tri trẻ bầu cho ông Trump cũng tăng vọt. Lần này phe cực tả và bà Kamala Harris lấy vấn đề tự do phá thai và vấn đề đồng tính luyến ái, thay đổi giới tính như một chủ đề chính để cổ vũ và tuyên truyền nhưng họ quên rằng Hoa Kỳ là một quốc gia Thiên Chúa Giáo. Chủ trương của cánh tả đi ngược với giáo lý Thiên Chúa là không được giết người, đi ngược với giá trị gia đình truyền thống trong đó người chồng là nam, người vợ là nữ. Chánh sách của bà Kamala Harris không được cử tri có đạo chấp nhận cho nên đưa tới kết quả theo thống kê là từ 60% đến 70% bỏ phiếu cho Donald Trump và chỉ có từ 29% đến 39% bỏ phiếu cho bà Kamala Harris theo chủ đề này. Lập trường của ông Trump về vấn đề phá thai rất rõ ràng là đồng ý với phán quyết của Tối Cao Pháp Viện dành quyền quyết định cho từng tiểu bang, chánh quyền liên bang không can thiệp vào, trên nguyên tắc ông vẫn ủng hộ việc phá thai trong những trường hợp đặc biệt. Bà Kamala còn tố cáo ông Trump muốn thu hồi Obama care, bỏ mặc cả trăm triệu người không có bảo hiểm ý tế. Chính đài CNN cho đó là lời nói láo. Trump muốn thu hồi Obama care để thay thế bởi chương trình tốt hơn mà chưa có nên Obama Care vẫn được duy trì. Bà Kamala nói Ông Trump là tác giả "Dự án 2025" hoạch định chương trình trị quốc của khối bảo thủ. Nhiều lần ông Trump khẳng định mình không phải là tác giả, cũng không dính dáng gì tới chương trỉnh này. Nó được thảo ra bởi cả trăm học giả và chánh trị gia bảo thủ. Vậy mà bà Kamala vẫn liên tục cáo buộc, gán ghép cho ông điều không có thật. CNN cho rằng đó là lời nói láo! Phe Dân Chủ còn trịch thượng tố cáo cả Tối Cao Pháp Viện rằng đã ra phán quyết cho Trump hoàn toàn bất khả xâm phạm, trở thành lãnh tụ toàn quyền như vua, không ai có thể đụng tới. CNN cũng kết luận đó là lời nói láo.

Một lối vận động tranh cử hữu hiệu của ông Trump

Ngoài chiến lược tấn công mạnh vào các điểm yếu của chánh quyền Joe Biden và bà Kamala Harris về kinh tế, lạm phát, sự bất bình của giới trung lưu và người lao động, vấn đề biên giới và tội ác của di dân lậu, vấn đề rút quân ở Afghanistan mùa Hè năm 2021 khiến cho 13 binh sĩ Hoa Kỳ thiệt mạng, về chánh sách ngoại giao yếu kém vân.vân..Ông Trump còn có cách vận động độc và lạ, để lại ấn tượng sâu đậm trong lòng cử tri. Một là khi ông vào một cửa tiệm Mc Donald's, vào vai một nhân viên, tự mình vào bếp chiên french fries và mang ra tận cửa sổ phục vụ khách hàng với gương mặt tươi cười rạng rỡ. Biểu tượng này có hai hàm ý. Một là ông mỉa mai. châm biếm bà Kamala Harris rằng bà nói đã từng làm việc ở Mc Donald là nói láo, chính ông mới là công nhân ở đây. Hai là ông tỏ ra rất kính trọng, gần gũi và quan tâm đến đời sống của người lao động. Ông hứa sẽ không đánh thuế vào tiền tip (gratuity) và tiền làm thêm giờ (overtimes) của người lao động. Thực tế là nhà kinh doanh lớn, ông Trump đã sử dụng rất nhiều công nhân cả nam lẫn nữ thuộc mọi sắc tộc ở nhiều vị trí với nhiều chức vụ khác nhau và đã thành công. Ông không phải là người kỳ thị. Hình ảnh thứ hai khi ông mặc đồng phục của một công nhân hốt rác, ngồi trên xe rác để nói chuyện với cử tri. Ông thực hiện hành động này sau khi Tổng Thống Joe Biden tuyên bố những cử tri ủng hộ Donald Trump chỉ là đồ rác rưởi. Ông Trump nói ông rất thông cảm và tha thứ cho ông Joe Biden đã buông lời nhục mạ những người dân yêu nước vì ông Biden nói mà chính ông cũng không biết ông nói cái gì. Ngoài ra ông Trump cũng muốn gửi ra thông điệp rằng nghề nào cũng cao quí và đáng trọng, miễn là phục vụ được lợi ích cho người dân, kể cả nghề đổ rác. Hai sự kiện vừa nói đã cho thấy ông Donald Trump đúng là bậc thầy hảo hạng của truyền thông và quảng cáo, biết làm thế nào để người ta nhớ đến mình. Hình ảnh bao giờ cũng có sức thu hút và lan tỏa mạnh hơn lời nói! Nhóm truyền thông cực tả và bà kamala Harris lúc nào cũng mô tả ông Trump là độc tài, bạo chúa, là phát xít Hitler vô cùng nguy hiểm, ông Trump lên làm Tổng Thống sẽ giết chết nền Dân Chủ, vân.vân và vân vân.. Họ hù dọa để cho người dân sợ hải không bầu cho ông Trump. Nhưng kết quả thì ngược lại, vì người dân đã nhìn thấy trong nhiệm kỳ một ông Trump làm Tổng Thống thì nền Dân Chủ có chết đâu? Ngược lại, xã hội yên bình, kinh tế phát triển, không có cuộc chiến nào xảy ra. Vì không có chương trình hành động nào rõ ràng, cụ thể để trình bày trước cử tri nên bà Kamala Harris chỉ biết đả kích và đả kích. Một nghi vấn được đặt ra: Phải chăng từ những lời lẽ kích động bạo lực của đảng Dân Chủ và bà Kamala Harris đã khiến cho những kẻ cực đoan ra tay ám sát ông Trump đến ba lần?

5 lý do đưa tới thất bại của bà Kamala Harris

Có nhiều lý do dẫn đến sự thua cuộc toàn diện và thảm hại của bà kamala Harris: Đáng nói nhất là truyền thông và báo chí cánh tả. Một mặt họ tấn công, đả kích, đặt điều nói xâu ông Trump thậm tệ, mặt khác họ ra sức ca ngợi thổi phòng bà Kamala Harris quá mức làm cho bà này tưởng thật, chủ quan và mất cảnh giác. Lúc nào họ cũng đưa ra con số thăm dò là bà Harris gát điểm ông Trump rất xa như tờ NewYork Times đưa ra bảng kết quả thăm dò và xác quyết rằng bà Kamala Harris chắc chắn thắng. Gần đến ngày bầu cử thì họ nói cuộc ganh đua giữa hai ứng cử viên rất là sít sao. Sự thật con số cử tri ủng hộ ông Trump ngày càng tăng và bỏ xa bà Harris.

Đến ngày bầu cử 5/11/2024 thì họ mới vỡ lẽ ra: chính những lời tâng bốc dối trá của họ đã làm hại bà Kamala Harris. Thật ra không phải tất cả báo chí và truyền thông cánh tả đều ủng hộ bà Kamala Harris. Đặc biệt năm nay có hai tờ báo đã chuyển hướng một cách ngoạn mục và ý nghĩa. Đó là tờ Washington Post và tờ Los Angeles Time. Ông Jeff Berzos, người sáng lập Amazon đã mua lại tờ Washington Post từ năm 2013. Trong tháng 9/2024 ông nói năm nay tờ báo không endorse cho bà Kamala Harris, kể cả ông Donald Trump mà đứng trung lập bởi vì khi tờ báo endorse một ứng cử viên là không công bằng với những ứng cử viên khác. Vả lại việc endorse đó cũng không có ý nghĩa, không làm thay đổi được lá phiếu của cử tri (theo chiều hướng mà tờ báo mong muốn) khi họ đã quyết định rồi. Khi nghe ông Jeff Berzos phát biểu như vậy thì tôi biết bà Kamala Harris sẽ thất bại thôi. Sự thật đã chứng minh lời của ông Jeff Berzos rất đúng và chính xác. Vấn đề còn lại là không biết các cơ quan truyền thông và báo chí cánh tả đã sáng mắt ra chưa và có học được bài học gì không? Theo ý tôi thì các cơ quan truyền thông và báo chí cánh tả cần thay đổi chủ trương, đường lối theo chiều hướng đúng đắn của ông chủ báo Washington Post, nếu không thì độc giả sẽ ngoảnh mặt đi, không tin tưởng và ủng hộ báo chí nữa.

Ly do thứ hai khiến bà Kamala Harris thất cử là vì bà đi chệch hướng. Từ cấp tiến khuynh tả bà muốn tiến đến hướng Xã Hội Chủ Nghĩa và Cộng Sản Chủ Nghĩa cho nên người dân không chấp nhận. Nhiều người nói đảng Dân Chủ bây giờ không còn là đảng Dân Chủ trước đây nữa mà nó biến tướng thành Dân Chủ Cộng Sản cho nên người dân rất sợ. Nếu bà Kamala đắc cử làm Tổng Thống thì nước Mỹ sẽ đi về đâu? Có còn là nước Mỹ nữa không? Bà Kamala Harris chủ trương đánh thuế cao các nhà sản xuất, lấy tiền đó chia cho những người nghèo để thực hiện công bằng xã hội. Trong khi đó ông Trump chủ trương giảm thuế thu nhập cho các công ty để chủ doanh nghiệp dùng tiền đó tái đầu tư sản xuất, tạo thêm nhiều của cải vật chất, làm cho kinh tế ngày càng phát triển thì mọi người cùng được hưởng, trong đó có người công nhân, lao động. Cái bánh của ông Trump ngày càng lớn dần chia đều cho mỗi người thì tốt hơn là cái bánh của bà Kamala cứ nhỏ dần mà cũng chia ra cho chừng ấy người! Chủ trương của Danald Trump là trung thành với chế độ Tự Do và kinh tế Tư Bản đã làm cho nước Mỹ hùng mạnh cho tới hôm nay. Bà Kamala còn định mức giá trần cho các nhà sản xuất khi đưa sản phẩm bán ra thị trường. Đây là kinh tế kế hoạch của Cộng Sản chớ không phải là kinh tế thị trường tư bản chủ nghĩa. Rất có thể bà Kamala theo khuynh hướng Cộng Sản là chịu ảnh hưởng từ người cha là Donald Harris, có nguồn gốc Jamaica, một giáo sư kinh tế dạy ở đại học Stanford, từng bị các học giả phê phán là theo chủ nghĩa Marx khi ông viết sách phê phán các lý thuyết kinh tế chính thống tư bản và đề nghị mô hình thay thế bằng lý thuyết của Karl Marx. Ông Trump là một tỷ phú, là nhà kinh doanh thành đạt cho nên càng được người dân tin tưởng hơn bà Kamala! Hơn nữa, người đứng phó cho bà Kamala là ông Tim Walz có quan hệ mật thiết với Trung Cộng, đã từng sang Trung Cộng hơn 30 lần thì ai mà không sợ?

Lý do thứ ba khiến cho bà Kamala Harris thất cử là vì bà được chọn làm ứng cử viên Tổng Thống là do tình cờ của lịch sử, chớ bà không chủ động, không chuẩn bị trước, không đúng thời điểm và không có thời gian vận động bầu cử. Ông Donald Trump đã chuẩn bị cho cuộc bầu cử này từ bốn năm trước, trong khi bà Kamala chỉ có hơn ba tháng để tổ chức thành lập ban tranh cử và chiến lược tranh cử. Bà không có chương trình hành động rõ ràng, cụ thể, không biết phải làm gì khi mà bà vẫn còn núp dưới cái bóng mờ nhạt của ông Joe Biden. Bà bị trói buộc trách nhiệm về một kết quả tồi tệ sau bốn năm cầm quyền của ông Joe Biden mà bà là một Phó Tổng Thống. Thật ra bà rất muốn thoát ra ảnh hưởng của ông Joe Biden mà không biết bằng cách nào. Nhiều lần bà tuyên bố bà là bà chớ không phải là Joe Biden. Năm 2020 bà Kamala cũng có tham gia ứng cử chức vụ Tổng Thống trong giai đoạn bầu cử sơ bộ của đảng Dân Chủ, nhưng đã bị loại ngay vòng đầu vì không đạt được 1% số người ủng hộ. Với kết quả này bà đã biết bà là ai và bà đang đứng ở đâu trong lòng dân chúng. May cho bà là sau đó được ông Joe Biden chọn đứng phó trong liên danh của ông và trở thành Phó Tổng Thống tới nay. Cho tới khi Biden bị nội bộ đảng truất phế, ép phải giả từ cuộc đua năm 2024 thì bà được đôn lên thành ứng cử viên Tổng Thống mà không qua bầu cử sơ bộ. Tất cả chỉ là tình cờ và bất đắc dĩ. Mặc dầu bà được đương kim Tổng Thống, hai cựu Tổng Thống, và nhiều nhân vật sừng sỏ trong đảng ủng hộ và giúp vận động như Joe Biden, Bill Clinton, Hillary Clinton, Barack Obama, Michelle Obama, bà Nancy Pelosi, cựu chủ tịch Hạ Viện nhưng cũng không xoay chuyển được tình hình vì những nhân vật này đã mất uy tín trong dân chúng, quan trọng hơn, những vị Tổng Thống này chủ trương toàn cầu hóa theo hướng thế giới đại đồng của Cộng Sản chớ không phải vì nước Mỹ, vì nhân dân Mỹ như ông Donald Trump. Khuynh hướng toàn cầu hóa không thích hợp trong gian đoạn này. Vấn đề hiện nay là phải làm sao để phục hồi nước Mỹ, vực dậy nền kinh tế và làm sao cho nước Mỹ mạnh hơn và vĩ đại trở lại. Thiên Chúa và người dân đã chọn ông Donald Trump để làm việc này. Mặc dầu được nhiều tỷ phú rót tiền vào quỹ tranh cử của bà Kamala hơn ông Trump rất nhiều, trong vòng ba tháng bà đã chi ra trên một tỷ đô la nhưng vẫn thất bại. Điều này chứng tỏ tiền bạc là yếu tố cần thiết nhưng nó không phải là yếu tố quyết định. Chính lòng dân mới là yếu tố quyết định. Đây là một kinh nghiệm, một bài học quan trọng và lý thú mà cuộc bầu cử lần này đã mang lại. Ngoài số tiền khổng lồ đã chi ra, bà Kamala vẫn còn nợ các nơi số tiền 20 triệu. Ông Donald Trump nửa đùa, nửa thật, gợi ý với bà Kamala rằng để ông giúp bà thanh toán khoản nợ này cho!

Lý do thứ tư khiến cho bà Kamala thất cử là vì bà đã chọn sai người đứng phó cho mình là ông Tim Walz, Thống Đốc tiểu bang Minnesota. Nếu bà Kamala chọn Thống Đốc tiểu bang Pennsylvania là ông Josh Shapiro thì tình hình có thể thay đổi vì ông là thượng nghị sĩ có tài năng, uy tín. Là Tổng Chưởng Lý, lãnh đạo cơ quan tư pháp tiểu bang, ông ủng hộ Do Thái trong cuộc chiến với Palestine nhưng thái độ trung dung ôn hòa, có cảm tình với mọi người trong đảng, kể cả bên Cộng Hòa cũng kính nể ông. Nếu ông được chọn đứng chung liên danh với bà Kamala thì tiểu bang chiến địa Pennsylvania với 19 phiếu đại cử tri không bị mất. Là Thống Đốc tiểu bang Minnesota, đã có 20 năm sống ở tiểu bang nhà nhưng ông Tim Walz lại để nó mất vào tay đảng Cộng Hòa là quá tệ. Điều này chứng tỏ người dân không có ủng hộ ông. Trong cuộc tranh luận (debate) ngày 1/10/2024 với ứng cử viên phó Tổng Thống JD Vance, Ông Tim bị đối phương tố cáo là đã nói dối về thời gian phục vụ quân ngũ, nói dối là đã từng chiến đấu ở chiến trường Iraq. Thực tế là ông Tim chỉ phục vụ trong đoàn vệ binh quốc gia trong 24 năm và giải ngũ vào tháng 5/2005, trước khi đoàn vệ binh được điều động sang Iraq. Bị đuối lý, ông Tim phải chống chế là mình đã nói nhầm và thú nhận mình là "thằng ngốc". May thay, người dân đã không để một người đàn bà da màu bất tài và một "thằng ngốc" lên làm Tổng Thống và Phó Tổng Thống nước Mỹ.

Lý do thứ năm khiến bà Kamala thất cử là vì bà quá kém.Trong gần bốn năm là Phó Tổng Thống bà Kamala Harris không làm được chuyện gì đáng kể. Ông Biden giao cho bà giải quyết vấn đề người nhập cư bất hợp pháp ở biên giới bà cũng làm không xong. Bà công nhận rằng vật giá gia tăng, đới sống người dân rất khó khăn nhưng bà không có kế hoạch nào để giải quyết nó. Bà nói là sẽ trợ cấp 50,000 USD cho tiểu thương, 6,000 cho người có con nhỏ và 25,000 cho người mua nhà lần đầu. Bà nói đó nền kinh tế cơ hội cho mọi người mà không cho biết là số tiền này lấy ở đâu ra và cũng không quan tâm đến áp lực gia tăng lạm phát, có lúc lên đến đỉnh điểm là 9,2 % so với 1,2 % dưới thời ông Trump. Khi nhà báo hỏi bà làm thế nào để tạo ra sự khác biệt và tiến bộ về kinh tế so với hiện nay thì bà trả lời là chưa có ý tưởng nào trong đầu cả! Cả ông Joe Biden và bà Kamala Harris không ai đưa ra kế hoạch nào để giải quyết và kết thúc hai cuộc chiến tranh đang gia tăng mức độ tàn khốc giữa Nga và Ukraine, giữa Do Thái và khối Hồi Giáo Ả Rập có nguy cơ đưa tới thế chiến thứ ba. Ông Trump hứa sẽ giải quyết nó trong vòng 24 giờ khi lên làm Tổng Thống. Mặc dầu điều này không có gì là chắc chắn nhưng cũng thể hiện được quyết tâm của ông. Mới đắc cử Tổng Thống chưa đầy một tuần lễ ông đã có những động thái rất tích cực trong việc giải quyết chiến tranh. Sau bầu cử phe Dân Chủ đều công nhận là bà Kamala Harris đã thất bại thảm hại nhưng cũng không ít người biện minh rằng người Mỹ kỳ thị, không chấp nhận cho một phụ nữ da màu làm Tổng Thống. Người viết bài này không đồng ý vì người dân đã bầu cho Obama, một người Mỹ da đen làm Tổng Thống đến hai nhiệm kỳ từ năm 2009 đến 2017. Trong cuộc bầu cử năm 2016 bà Hillary Clinton đã đạt 65.9 triệu phiếu bầu, tương đương 48,2%, trong khi ông Trump đạt 62,9 triệu phiếu, tương đương 46,1 % nghĩa là người dân đã sẵn sàng chấp nhận cho một phụ nữ làm Tổng Thống. Cuối cùng vì không thắng phiếu đại cử tri nên bà Hillary để vuột mất chức Tổng Thống. Hai dẫn chứng vừa nêu chứng tỏ trình độ dân trí người Mỹ bây giờ rất cao. Họ không hề kỳ thị màu da hay giới tính. Câu hỏi dành cho phe cánh tả và những ai ủng hộ bà Kamala: Tại sao tâng bốc nhau quá đáng, ca tụng bà Kamala lên tận mây xanh, đến khi thất cử thì lại đổ thừa cho cử tri, cho người dân?

Uy tín và ảnh hưởng của Donald Trump ở nước Mỹ và thế giới tăng cao sau bầu cử

Một ngày sau khi ông Trump đắc cử Tổng Thống thì thị trường chứng khoán Mỹ tăng dọt là do uy tín của ông Trump quá cao, được người dân tin tưởng. Nền kinh tế Hoa Kỳ trong bốn năm tới có dấu hiệu vô cùng sáng sửa. Trong phiên giao dịch ngày 6/11/2024 được ghi nhận như sau:

- Giá dầu thô đi xuống vì đồng đôla tăng, kéo đồng nhân dân tệ Trung Quốc xuống luôn.

- Chỉ số Dow Jones tăng 3,57 %, đạt mức kỷ lục 43,729,93 điểm

- Chỉ số S & P 500 tăng 2,53 %, đạt mức cao nhất mọi thời đại, với 5,929,04 điểm

- Chỉ số NasDaq tăng 2,95 %, đạt 18,983,47 điểm

- Giá bitcoin nhảy vọt 6000 USD, đạt mức kỷ lục 76,000 USD

- Theo đài truyền hình Việt Nam TV online, cổ phiếu Tesla tăng 14,7 % , tương đương 26,5 tỷ chỉ trong vòng 24 tiếng đồng hồ sau khi Trump đắc cử.

Từ năm 2017 ở nhiệm kỳ một đã cho thấy ông Trump là vị Tổng Thống được cả thế giới tôn trọng và kính nể. Lần này ngay sau khi ông Trump đắc cử các quốc gia Ả Rập và hơn 40 nguyên thủ quốc gia trên thế giới gửi điện văn thăm hỏi và chức mừng. Các nước đồng minh kể cả Cộng sản sau 72 giờ đã phải điều chỉnh lại chánh sách sao cho phù hợp với đường lối và chủ trương của Donald Trump.

- Nhóm vũ trang Hồi Giáo Hezbollah đã công khai bày tỏ ủng hộ các nỗ lực nhằm đạt tới lệnh ngừng bắn với Israel ở Lebanon.

- Tập Cận Bình ngỏ ý muốn chung sống hòa bình với Trump về kinh tế cũng như quân sự.

- Putin nói sẵn sàng nói chuyện với Trump tìm giải pháp chấm dứt chiến tranh với Ukraine.

- Các quốc gia trong khối EU tuyên bố sẽ mua khí đốt từ Hoa Kỳ và không mua ở Nga nữa.

Tình hình của đảng Dân Chủ sau bầu cử

Sau thất bại thảm hại của bà Kamala Harris đáng lẽ đảng Dân Chủ phải ngồi lại nghiêm túc mổ xẻ, rút kinh nghiệm tại sao mình thua thì lại hỗn loạn chỉ trích, đổ lỗi cho nhau. Bà Nancy Pelosi trước bầu cử ca tụng ông Joe Biden và bà Kamala bao nhiêu thì bây giờ lại kết án, chỉ trích bấy nhiêu. Bà nói nếu như ông Joe Biden rút lui khỏi cuộc tranh cử sớm hơn để cho đảng có thì giờ tổ chức bầu cử sơ bộ chọn người thay thế ông Joe Biden thì đã không thua.Trong đảng có biết bao người tài giỏi hơn bà Kamala. Phe bênh ông Joe Biden thì nói bà Kamala đã chi trên một tỷ đô la cho cuộc bầu cử mà thua thì còn nói gì nữa! Trong chương trình State of The Union của CNN hôm 10/11/2024 ông Jamal Simmons, trợ lý của bà Kamala kêu gọi ông Joe Biden từ chức để cho bà Kamala thay thế ông làm Tổng Thống Hoa Kỳ trong thời gian còn lại để cho thế giới thấy rằng nước Mỹ đã có nữ Tổng Thống da màu!

Không biết là đàng sau đề xuất này là âm mưu gì nhưng người ta thấy nó rất ngớ ngẩn. Vậy mà cũng có người tán thành, trong đó có người làm truyền thông Việt Nam. Người này nói trên thế giới từ lâu đã có Tổng Thống là nữ như Đài Loan, Nepal, Hàn Quốc, Brazil, Ấn Độ, Phi Luật Tân, Chilê... tại sao Mỹ không có! Nhiều người bình luận gay gắt gọi đó là lý luận của truyền thông thổ tả. Còn người viết bài này thì thấy nó bi hài hết chỗ nói.

Những bài học từ cuộc bầu cử ngày 5/11/2024

Từ cuộc bầu cử Tổng Thống năm nay chúng ta đã rút ra được nhiều bài học quý giá. Bài học gì là tùy theo góc nhìn của mỗi người khi hướng về bà Kamala Harris hay là ông Donald Trump. Thí dụ bà Kamala chi rất nhiều tiền mà không thành công thì ta có thể nói tiền bạc không phải là tất cả, không phải như điều mà nhiều người Việt Nam thường nghĩ:

Đồng tiền là Tiên, là Phật
Là sức bật của tuổi trẻ
Là sức khỏe của tuổi già
Là cái đà của danh vọng
Là cái lọng để che thân
Là cán cân công lý...

Riêng về Ông Donald Trump thì người viết ghi nhận:

- Mặc dầu thất bại nặng nề trong cuộc bầu cử giành chiếc ghế Tổng Thống năm 2020 nhưng ông không nản chí, không bỏ cuộc mà vẫn miệt mài, nuôi hy vọng và ráo riết chuẩn bị cho cuộc bầu cử bốn năm sau, năm 2024 và ông đã thành công rực rỡ.

-Thông thường khi mới lên làm Tổng Thống thì nghèo nhưng sau khi không còn làm Tổng Thống nữa thì ai cũng giàu. Ông Trump thì ngược lại. Ở chức vụ Tổng Thống mỗi năm ông chỉ nhận một đồng danh dự, số còn lại ông chuyển cho các cơ quan từ thiện. Sau nhiệm kỳ Tổng Thống thì tài sản của ông đã mất đi hàng tỷ vì phải rời bỏ, không điều hành các doanh nghiệp theo luật. Điều này chứng tỏ ông làm Tổng Thống không vì quyền lợi cá nhân mà vì dân, vì nước.

- Nhiều người không thích ông Trump nói ông là người ăn nói "bạt mạng". Trong khi đó những người khác lại thích vì ông là người dám nói, dám làm và nói được là làm được. Đó cũng là một yếu tố của thành công.

Để đạt được chiến thắng ông Trump đã phải trải qua rất nhiều gian truân trong lịch sử bầu cử Tổng Thống Hoa Kỳ: Hai lần bị đàn hặc truất phế. Phải đối đầu với 61 cáo trạng bao gồm 34 trọng tội về dân sự cũng như hình sự như tội chung tiền bịt miệng nữ tài tử chuyên đóng phim khiêu dâm từ 18 năm trước. Tội làm giả tài liệu kinh doanh để vay tiền ngân hàng. Tội che giấu những hành vi vi phạm luật bầu cử trong năm 2016. Tội giữ tài liệu, hồ sơ mật tại nhà sau nhiệm kỳ một. Tội kích động gây bạo loạn ở quốc hội ngày 6/1/2021, vân. vân. Nhưng ông đã cương quyết bác bỏ, không nhận tội nào cả. Ngày tuyên án được dời lại sau bầu cử và Tối Cao Pháp Viện đã ra phán quyết:

Những hành vi liên quan đến việc công trong nhiệm kỳ Tổng Thống thì được miễn tố. Vượt qua những trở ngại về pháp lý ông phải đối diện với ba vụ mưu sát không thành công, trong số này có vụ mưu sát ngày 13/7/2024 trong lúc ông đứng trên khán đài nói chuyện với cử tri tại Butler tiểu bang Pennsylvania. Viên đạn của kẻ thủ ác bắn xuyên qua vành tai bên phải, khiến ông bị thương và máu đã đổ. Ông ngã xuống rồi lại đứng lên, không hoảng sợ, không chùn bước, ông giơ cao tay, đưa nắm đấm lên trời và hô to: "Chiến đấu! Chiến đấu! Chiến đấu". Hình ảnh hào hùng của ông Trump trong cơn nguy biến cả nước Mỹ đều nhìn thấy, cả thế giới đều nhìn thấy với lòng ngưỡng mộ và khâm phục. Dân Mỹ là một dân tộc có tín ngưỡng và tin vào Thiên Chúa (In God, we trust) nên người ta tin rằng ông Trump thoát chết là có bàn tay của Chúa toàn năng quan phòng che chở, để cho ông cứu nước Mỹ khỏi cơn khủng hoảng, làm cho nước Mỹ vĩ đại trở lại.

Cuộc bầu cử năm 2024 là cuộc bầu cử lịch sử và ông Donald Trump đã làm nên lịch sử. Dầu sao cũng phải cám ơn bà Kamala Harris và ông Donald Trump đã để lại cho chúng ta nhiều bài học giá trị.

Đôi điều kết luận

Nước Mỹ được thành lập bởi dân nhập cư, hàng ngày không biết bao nhiêu người tìm mọi cách để vào nước Mỹ, hợp pháp cũng có mà bất hợp pháp cũng có. Về chánh trị nước Mỹ theo thể chế Cộng Hòa, dựa trên nguyên tắc Tự Do, Dân Chủ, về kinh tế thì theo chế độ tư bản chủ nghĩa. Hàng ngày có biết bao điều xảy ra rất đáng nói và đáng viết về nước Mỹ. "Viết Về Nước Mỹ" là đề tài tôi rất thích và theo đuổi từ 24 năm nay. Cuộc bầu cử Tổng Thống Mỹ chỉ diễn ra bốn năm một lần thì có nhiều điều để nói và để viết lắm. Mỗi người có cái nhìn khác nhau, từ góc độ khác nhau và có sự đánh giá theo cách riêng của mình, cần được tôn trọng. Chỉ vì chánh kiến khác nhau mà đưa tới phân hóa, chia rẽ là điều không nên.

Chương 28:

Sống ở Mỹ sướng hay ở Việt Nam sướng?

Trong chủ đề Viết Về Nước Mỹ tôi có viết một bài mang tựa đề Sống ở Mỹ sướng hay Việt Nam sướng? Bài viết này rất cần cho những người chưa hiểu về nước Mỹ cũng như chưa hiểu về Việt Nam. Phân tích, đối chiếu và so sánh lúc nào cũng cần thiết cho những ai muốn nhìn nhận vấn đề một cách khoa học, khách quan và trung thực.

Thời gian gần đây trong cộng đồng người Việt ở Mỹ cũng như ở Việt Nam bỗng nhiên phát sinh một câu hỏi là sống ở Mỹ sướng hay ở Việt Nam sướng? Vấn đề đặt ra giữa lúc có một số Việt kiều Mỹ phần lớn là đã lớn tuổi, đã về hưu nay quay về Việt Nam sống. Họ nói sống ở Việt Nam sướng và hết lời ca tụng Việt Nam, thì cũng được đi nếu họ không chê bai Mỹ, đả kích Mỹ và Việt kiều bằng những lời lẽ bịa đặt vu vơ.

Có ba tiền đề cần lưu ý trong câu hỏi Sống ở Mỹ sướng hay Việt Nam sướng? Thứ nhất: Cộng đồng người Việt ở nước ngoài tập trung nhiều nhất ở Mỹ được hình thành từ sau ngày 30/4/1975 đến nay cũng tròn trèm 50 năm. Thời gian đã đủ để nhìn lại và đánh giá một cách công bằng và chính xác nước Mỹ cũng như Việt Nam về mọi mặt với một thái độ khách quan và công tâm, không tuyên truyền, không xuyên tạc, không chính trị hóa sự việc. Cho nên vấn đề được nêu ra trong lúc này là đúng thời điểm, không quá sớm mà cũng không quá muộn. Nếu như một người mới sống ở Mỹ được vài tháng hoặc vài năm, chưa hiểu hết về nước Mỹ mà nói về nước Mỹ thì khó mà thuyết phục được người nghe. Cũng vậy, một người sống ở Mỹ chưa từng về Việt Nam mà nói về Việt Nam thì cũng có thể bị chỉ trích là phiến diện. Do đó nhà cầm quyền Việt Nam thường kêu gọi những người dân cử gốc Việt, tham gia chánh trường Hoa Kỳ, thường phê phán chế độ, hãy về Việt Nam để nhìn thấy đất nước thay đổi như thế nào (mặc dầu sự thay đổi bề ngoài ở những thành phố lớn chưa nói lên được gì cả) Thứ hai: Nếu có so sánh thì sự so sánh đó phải toàn diện, bao trùm mọi mặt chớ không thể chỉ nhìn ở một góc độ nhỏ (như sự sinh hoạt, ăn uống hàng ngày) mà nói đó là Việt Nam là không chính xác. Điều này luôn luôn nhìn thấy ở những người về sống ở Việt Nam, hết lời ca tụng Việt Nam mà không biết tới và nói đến những vấn đề quan trong khác như kinh tế, văn hóa, giáo dục, y tế, xã hôi, chánh trị, nhân quyền ở Việt Nam là một thiếu sót lớn. Những ai ca tụng chế độ, nói sống ở Việt Nam là sướng trước hết phải trả lời được câu hỏi "Đảng lãnh đạo, nhà nước quản lý, nhân dân làm chủ" hiện nay như thế nào? Thứ ba: Từ sướng cần được hiểu cho đúng: Sướng được dùng ở đây như cách nói gọn của từ kép là sung sướng, là hạnh phúc, Trước hết nó có tính cách cá nhân, tùy thuộc vào cảm giác và nhận thức của mỗi người vì có những trường hợp đối với người này là hạnh phúc còn người khác thì không. Nhưng nói chung thì hạnh phúc chính là mục tiêu cuối cùng của mỗi con người sinh ra trên cõi đời này. Nơi nào có hạnh phúc thì người ta tìm đến, vì nơi đó đáng sống hơn những nơi khác vì "đất lành chim đậu" mà. Rốt cuộc hạnh phúc không phải là một cái gì trừu tượng của cá nhân mà nó phải dựa trên tiêu chí được đa số công nhận. Nơi nào mà đời sống khó khăn, không thoải mái, và không có tương lai thì người ta xa lánh và bỏ đi. Điều này là lẽ đương nhiên, không ai có thể phủ nhận hay chối cãi được.

Hàng năm các tổ chức và các cơ quan truyền thông quốc tế đều có đánh giá và xếp hạng các quốc gia đáng sống nhất, chính xác hơn là các quốc gia có "chất lượng cuộc sống" tốt nhất thế giới. Năm 2023 tờ US News và World Report khảo sát và xếp hạng 87 quốc gia căn cứ vào rất nhiều chỉ tiêu, các chỉ tiêu quan trọng như ổn định chánh trị và an toàn an ninh cá nhân, kinh tế phát triển, giá trị tổng sản phẩm quốc nội GDP cao, văn hóa giáo dục phát triển, y tế hiện đại và phổ cập rộng rãi, môi trường sống lành mạnh, thu nhập đầu người cao cùng với giá cả thị trường ổn định, thị trường lao động tốt, người dân có công ăn việc làm vân.vân...Và 10 quốc gia đứng đầu được công nhận năm 2023 là Thụy Điển, NaUy, Canada, Đan Mạch, Phần Lan, Thụy sĩ, Hà Lan, Australia, Đức, Tân Tây Lan. Việt Nam được xếp thứ 44, sau các nước trong khu vực Đông Nam Á như Singapore, Thái Lan, Mã Lai, Indonesia, Philippines thì làm sao so sánh được với Mỹ mà nói sống ở Mỹ sướng hay Việt Nam sướng? Nói chơi với nhau trong lúc trà dư tửu hậu, trong lúc tụ năm tụ bảy, chén chú chén anh, trong lúc lạng quạng, mơ màng trong hơi men chếnh choáng, nói về trường hợp cá biệt của riêng mình, ý kiến riêng của mình thì được chớ làm sao đủ tư cách mà bàn về những vấn đề vĩ mô, trọng đại của một quốc gia, hơn nữa là so sánh giữa một cường quốc và một nước Xã Hội Chủ Nghĩa thì nó chông chênh, khập khễnh lắm.

Nhiều người nói nếu có tiền thì sống ở Việt Nam sướng hơn ở Mỹ khi mà Mỹ có thứ gì thì Việt Nam cũng có thứ đó thì đi Mỹ mà làm gì? Tư tưởng này không sai nhưng nó rất hạn hẹp. Nếu nói có tiền ở đâu cũng sướng thì sống ở Mỹ cũng sướng vậy, có khi còn sướng hơn! Vấn đề đặt ra là làm thế nào để có tiền? và nguồn tiền này ở đâu mà có? "Có tiền" ở đây hàm ý là có rất nhiều tiền. Có rất nhiều tiền mới mua được mọi thứ để thỏa mãn nhu cầu vật chất của con người, không kể là mua đất đai, nhà cửa, xe cộ, những thứ này ở Việt Nam mắc hơn ở Mỹ rất nhiều thì tầng lớp trung lưu và nghèo làm sao với tới? Tầng lớp giàu có ở Việt Nam gọi là đại gia đâu có nhiều. Những người giàu có ở Việt Nam bao gồm hai thành phần. Một là những đảng viên Cộng Sản có chức, có quyền, có cơ hội để tham ô, họ sống sung sướng trên mồ hôi, nước mắt, trên xương máu của nhân dân. Những vụ án đưa ra tòa xét xử gần đây như vụ án chuyến bay giải cứu số người Việt còn kẹt ở nước ngoài muốn hồi hương trong mùa dịch cúm Covid 19 tháng 12 năm 2023, vụ kit test ở công ty Việt Á tháng 1 năm 2023, vụ Đỗ Hữu Ca, cựu Giám Đốc Công An Hải Phòng tháng 4 năm 2024 đã chứng minh điều đó. Một thành phần khác không giữ chức vụ gì, không liên hệ gì đến cơ quan nhà nước nhưng rất giàu là các doanh nhân làm ăn bất chánh, vi phạm luật pháp, lừa đảo chiếm đoạt tài sản các đối tác kinh doanh như bà Trương Mỹ Lan chủ tịch tập đoàn Vạn Thịnh Phát vừa mới bị tòa sơ thẩm TP Hồ Chí Minh kết án tử hình ngày 11/04/2024. Những người này giờ đây chắc đã nhận ra rằng ở Việt Nam có nhiều tiền chưa chắc là sung sướng. Khi đối diện với bản án tử hình thì bà Lan mới thức tỉnh và tự trách mình: Có nhiều tiền để làm gì? Nhưng rất tiếc là đã muộn! Tháng 11 năm 2021 ông Bộ Trưởng Công

An cùng hai nhân viên nhân chuyến công tác ở nước Anh, đi ăn bò dát vàng mỗi phần là 45 triệu, tổng cộng hết 135 triệu, không biết mấy ông sướng cở nào nhưng bị công luận và báo chí Việt Nam phê phán kịch liệt vì lẽ mấy ông dùng ngân sách nhà nước, là tiền thuế của người dân để chi tiêu hoang phí giữa lúc người dân đang chết lên chết xuống vì đại dịch Covid 19. Những người trong cuộc vẫn giữ im lặng còn nhà nước thì không một lời giải thích. Đó là Việt Nam? Con người ta cần có tiền để mua và thỏa mãn những nhu cầu vật chất trong đời sống hàng ngày nhưng nhu cầu vật chất bao giờ cũng có giới hạn như lương thực, thực phẩm, áo quần, nhà ở, phương tiện di chuyển...Ở thì chỉ cần một căn nhà, ngủ chỉ trên một chiếc giường, di chuyển chỉ cần một chiếc xe, ăn uống nhiều lắm cũng chỉ làm đầy cái bao tử chớ không thể hơn. Vậy là đủ rồi, đâu cần phải có thật nhiều tiền bằng mọi giá? Bên cạnh đó các nhu cầu về tinh thần xem ra còn quan trọng hơn như nhu cầu tín ngưỡng, nhu cầu đi lại, nhu cầu hiểu biết, nhu cầu được bày tỏ chính kiến, thái độ, tư tưởng mà không bị đàn áp bắt bớ, nhu cầu có quyền làm chủ, danh từ kinh tế gọi là quyền tư hữu về nhà cửa, đất đai, ruộng vườn, tài sản...Trong số này quan trọng nhất là quyền sở hữu đất đai, ruộng vườn. Nhưng hiến pháp và luật đất đai ở Việt Nam qui định "đất đai thuộc sở hữu toàn dân, được nhà nước thống nhất quản lý" Khi qui định như vậy, bất cứ lúc nào nhà nước cũng có thể trưng thu, trưng dụng đất đai của người dân để thực hiện một công trình, dự án nào đó, thường là giao lại cho các nhà đầu tư nước ngoài với giá cao gấp nhiều lần so với giá đền bù cho người dân, không được người dân đồng ý. Từ đó phát sinh một giai cấp mới gọi là "dân oan", tối ngày chỉ có vác đơn đi khiếu kiện từ địa phương cho tới thành phố và trung ương, nhưng không nơi nào giải quyết, không một tòa án nào thụ lý hồ sơ. Điều này không hề có ở các quốc gia Tư

Bản như Hoa Kỳ và Châu Âu. Phong trào cải cách ruộng đất ở miền Bắc sau năm 1954 và chiến dịch đánh tư sản sau năm 1975 ở miền Nam luôn luôn là nỗi ám ảnh kinh hoàng đối với người dân trong cả nước, mặc dầu nó đã được thực hiện từ 50 năm, 70 năm về trước. Vậy mà người ta vẫn nói được là Việt Nam ta ưu việt và dân chủ gấp trăm ngàn lần Tư bản Hoa Kỳ đang giẫy chết! Nước Mỹ đang giẫy chết mà họ tranh nhau gửi con cháu du học Mỹ mà không gửi đi Trung Quốc, Triều Tiên, Cu Ba là những nước Cộng sản còn lại, tôn thờ chủ nghĩa Mác- Lênin như họ?

Có một lý luận so sánh giữa Việt Nam và Mỹ như sau: "Nếu nói Việt Nam nghèo thì ở Mỹ cũng có người nghèo vậy, thậm chí những người ăn xin, những người homeless không nhà cửa ở Mỹ còn nhiều hơn Việt Nam. Ở Mỹ thì làm việc vất vả, cực khổ mà vẫn thiếu nợ ngập đầu". Đây là lý luận của những người ở Việt Nam không hiểu gì về nước Mỹ, họ là những người ngây thơ, tội nghiệp, chỉ biết nghe những người có ác ý muốn cào bằng, muốn đánh đồng giữa Mỹ và Việt Nam, muốn hạ thấp giá trị Mỹ. Thật ra nhận xét của họ là đúng chớ không sai nhưng chỉ đúng khi nhìn vào hiện tượng bên ngoài. Vấn đề là phải thấy được bản chất của vấn đề, không để hiện tượng đánh lừa bản chất. Đồng ý là ở Mỹ cũng có người nghèo như Việt Nam nhưng người nghèo ở Mỹ khác với người nghèo ở Việt Nam nhiều lắm, không thể đánh đồng với nhau được: Trong năm 2024 Mỹ qui định người có thu nhập thấp (low income) dưới 1.913 USD hoặc có tài sản dưới 2.000 USD được xem là người nghèo, hàng tháng được nhà nước liên bang trợ cấp một số tiền gọi là trợ cấp an sinh xã hội (Social Security Income). Số tiền này hiện nay là 943 USD cho mỗi cá nhân, tính ra tiền Việt theo tỷ giá 25.000 $ một Mỹ kim là 23.575.000 $, lớn hơn lương của Tổng Bí Thư, chủ tịch nước, chủ tịch quốc Hội và Thủ Tướng

Việt Nam nữa. Cụ thể kể từ ngày 1/7/2024 thì lương của Tổng Bí Thư và Chủ Tịch Nước là 23.400.000 $, Chủ Tịch Quốc Hội và Thủ Tướng chánh phủ là 22.500.000$. Đây là một khám phá bất ngờ và lý thú mà người viết biết được khi nghiên cứu để viết bài này. Ngoài số tiền trợ cấp hàng tháng, người nghèo ở Mỹ còn được cấp phiếu mua thực phẩm gọi là food stamp, có chế độ chăm sóc y tế không mất tiền, có chế độ housing về nhà ở không mất tiền hoặc với giá tượng trưng, sử dụng phương tiện di chuyển công cộng miễn phí, con cái của người nghèo được đi học miễn phí từ tiểu học đến đại học. Do đó người nghèo ở Mỹ vẫn có thể nuôi con thành giáo sư, luật sư, kỹ sư, bác sĩ như bất cứ ai. Mỹ là đất nước cơ hội dành cho bất cứ ai có qyết tâm và cố gắng. Trong khi đó nhà nước Việt Nam đã làm được gì cho người nghèo và họ sống ra sao?

Một thực tế nữa phải nhìn nhận là số người ăn xin ở Mỹ có vẻ nhiều hơn Việt Nam, nhất là ở các thành phố lớn. Có hai lý do để giải thích. Một là nhà nước Việt Nam tập trung họ lại có nơi có chỗ, không để họ xuất hiện tràn lan làm mất vẻ mỹ quan thành phố, làm phiền du khách khi mà chánh phủ đang cố gắng phát triển ngành du lịch Việt Nam để thu hút ngoại tệ. Ông Nguyễn Bá Thanh năm 2000 lúc còn làm Chủ tịch Ủy Ban Nhân Dân thành phố Đà Nẵng đã được nhiều người biết tới là do giải quyết được vấn đề người ăn xin ở thành phố ông. Ở Mỹ thì người ta tôn trọng quyền cư trú và tự do đi lại của mọi người. Người nghèo đã có chánh phủ lo, họ có đời sống thoải mái, không thích bị gò bó, tập trung. Ban ngày thì đi thang thang xin ăn thêm được đồng nào hay đồng đó. Tối về thì dựng lều sát bên nhau dưới gầm cầu, vĩa hè, công viên sinh hoạt, ăn uống nhậu nhẹt, kể cả sử dụng cần sa, ma túy mà không bị dòm ngó. Các cựu chiến binh Mỹ giải ngũ về, được chánh phủ ưu đãi mọi mặt, họ hưởng chế độ an sinh xã hội cao hơn những người khác. Cũng có thể họ vẫn có nhà cửa, vợ con, người thân nhưng vẫn thích sống đời homeless, lang thang, ăn xin ngoài phố là do họ muốn như vậy, cũng có khi họ bị tâm thần, trầm cảm, nhà nước phải tôn trọng thôi. Đâu đó chúng ta vẫn nghe những lời oán than từ người đã từng sống ở Mỹ là những người lao động Mỹ làm việc vất vả, khổ cực lắm. Điều này cũng có phần đúng. Nhưng với người lao động phổ thông, lương được trả theo giờ. Năm nay chánh phủ liên bang ấn định lương giờ tối thiểu là 7.25 $ /giờ, tính ra 928$ USD một tháng (tương đương 23.200.000 VN đồng, ít hơn lương Thủ Tướng Việt Nam một chút) trên thực tế người ta trả cao hơn nhiều, trung bình là 33 USD/ giờ trong khi lương thực, thực phầm rất rẻ nên người lao động ở Mỹ có đời sống thoải mái, không thấy ai phàn nàn điều gì. Chính nhờ sự đóng góp của những người lao động, làm việc cật lực nên kinh tế Mỹ mới phát triển và trở nên hùng mạnh nhất thế giới như ngày nay. Cuối cùng phúc lợi xã hội cũng được trả về cho công nhân, chớ làm việc tà tà theo kiểu "chân ngoài dài hơn chân trong" như ở Việt Nam, sinh viên tốt nghiệp đại học ra trường không tìm được việc làm, phải trông chờ vào "xuất khẩu lao động" ra nước ngoài làm bất cứ việc gì thì biết đến bao giờ Việt Nam mới cất cánh (take off), theo kịp các nước Đông Nam Á , nói chi đến giấc mơ con rồng Châu Á? Mấy năm gần đây nhà nước Việt Nam cho các công ty nước ngoài vào Việt Nam mở nhà máy với thiết bị, máy móc và dây chuyền sản xuất hiện đại và sử dụng công nhân Việt Nam làm việc vất vả không kém gì ở Mỹ nhưng đồng lương không tương xứng, nhiều lúc không được hưởng chế độ lao động và bảo hiểm như thỏa thuận nên đã xảy ra nhiều vụ đình công lớn. Quan chức Việt Nam vì lợi ích cá nhân thường đứng về phía chủ nhân nước ngoài hơn là công nhân nước mình.

Sau 1975 người Việt đến được nước Mỹ bằng bất cứ phương tiện gì cũng được nước Mỹ dang tay đón nhận và giúp đỡ tùy theo chương trình, kể cả ứng trước tiền vé máy bay cho cả gia đình với cam kết là sẽ trả lại sau nếu thuộc diện HO. Không riêng gì người Việt tỵ nạn, cho tới nay các ngân hàng và tổ chức tín dụng Mỹ vẫn tiếp tục cho mọi người vay tiền để mua nhà, mua xe và các vật dụng cần thiết khác trong gia đình, hàng hóa, dịch vụ, cũng như để tổ chức sản xuất, kinh doanh sau khi xem xét điểm số tín dụng, sự ổn định việc làm và lương bổng. Người vay tự chọn cho mình thời gian tốt nhất để trả hết nợ vay (pay off). Hàng tháng ngân hàng trích từ tài khoản của khách hàng để thu nợ như thỏa thuận, có thể lên đến 30 năm. Việc sinh viên vay tiền đi học thì có chế độ riêng. Nền giáo dục ở Mỹ là miễn phí từ tiểu học đến trung và đại học. Ở các trường cao đẳng (college) và đại học (univesity) còn có chế độ Financial Aid, chế độ học bổng. Những năm đầu khi mới tới Mỹ gia đình tôi gồm vợ chồng con cái cả bốn người đều ghi danh học college, có Financial Aid. Sau khi trang trải mọi chi phí học tập còn có dư để gửi về cho người thân ở Việt Nam nữa. Thời đó người Việt mình thường nói với nhau rằng ở Mỹ đi học cũng là một nghề vì hàng tháng đều được chánh phủ trả lương. Đối với các chương trình mà thời gian đào tạo và chi phí cao như y khoa thì chánh phủ cho sinh viên mượn tiền để học và sẽ hoàn lại theo kế hoạch sau khi tốt nghiệp và có việc làm. Chi phí đào tạo một sinh viên y khoa ở trường công cao hơn trường tư. Từ khi làm nội trú chuyên khoa một bác sĩ tương lai đã được nhận trợ cấp rồi. Khi ra trường làm ở bệnh viện được trả từ 200,000 USD đến 300,000 USD một năm tùy chuyên khoa và kinh nghiệm, bác sĩ phẫu thuật chỉnh hình được trả đến 443,000 USD/năm. Ngoài ra bác sĩ nào cũng có phòng mạch tư và chưa có số liệu thống kê nào tiết lộ thu nhập của một bác sĩ ở phòng mạch là bao nhiêu, nhưng chắc chắn nó phải nhiều lần hơn tiền lương ở bệnh viện. Chế độ tín dụng Mỹ giúp người dân có tiền để chi tiêu, kích thích sản xuất, góp phần tăng trưởng kinh tế Hoa Kỳ, khiến nước này có nền kinh tế lớn mạnh nhất thế giới, bảo đảm cho đồng đô la có giá trị vững chắc, được cả thế giới tin dùng. Người Việt tỵ nạn qua đây với hai bàn tay trắng và phải làm lại từ đầu vậy mà ngay từ 1993 đã gửi tiền về cho Việt Nam và số tiền này mỗi năm mỗi tăng. Trong năm 2023 số kiều hối mà đồng bào gửi về Việt Nam là 16 tỷ, riêng cho thành phố Hồ Chí Minh hơn 9 tỷ USD, hơn 3 lần nguồn vốn đầu tư nước ngoài FDI.

Ở Mỹ dầu sinh trong một gia đình nghèo khó bạn cũng có thể đi học để trở thành bác sĩ được nếu như có quyết tâm. Còn ở Việt Nam? Từ nhà trẻ lên đến mẫu giáo, tiểu học, trung học và đại học, cấp nào cũng phải đóng rất nhiều loại phí mà không gọi là học phí, không có cơ quan nào trợ cấp, cũng không có chế độ cho mượn tiền đi học như ở Mỹ. Gia đình nghèo cũng đành bó tay, cho con mình đi bán vé số. Hình ảnh một em bé cầm sấp vé số chạy khắp hang cùng, ngõ hẻm rao bán từng tờ vé số thật là tội nghiệp. Cũng trong giờ phút đó mọi trẻ con ở Mỹ đều ngồi trên ghế nhà trường, không có em nào lang thang ngoài phố cả. Hai hình ảnh không biết đã đủ để trả lời câu hỏi sống ở đâu sướng hơn, Mỹ hay Việt Nam, cho dầu bạn hiểu từ "sướng" theo cách riêng của bạn, cho dầu bạn nói không thích nước Mỹ theo cách riêng của bạn? Thật ra có rất nhiều bạn sống ở Mỹ lâu năm, nay quay về sống ở Việt Nam có những ý kiến trái chiều rất "vui". Bạn D.T.H sống 10 năm ở tiểu bang Minnesota nêu lý do về Việt Nam là sáng dậy sớm nghe tiếng gà gáy rồi đi chợ quê uống cà phê, ăn cà rem ngoài đường. Ở Việt Nam tha hồ giăng lưới, bắt con tôm con cá về kho mặn rất ngon, đi ăn đám giỗ ở Việt Nam thì vui ác ôn luôn. Ngoài ra bạn này còn khuyên Việt kiều Mỹ nên về Việt Nam sống nếu có điều kiện vì sống ở Mỹ cực khổ lắm, ở Việt Nam thì sướng hơn. Lý luận của bạn H thì đơn giản và cũng nên thơ nữa, nhưng bạn quên mất nhiều điều. Một là bạn lấy tiền ở đâu để về Việt Nam hưởng thụ cuộc sống mà không làm gì cả? Đó là do bạn dành dụm, tích lũy sau mười năm làm việc ở Mỹ. Bạn có một lời cám ơn nước Mỹ chưa? Vì nếu cùng thời gian đó bạn vẫn sống ở Việt Nam thì có được như ngày nay không? Trong khi bạn hưởng thụ một mình thì thân nhân, bạn bè và những người xung quanh bạn sống như thế nào, bạn có biết không? Mai này bạn sẽ già yếu và phải đối diện với bệnh tật, thì trang thiết bị, trình độ y khoa ở Việt Nam có bằng ở Mỹ không? Chế độ chăm sóc sức khỏe và bảo hiểm y tế có ưu tiên nào dành cho một người về hưu từ Mỹ không? Số tiền còn lại của bạn có đủ để thanh toán y tế phí rất cao ở Việt Nam không? Hy vọng bạn có câu trả lời thành thật nhất cho chính bạn chớ không cho ai khác. Có một bạn lấy nick name là Năm Lúa, đã sống ở Mỹ 30 năm, nay về Việt Nam sống với cha mẹ. Bạn này vừa ca tụng Việt Nam vừa đặt điều nói xấu Mỹ và người Việt ở Mỹ bằng lời lẽ hết sức ngây ngô. Chẳng hạn như bạn nói cha mẹ nuôi con tới 18 tuổi thì đuổi ra khỏi nhà, lý do là lúc nhỏ cha mẹ nói nó không nghe, đụng tới nó thì nó kêu cảnh sát cho nên không làm gì được nó, phải đợi nó đến 18 tuổi mới làm được bằng cách đuổi nó ra khỏi nhà. Bạn này nói láo hết chỗ nói vì không có cha mẹ nào, nhất là cha mẹ Việt Nam lại nhẫn tâm đuổi con mình ra khỏi nhà cả. Chỉ có trường hợp khi đến 18 tuổi con mình lên đại học và trường thì ở xa nhà nên nó thường dọn vào dorm, một loại ký túc xá trong phạm vi nhà trường để cho tiện việc học tập thôi. Làm gì có chuyện "đuổi" ở đây. Bạn này còn nói tình cảm giữa con cái và cha mẹ ở Mỹ không bằng ở Việt Nam. Một lần nữa bạn này nói láo mà không có cơ sở, không có căn cứ. Bạn này không hiểu là cách biểu hiện tình cảm của ông bà, cha mẹ với con cháu của người Việt nó khác với người Mỹ là do sự khác biệt giữa hai nền văn hóa. Thí dụ ở Mỹ mà hun hít, nựng nịu trẻ theo cái cách của người Việt Nam, của mấy bà nhà quê ở Việt Nam có thể bị kết tội là quấy rối tình dục, là abuse trẻ con. Khuynh hướng của người Mỹ là thích tự do và tự lập nên có điều kiện là dọn ra ở riêng, xây dựng một gia đình riêng, không phụ thuộc vào cha mẹ nữa, còn người Việt mặc dầu ở Mỹ nhưng ông bà, cha mẹ và con cái cùng sống với nhau trong một gia đình theo nghĩa "tam đại đồng đường" cũng là bình thường, cũng dễ hiểu thôi. Năm Lúa còn khuyên mọi người là đừng có đi đâu hết vì " Việt Nam được giải phóng rồi, có tự do rồi. Ra đường không ai bắt bớ hay làm khó dễ, kể cả việc đưa máy quay phim vào mặt người ta quay cũng được". Xin hỏi Năm Lúa một câu- Ông khuyên người ta đừng đi Mỹ nữa nhưng tại sao ông lại ở Mỹ đến 30 năm? Ông nói ở Việt Nam ông được tự do đưa máy quay phim vào mặt người ta để quay. Xin thưa đó không phải là tự do mà là vô văn hóa và bất lịch sự.

Trường hợp những người sống ở Mỹ nhiều năm nay quay đầu về Việt Nam và chửi Mỹ như hai bạn DTH và Năm Lúa là trường hợp đặc biệt, rồi sẽ rơi vào quên lãng. Nhân tiện mời hai bạn nhìn lại trường hợp của Trần Trường để có cái nhìn rộng rãi hơn, để củng cố thêm niềm tin rằng ở Mỹ hay Việt Nam nơi nào sướng hơn, đáng sống hơn. Năm 1999 Trần Trường treo hình Hồ Chí Minh và cờ đỏ sao vàng trong tiệm video Hi Tek của y ở đại lộ Bolsa, thành phố Westminster, tiểu bang California, bị cộng đồng người Việt ở đây phản đối và biểu tình suốt 53 ngày đêm. Trần Trường lấy quyền tự do phát biểu chống lại chánh quyền địa phương và đám biểu tình, cũng nhân danh quyền tự do phát biểu. Cuối cùng Trần Trường bị xử thua. Cửa tiệm bị đóng cửa vì lý do sang băng lậu và trốn thuế. Năm 2005 Trần Trường bán hết tài sản được 7 tỷ đem tiền về Việt Nam mở công ty nuôi trồng thủy sản ở Lai Vung, tỉnh Đồng Tháp. Số tiền Trường mang về không thấm vào đâu, ngân hàng hứa cho vay thêm 6 tỷ nữa, cuối cùng chỉ giải ngân 600 triệu, khiến cho y chới với. Trường phải hợp tác với nhà máy xay lúa ở địa phương để bảo đảm nguồn thức ăn cho cá, nếu không thì nó chết.Trường nợ bên đối tác 1.3 tỷ đến tháng 11/2005 trả được 209 triệu thì bị kiện về tội quịt nợ mặc dầu hợp đồng vẫn còn hiệu lực đến cuối năm 2005. Chánh quyền địa phương thì bênh vực bên nhà máy, niêm phong tài sản và đuổi vợ con Trần Trường ra khỏi nơi cư trú, khiến cho bà vợ bị điên, phải vào điều trị ở nhà thương điên Biên Hòa, bây giờ gọi là bệnh viện tâm thần. Năm 2012 Trần Trường quay lại Mỹ xin lỗi và cầu cứu đồng hương giúp đỡ gây quỹ để theo đuổi vụ kiện mà phần thua thiệt và thất bại đã quá rõ ràng vì chánh quyền địa phương không biết Trần Trường là ai, cho dầu y có tôn thờ Hồ Chí Minh và đảng Cộng sản như thế nào chăng nữa.

Mấy năm gần đây tôi thường về Việt Nam mỗi lần ít nhất là hai tháng, đi từ Nam ra Bắc, từ Bắc vào Nam kể cả những vùng xa xôi, hẻo lánh nhất để chụp hình, đi tìm cái đẹp ở quê nhà. Phải công nhận Việt Nam giờ đây đã thay đổi nhiều. Đường xá, nhà cửa, khách sạn, nhà cao tầng ở các thành phố lớn. Các quận nghèo ven đô có đất rộng như quận 4, quận 8 được quy hoạch lại rất khang trang, không còn là khu ổ chuột nữa. Các con kinh Nước Đen, kinh Tàu Hủ, kinh Nhiêu Lộc đều có bờ kè, nguồn nước được cải tạo trong sạch, không còn hôi thúi như trước kia. Những công viên là lá phổi của thành phố như công viên Tao Đàn, công viên 23 tháng 9, Lê văn Tám, công viên Gia Định được chỉnh trang, nâng cấp rất sạch đẹp. Có cả những đô thị, chung cư cao cấp dành cho người giàu. Ra khỏi Sàigòn đi về các tỉnh và thành phố lớn đã có nhiều đường cao tốc với nhiều làn xe rộng rãi không thua gì những free way ở những quốc gia phát triển. Các bến phà già nua, cũ kỹ cũng được thay thế bằng những cây cầu treo hiện đại nối liền đôi bờ hai con sông Tiền, sông Hậu, thu hẹp khoảng cách, rút ngắn thời gian di chuyển từ một ngày, một buổi xuống còn vài giờ. Những cây cầu nổi tiếng là cầu Mỹ Thuận ở sông Tiền nối liền Tiền Giang và Cửu Long, Cầu Cần Thơ trên sông Hậu nối Vĩnh Long với Cần Thơ, Cầu Rạch Miễu trên sông Tiền nối liền Bến Tre với thành phố Mỹ Tho của Tiền Giang, đi về các tỉnh. Ngoài ra là những cây cầu nhỏ hơn ở địa phương như cầu Hàm Luông, cầu Năm Căn, cầu Cổ Chiên, cầu Mỹ Lợi, Vàm Láng, Cao Lãnh...

Chương trình đầu tư trực tiếp nước ngoài FDI từ những quốc gia phát triển và gần 150 quốc gia khác đã làm thay đổi bộ mặt Việt Nam nhưng nền kinh tế Việt Nam không hề phát triển cùng một nhịp với sự cải tiến của hạ tầng cơ sở vật chất. Chất lượng đời sống người dân không khá hơn 50 năm về trước. Họ vẫn mua gánh, bán bưng, bám vỉa hè, lề đường để kiếm sống, bị đuổi chỗ này thì họ dời đi chỗ khác. Hố ngăn cách giàu nghèo ngày càng sâu sắc và rõ nét. Người giàu có cả một đô thị mới biệt lập, những chung cư bạc tỷ để sống, người nghèo vẫn cứ chui ra chui vào cũng cái căn nhà ọp ẹp đã xuống cấp từ 50 năm nay mà không có tiền sửa chữa. Ở đầu cầu Calmette bên quận 4 hướng về quận 1 bên tay phải có một chung cư nhiều tầng không biết được xây dựng từ bao giờ, nay đã xuống cấp, rách nát tả tơi có thể sập xuống bất cứ lúc nào, vậy mà vẫn còn người ở. Cạnh đó vài chục thước, sừng sững một chung cư cao tầng mới xây, chắc là dành cho dân có tiền. Hai hình ảnh trái ngược này được tôi cẩn thận ghi vào ống kính theo chủ đề "sự tương phản trong đời thường". Sự tương phản (contrast) bao giờ cũng là một yếu tố cần có của một bức ảnh nghệ thuật! Con cái của gia đình chưa có điều kiện gửi đi du học nước ngoài thì cho học ở các trường quốc tế do nước ngoài đầu tư và giảng dạy tại Việt Nam mong tiếp cận với nền văn hóa giáo dục hiện đại và nhanh chóng nâng cao trình độ Anh ngữ, trong khi những gia đình nghèo chạy một suất ở trường công là quá khó. Chương trình học năm nào cũng cải cách, học sinh phải thay đổi sách giáo khoa hàng năm, khiến cha mẹ, phụ huynh kêu trời như bộng. Nói tới nền giáo dục Việt Nam bây giờ người ta nghĩ đến từ "CHẠY" trong một thành ngữ mới của chế độ mới: "Chạy trường", "chạy lớp", "chạy điểm"...Chưa hết đâu, khi ra trường còn phải "chạy việc làm". Ở Việt Nam bây giờ có rất nhiều bệnh viện đầu tư từ nước ngoài với trang thiết bị hiện đại, đội ngũ y tá, bác sĩ giỏi, phòng ốc sạch sẽ, rộng rãi, khang trang. Cung cách phục vụ văn minh và chuyên nghiệp. Dĩ nhiên những bệnh viện này chỉ dành cho người có tiền. Cán bô viên chức nhà nước đã có bệnh viện riêng. Chỉ có bệnh nhân nghèo và người nuôi bệnh thì nằm lê lết ngoài hành lang, vệ đường ở các bệnh viện công đã quá tải, xuống cấp như BV Ung Bứu, BV Nhân Dân Gia Định, Nhà Bảo sanh Từ Dũ, BV Nguyễn Trãi, BV Nhi Đồng, BV Chợ Rẫy, BV Chấn Thương Chỉnh Hình, vân. vân...

Trong khi người giàu và nghèo ở Việt Nam sống trong hai thế giới khác nhau thì ở Mỹ cũng có giàu nghèo nhưng không hề có khoảng cách, không bị phân biệt đối xử. Người giúp việc nhà ở Việt Nam gọi là ô-sin, danh từ bình dân gọi là đầy tớ, ở Mỹ thì gọi là home maker, ăn mặc rất lịch sự, lái xe đến nhà chủ làm việc trong vài giờ, xong việc thì ung dung lái xe về nhà. Trên đường về có thể họ đi shopping mua sắm, hoặc ghé vào một nhà hàng sang trọng, ăn những món mà họ ưa thích, họ enjoy cuộc đời như bất cứ một người nào khác. Trong khi đó một ô-sin ở Việt Nam thì suốt đời vẫn là ô-sin, nếu không có cơ hội xuất khẩu lao động đi làm ô-sin ở nước ngoài. Người viết bài này có điều kiện đi nhiều ở Việt Nam cho nên cũng thấy rất nhiều, nhiều hơn những gì đã diễn ra trước mặt. Ở Nghệ An, Hà Tĩnh quê hương Bác Hồ có nhiều nhà to đẹp, hỏi ra mới biết là gia đình có con em đi xuất khẩu lao động ở nước ngoài gửi tiền về xây. Ngoài đó người ta vượt biên và đi xuất khẩu lao động nhiều lắm. Còn ở trong Nam, bộ mặt nông thôn cũng thay đổi nhiều. Những căn nhà cây vách ván không còn nữa, thay vào đó là những căn nhà gạch đồ sộ, kiểu cách, được xây bằng tiền do bán đất, bán ruộng mà có. Người nông dân thì biến thành công nhân, ở nhà trọ, làm trong các nhà máy xí nghiệp của người nước ngoài mà đời sống không có gì bảo đảm, bởi vì chính các xí nghiệp này có thể đóng cửa, dời đi bất cứ lúc nào. Cơn đại dịch Covid 19 ở Việt Nam đã cho thấy điều đó.

"Sống ở Mỹ sướng hay Việt Nam sướng?" Đây không phải là vấn đề lý thuyết để bàn cãi, như bàn về chủ nghĩa Cộng sản và chủ nghĩa Tư bản mà là vấn đề thực tế: Thức khuya mới biết đêm dài. Nếu gạt ra ngoài yếu tố chánh trị nhằm mục đích tuyên truyền, xuyên tạc và làm một sự so sánh toàn diện giữa hai quốc gia thì sự tương phản sẽ nói lên được nhiều điều. Nếu hiểu chữ sướng như một cảm giác rất chủ quan, tùy sở thích và hoàn cảnh của từng cá nhân như hai bạn DTH, Năm Lúa và một số người thì câu trả lời sẽ khác nhau. Các cán bộ Cộng sản có chức, có quyền, có điều kiện để tham ô nhất định sẽ nói sống ở Việt Nam là sướng vì không cần lao động vất vả mà có nhà "biệt phủ", tiền gửi ngân hàng tính bằng tỷ đô la. Thành phần gọi là đại gia nhiều tiền, lắm bạc cũng nói sống ở Việt Nam rất sướng theo quan điểm "có tiền mua tiên cũng được". Một số Việt kiều già, muốn hưởng thụ cuộc sống cuối đời, thích "gặm cỏ non" mà không còn cơ hội ở Mỹ, thường hay về Việt Nam cũng nói sống ở Việt Nam sướng lắm vì ở Việt Nam có nhiều gái đẹp. Một ông Thủ Tướng đã từng quảng cáo như vậy. Trong lúc đó những Việt kiều sống ở Mỹ lâu năm, đã hiểu nước Mỹ và có quan tâm đến Việt Nam sẽ nói Mỹ là quốc gia đáng sống. Những công dân Việt Nam sống ở Việt Nam nhưng có máu đỏ đen, thích cờ bạc, cần sa, ma túy chắc chắn sẽ nói ở Mỹ sướng hơn vì Mỹ có chủ trương rất thoáng trong vấn đề này, có chế độ, luật lệ rõ ràng chớ không bị cấm đoán và trừng phạt nặng nề như Việt Nam.

Nói gì thì nói, có một sự thật đang diễn ra hàng ngày, hàng giờ từ 50 năm nay là trên thế giới, trong đó có người Việt Nam vẫn tìm mọi cách vượt biên trái phép để vào nước Mỹ, có năm lên đến hàng triệu người. Ngược lại, chưa có một người Mỹ nào trốn chạy nước Mỹ tìm đến Việt Nam sinh sống. Nếu các lãnh tụ đảng và nhà nước Việt Nam có đủ dũng khí, không ngụy biện quanh co mà nhìn nhận sự thật, lý giải được sự thật thì lúc đó Việt Nam mới khá lên được.

Chương 29:

Một quan niệm về Hạnh Phúc, Tuổi Già và Cái Chết

Tuổi già được hiểu một cách đơn giản là tuổi về hưu, không còn làm việc nữa. Gần suốt đời theo đuổi công danh sự nghiệp, đấu tranh xây dựng xã hội, kế đến lập gia đình, lo cho con cái, giờ chúng đã trưởng thành và yên bề gia thất, nhiệm vụ xem như đã hoàn thành. Thời gian dành cho tuổi già, cho bản thân còn lại không được bao nhiêu. Vấn đề là sống thế nào cho có ý nghĩa và hạnh phúc trong những năm tháng cuối đời? Hạnh phúc thường được hiểu là trạng thái tâm lý khi mục tiêu được hoàn thành. Vì mỗi cá nhân có lýtưởng và mục tiêu khác nhau nên ý niệm hạnh phúc cũng có tính chủ quan, tùy thuộc vào từng cá nhân. Hạnh phúc của người này chưa hẳn là hạnh phúc của người khác và có khi còn trái với hạnh phúc của người khác nữa! Chẳng lẽ không có một chuẩn mực phổ quát, chung nhất, đúng cho mọi người trong mọi hoàn cảnh, trường hợp? Câu trả lời là có. Do đó mới có bài viết này, ghi lại những trải nghiệm bản thân, để chia sẻ cùng những bạn già quí mến của tôi.

Thời gian trôi qua thật chậm và một ngày sẽ rất dài nếu như ta không có việc gì để làm. Thời đại internet ngày nay đã giúp giải quyết rất tốt vấn nạn này. Chỉ cần nhấp "chuột" một cái thì cả trăm tờ báo điện tử trong và ngoài nước hiện ra trên màn hình computer, tha hồ mà đọc. Cuốn Quốc Văn Giáo Khoa Thư xuất bản từ năm 1935, bây giờ rất dễ dàng tìm thấy trên internet. Các website, trang mạng thì cập nhật tin tức trên toàn thế giới từng phút, từng giây. Chuyện gì xảy ra ở Việt Nam chỉ sau vài giây thì ở Mỹ mọi người đều biết, trong khi đồng bào trong nước không biết gì cả. Riêng về mặt này, về "*quyền được biết*", chúng ta quả thật may mắn và hạnh phúc hơn đồng bào trong nước rất nhiều. Tuổi già thường hay hoài niệm về quá khứ, mơ về Việt Nam. Muốn nghe lại bản nhạc xưa, muốn xem lại tuồng cải lương cũ chỉ cần vào Google, YouTube hay Tik Tok sẽ tìm thấy ngay. Chúng ta có thể "đi" vòng quanh thế giới, và "đến" bất cứ nước nào chỉ trong vài giây. Sớm mai thức dậy hoặc sau khi cơm nước xong lúc chiều tối mà nhấp nháp ly cà phê hoặc vừa uống trà, vừa nghe nhạc êm dịu, cùng lúc xem những hình ảnh nghệ thuật, trong khi đọc những lời hay ý đẹp từ các PPS (power point show) thì còn gì thú vị hơn? Sau giây phút lắng lòng, nhìn lại mình, nhìn lại đời để rút ra bài học kinh nghiệm mới thấy cuộc đời này có ý nghĩa biết bao! Sau đó, chuyển (forward) các PPS mà mình tâm đắc nhất cho người thân, bạn bè để cùng chia sẻ thì hạnh phúc của mình sẽ nhân lên gấp bội. Những ai thích viết lách, muốn tìm tài liệu thì vào Google. Trăm năm trong cõi người ta, cái gì không biết thì tra Google! Hầu như tất cả những gì mình muốn đều tìm thấy được trên internet. Một ngày nọ, lang thang trên "mạng", tình cờ tôi biết được Victor Hugo, một đại văn hào, một nhà thơ lớn và cũng là một kịch tác gia lừng danh của nước Pháp và thế giới thế kỷ 19, lại là một người rất yêu thương cháu nội của mình. Năm 1871, con trai lớn bị stroke mất, sau đó con dâu cũng chết theo, để lại cho ông hai đứa cháu nội phải nuôi dưỡng. Lúc đó đã 70 tuổi, Hugo phải từ bỏ sự nghiệp văn hóa và chánh trị đang lên, dành hết thời gian còn lại để nuôi dưỡng và chăm sóc hai cháu. Tôi rất cảm động, khâm phục và học được nhiều điều lý thú về tài dỗ cháu của ông, vì tôi cũng đang chăm sóc đứa cháu ngoại bằng tuổi cháu ông lúc đó. Khi viết về đề tài câu cá, vào internet tôi biết được nhiều tin tức bất ngờ lý thú. Vua Lê Đại Hành (940- 1005) của chúng ta mê câu cá còn hơn việc triều chính và thích câu cá hơn là tiếp sứ Tàu. Cựu Tổng Thống thứ 39 của Hoa Kỳ, Jimmy Carter, người được giải thưởng Nobel Hòa Bình năm 2002 thì nói những biến động công luận lớn nhất trong nhiệm kỳ Tổng Thống của ông (1977-1981) cũng không đáng nhớ hay quan tâm bằng những kỷ niệm đi câu cá với thân phụ ông. Năm 80 tuổi ông vẫn còn câu cá, bị hiệp hội các nhà bảo vệ động vật Mỹ ra văn bản phản đối. Từ internet, tôi truy cập được nhiều thông tin hữu ích về y học, cách nấu ăn, nghệ thuật nhiếp ảnh và nhiều lãnh vực rất quan trọng khác. Nói chung, nhờ internet, một thành quả khoa học của thế kỷ mà ngày nay tầm nhìn của chúng ta được mở rộng, kiến thức được tăng cường, làm thay đổi đời sống cá nhân cũng như diện mạo thế giới, không kể đó là một kho tàng giải trí tuyệt vời và vô hạn. Nhiều người nói, nếu không có internet thì thời gian của tuổi già chắc là lê thê lắm. Các nhà nghiên cứu cho biết việc tuy cập internet có tác dụng như tập thể dục cho não bộ, khiến cho đầu óc thêm minh mẫn, chống được trầm cảm (depression) và giảm được nguy cơ lú lẫn, mất trí nhớ (Alzheimer) là căn bệnh thường thấy ở tuổi già.

Chứng bệnh thông thường nhất của người già là hay nhức mỏi các khớp xương, nhất là khi đứng hay ngồi lâu một chỗ như ngồi trước computer chẳng hạn. Do đó, sau một lúc ngồi computer tôi thường vác cần đi câu để vừa thư giản đầu óc vừa sống với không khí trong lành ngoài trời và tận hưởng cái thú của ngư ông bên cạnh bốn cái thú mà ông trời đã ban phát cho con người. Như dã nói, hạnh phúc của người này chưa hẵn là hạnh phúc của người kia. Những người không thích câu cá nêu lên nhiều lýdo rất chánh đáng như: câu cá là sát sinh, câu cá rất tốn tiền, câu cá rất vất vả vân..vân và vân. vân... Những người này thì không bao giờ có được cảm giác mạnh, một hạnh phúc tột cùng của người đi câu khi cá cắn câu, khi phải chiến đấu với một con cá thật to trong nhiều phút, thậm chí hàng giờ mới lôi được nó lên bờ. Xã hội của dân câu cá là xã hội của những người tốt bụng, sẵn sàng giúp đỡ và chia sẻ cho nhau những gì mình có. Hôm nào bạn câu không được thì người ta cho cá mang về... khoe với bà xã là tay nghề của mình không tệ lắm. Lúc bạn câu được nhiều cá thì bạn cũng san sẻ bớt cho bạn bè hoặc bà con lối xóm, họ vui mừng biết chừng nào. Câu cá là một môn thể thao, một trò giải trí rất tao nhã cho người lớn tuổi và là một cơ hội để trở về với cách sống đơn giản, thuần khiết của cha ông. Vua chúa ngày xưa và Tổng Thống bây giờ cũng mê câu cá, có những gia đình gồm có ông bà, cha mẹ, con cháu củng nhau đi câu cá, mỗi người một cần câu, vui đáo để. Tôi chỉ tạm ngưng việc câu cá từ khi đứa cháu ngoại ra đời và phải chăm sóc nó.

Còn nhỏ thì bận học hành, trưởng thành thì mang trên vai gánh nặng gia đình, tranh đấu với xã hội để tồn tại và vươn lên. Chuyện cơm, áo, gạo, tiền là nỗi ám ảnh không nguôi, nếu gia nhập quân đội thì lo chuyện sống chết từng ngày. Thì giờ ở đâu mà nghĩ tới bản thân, hưởng thụ cuộc sống? Cho tới lúc về hưu mới có điều kiện và đi du lịch, là một hình thức hưởng thụ cuộc sống lành mạnh nhất. Mặc dầu làm việc cả đời nhưng không phải ai khi về hưu cũng có đủ tiền để đi du lịch nay đây mai đó. Tốt nhất là trông cậy ở các con. Mỗi năm chúng hùn tiền lại mua cho ba mẹ chiếc vé máy bay đến nơi nào mà ba mẹ thích. Không được sao? Du lịch các nước là chuyện bình thường. Trong hoàn cảnh đặc biệt của người Việt tha hương, theo ý riêng của người viết thì du lịch về Việt Nam vẫn là ý nghĩa nhất. Ý nghĩa vì ở đó có mồ mả ông bà, cha mẹ, có bà con, bạn cũ, có biết bao là kỷ niệm ấu thơ với mái trường, góc phố, công viên, đình làng, với dòng sông mà ngày xưa mỗi chiều đi học về, đem cặp sách giấu vội vào bụi rậm, cởi hết quần áo, nhảy ùm xuống sông mà bơi lội, nô đùa với bạn bè đồng trang lứa. Ôi! Sao mà êm đềm hạnh phúc quá đỗi! Tôi về Việt Nam nhiều lần nhưng lần nào khi máy bay bay vào không phận Việt Nam và sắp sửa đáp xuống phi trường Tân Sơn Nhất tôi cũng bồi hồi xúc động đến rơi nước mắt. Về Việt Nam không đơn thuần là để giải trí, hưởng thụ mà là về nguồn, về nơi chôn nhau cắt rốn, về để tìm lại chính mình, nhắc nhở mình: cho dầu có sống ở đâu cũng không vong thân, không mất gốc.

"*Đời người quá ngắn ngủi. Hôm qua là quá khứ, ngày mai thì chưa đến, vậy thì mình nên sống hết lòng với hiện tại, với ngày hôm nay như hưởng một món quà, (present: hiện tại, món quà) một ân sủng mà thượng đế ban cho chúng ta. Mỗi người chỉ có một cơ hội để sống cuộc đời của mình. Vậy thì sống và làm được điều mình muốn đã là hạnh phúc!*" Câu này hoàn toàn đúng nhưng nhiều người hiểu chưa tới nơi tới chốn hai chữ hạnh phúc nên làm sai. Hậu quả: thay vì hạnh phúc, họ lại nhận lấy đau khổ. Có nhiều ông già mang đô la về Việt Nam để hưởng thụ trên thân xác của phụ nữ bằng tuổi con cháu mình. Được chiều chuộng với lời lẽ mật ngọt, tưởng đâu đã tìm thấy hạnh phúc ở tuổi xế chiều nên về lại Mỹ ly dị vợ để rước người đẹp sang. Hậu quả là vợ con đau khổ, đành chối bỏ người chồng, người cha sanh tật. Ít lâu sau, người đẹp cũng ôm hết tiền bạc ra đi, bỏ lại ông già đau khổ và hận đời (thay vì hận chính mình) Bài học: Có những việc làm đưa tới kết quả ban đầu mình tưởng là hạnh phúc nhưng rốt cuộc đó là đau khổ. Chính xác hơn, đó là cái mầm đau khổ mà mình đã gieo, cho đến khi đơm hoa kết trái (đắng) mình mới nhận biết thì đã quá muộn. Một việc làm tốt khi nào nó có tính hướng thượng. Hướng thượng là vươn cao, là cải thiện được bản thân về sức khỏe, tâm lý, tri thức, đạo đức, tình cảm. Mục tiêu cao hơn và xa hơn là Chân, Thiện, Mỹ, mang lại hạnh phúc cho mình, đồng thời hạnh phúc cho người. Một hành vi mà luật pháp ngăn cấm, xã hội không thừa nhận và lương tâm không cho phép nhất định đó không phải là một hành vi đúng và tốt, hậu quả cuối cùng dĩ nhiên là đau khổ. Suy ra cho cùng, hạnh phúc hoàn toàn có tính khách quan và được mọi người thừa nhận chớ không phải chỉ là cảm giác cá nhân nhất thời. Khi cờ bạc, ta thắng thì người khác thua (đau khổ) thì sao gọi là hạnh phúc? Hay ít ra cái hạnh phúc đó nó không trọn vẹn. Nếu ta có thắng một vài lần nhưng những lần khác ta thua, khi tính sổ lại ta vẫn là người thua cuộc, người đau khổ! Bốn "tứ đổ tường" là cờ bạc, rượu chè, trai gái, hút xách tôi đều biết nhưng tôi hãnh diện là không sa vào bức tường nào cả. Đó là bản lãnh của người đàn ông!

Viết văn, làm thơ, nhiếp ảnh, vẽ tranh là những bộ môn văn chương, nghệ thuật, là những" trò chơi" có tính trí thức thanh cao, rất thích hợp đối với người già. Sau một đời theo đuổi công danh sự nghiệp, cuối cùng rồi cũng chẳng được gì, và nếu có thì khi ra đi cũng chỉ với hai bàn tay trắng! Chỉ có văn chương, nghệ thuật mới tồn tại, mới an ủi được con người và giải thoát được con người mà thôi. Tác phẩm tinh thần không mang lại tiền bạc nhưng làm cho cuộc đời thêm phong phú, ý nghĩa , đa tầng, đa nguyên, nhiều màu sắc, nhiều âm điệu và rất thanh cao. Ai đó đã nói: "*Ghế cao chẳng bằng tuổi thọ cao, tuổi thọ cao chẳng bằng niềm vui thanh cao*".

Nghề chơi nào cũng lắm công phu. Có những hôm trời thật lạnh, từ năm giờ sáng tôi đã mang máy ảnh ra bờ hồ Michigan canh chụp cảnh mặt trời mọc vì thời khắc huy hoàng nhất, rực rỡ nhất diễn ra chỉ trong vài phút. Để chụp được mặt trăng cho tròn và to, đôi khi phải đợi đến mười hai giờ khuya. Muốn chụp được cảnh tuyết cho đẹp thì phải đi thật xa, phải chịu rét mướt. Khi về thì mới hay là tay chân đã tê cứng, nước mũi chảy ròng ròng và ho sù sụ. Ông Quan, bạn chụp ảnh với tôi nói có lần suýt chết khi đi chụp cảnh tuyết một mình nơi hoang vắng. Còn tôi, khi mãi mê chụp ảnh ông già ngồi bên vệ đường với lũ bồ câu, cũng suýt bị xe đụng. Ông bạn Trần Thanh Toàn của tôi cứ mỗi lần có sinh hoạt cộng đồng là mang giá vẽ, bút mực , dụng cụ đồ nghề ra vẽ chân dung hết người này đến người kia. Xong rồi thì tặng không cho họ. Đó là niềm vui, là hạnh phúc của ông.

Mấy ông bà già thường hay thúc giục các đứa con lớn lập gia đình sớm sớm để cho họ có cháu mà bồng. Điều này chứng tỏ cháu chính là niềm hạnh phúc của người lớn tuổi Việt Nam. Giữ con nít là một công việc vô cùng vất vả. Vậy mà lúc gần bảy mươi tuổi tôi có thể ngưng mọi thú vui như đọc sách, viết văn, câu cá, chụp hình… để giữ đứa cháu ngoại của mình khi nó mới có vài tháng tuổi để cho ba mẹ nó đi làm. Cực khổ rồi thì cũng quen, thay vào là niềm vui, cứ lớn dần từng ngày theo sự phát triển của cháu ngoại: biết cười, biết lật, biết trườn, biết bò, biết đi, biết nói, biết giỡn… Ông già bảy mươi tuổi bỗng chốc thấy mình trẻ lại như trẻ con: Cũng lăn ra sàn nhà, làm bò, làm ngựa cho cháu mình cỡi và thấy hạnh phúc trong từng ánh mắt, giọng nói, tướng đi, tiếng cười của cháu. Thật là hả lòng hả dạ khi nghe cháu nói: "*Mai mốt lớn lên con nuôi ngoại*", mặc dầu biết rằng điều này khó mà xảy ra. Hiện giờ cháu đã biết gãi lưng cho ngoại cũng làm ngoại vui lắm rồi. Giờ đây, cháu tôi đã đi mẫu giáo (pre- school) cho nên tôi đỡ cực hơn lúc trước. Mỗi ngày cứ đến bốn giờ chiều là tôi đi rước cháu, cho cháu ăn uống, chơi với cháu cho tới khi ba mẹ đi làm về ghé rước cháu. Vừa thấy tôi thấp thoáng ngoài cửa, cháu tôi cặp mắt sáng rỡ, dang rộng hai tay, chạy ùa ra khỏi lớp, lao vào ôm chầm lấy tôi. Tôi biết cháu tôi rất hạnh phúc và tôi cũng vậy. Làm gì thì làm, mỗi ngày tôi chỉ mong và canh tới giờ đi rước cháu. Không thể tưởng tượng được tôi sẽ ra sao nếu vì lý do nào đó mà tôi không được gần cháu tôi nữa. Nhiều người hỏi động lực nào khiến tôi có thể chịu khó nhọc vì cháu như vậy. Câu trả lời là Tình Thương. Có tình thương là có tất cả. Càng ban phát tình thương nhiều chừng nào, bạn sẽ nhận được hạnh phúc nhiều chừng đó.

Nếu Tây Âu theo chủ nghĩa cá nhân thì văn hóa Việt Nam đặt trên nền tảng gia đình gồm có vợ chồng, con cái và cha mẹ cùng sống chung dưới một mái nhà, có nề nếp, gia phong cần được vun bồi, gìn giữ. Vì hoàn cảnh và tương lai các con mà cha mẹ đành bấm bụng để cho con đi học xa, rồi đau lòng nhìn con dọn ra ở riêng khi chúng lập gia đình. Chỉ có các con mới xa cha mẹ, bỏ cha mẹ chớ không có cha mẹ nào muốn xa con, xa núm ruột, hình ảnh của chính mình. Cha mẹ muốn gần con chỉ để lo lắng, chăm sóc miếng ăn, giấc ngủ cho nó! Việc bỏ cha mẹ già vào nursing home là chuyện bình thường, đôi khi là cần thiết ở Mỹ nhưng hoàn toàn trái với phong tục, tập quán và tình cảm của người Việt Nam.Có hai hình ảnh:

Một ông già dắt cháu đi dạo ở công viên còn một ông già thì dắt chó cùng đi loanh quanh trong công viên đó. Chỉ cần có chút ít kiến thức về hai nền văn hóa Mỹ Việt, ta có thể nói đúng một trăm phần trăm rằng ông già dắt cháu là người Việt Nam còn ông dắt chó kia là người Mỹ. Người Mỹ khi đến tuổi trưởng thành (18 tuổi) hoặc khi lập gia đình thì ra ở riêng, cho nên ông bà đâu có cơ hội nào để gần gủi chăm sóc cháu của mình như người Việt Nam. Tuổi già thì cô đơn và buồn, chỉ có thể làm bạn với chó, mèo và cưng chó, mèo thôi. Nếu cứ cho thế là hạnh phúc, thì quả thật là một hạnh phúc xót xa!

Ngoài những người thân trong gia đình, bạn bè luôn luôn là nguồn an ủi lớn, không chỉ giúp ta bớt cô đơn mà còn làm cho đời sống vui tươi, hạnh phúc và phong phú hơn. Ông Phan Lục đã chín mươi tuổi, chuyên môn sưu tầm rồi chuyển cho bạn bè những câu chuyện, những thông tin rất hay, hữu ích, và ý nghĩa, một đôi khi là những tài liệu, hình ảnh mà khi đọc, khi xem ai cũng ôm bụng mà cười, sảng khoái như vừa được uống "*mười thang thuốc bổ*". Một vài người bạn thì quá ít, cần phải có cả nhóm bạn. Tôi thì có rất nhiều nhóm bạn như nhóm văn thơ, nhóm làm báo, câu cá, chụp hình, nhóm bạn tập thể dục, nhóm cựu quân nhân, nhóm đồng hương, nhóm hội người già… Tha hồ mà vui chơi, sinh hoạt chuyên môn, sinh hoạt cộng đồng, làm công tác thiện nguyện. Từ đó bản thân mình mới hoàn thiện hơn, đồng thời thể hiện được giá trị của mình trong cộng đồng, không cảm thấy mình là quá "đát" (date), là đồ bỏ đi. Cho dầu đã bảy mươi, tám mươi tuổi mà vẫn thấy khỏe mạnh, trẻ trung, vui tươi, sôi nổi và yêu đời là vì vậy. Để có thể kéo dài hạnh phúc tuổi già, phương thức tốt nhất là tập thể dục. Tập thể dục có tác dụng nâng cao sức đề kháng của cơ thể, tăng cường hệ miễn dịch, làm chậm quá trình lão hóa, chống lại bệnh tật, từ bệnh cảm cúm thông thường đến bệnh loãng xương, bệnh parkinson, giảm nguy cơ một số bệnh ung thư. Kết quả nghiên cứu của các nhà khoa học Mỹ ở Washington mới đây cho biết tập thể dục còn có tác dụng giảm nguy cơ mắc bệnh mất trí nhớ (Alzheimer) đến 40% ở nhưng người lớn tuổi.

Mọi người chúng ta ai cũng đang tiến đến cái đích cuối cùng của cuộc đời từng ngày, từng giờ, từng phút, từng giây. Đối với những người trên bảy mươi thì không ai dám chắc mình sẽ ra đi lúc nào. Hỏi có sợ không? Sợ chớ! Ai cũng muốn sống, đâu có ai muốn chết. Vấn đề là làm thế nào để hiểu thật sâu sắc lẽ vô thường, biết sinh, lão, bệnh, tử là quy luật của tạo hóa để mà chấp nhận nó và chuẩn bị kỹ cho ngày ra đi của mình. Chuẩn bị ở đây không phải là mua bảo hiểm nhân thọ hay mua sẵn phần mộ mà là chuẩn bị cho phần tâm linh, không phải cho kiếp sau mà cho đời sống hàng ngày có một nhân sinh quan, một thái độ sống đúng: Là người theo đạo Phật thì cố gắng giữ năm giới luật, gọi là Ngũ Giới Cấm: Không sát sinh, không trộm cắp, không tà dâm, không nói dối, không uống rượu. Ngoài ra cần phải kiểm soát, làm chủ được Tham, Sân, Si, gọi là "Tam Độc" là ba nguyên nhân gây nên bất hạnh và phiền não, khổ đau cho mình và cho người trong đời này và nghiệp báo cho đời sau theo luật nhân quả. Nếu là tín đồ Thiên Chúa Giáo thì giữ 10 điều răn, trong đó từ điều thứ 4 đến thứ 10 ghi là: Thảo kính với cha mẹ, chớ giết người, chớ làm điều dâm dục, chớ lấy của người, chớ làm chứng dối, chớ muốn vọ, chồng người, chớ ham của người.

Nếu không làm điều gì phải ân hận hay hối tiếc trong đời thì đến phút cuối mình sẽ thanh thản ra đi một cách êm ái và nhẹ nhàng như chiếc lá vàng rơi!

Mục Lục

Nhân Ảnh
2025

Liên lạc tác giả
Duy Nhân
Email: duynhan09@yahoo.com

Liên lạc
Nhà xuất bản Nhân Ảnh
E.mail: han.le3359@gmail.com
(408) 722-5626

www.ingramcontent.com/pod-product-compliance
Lightning Source LLC
LaVergne TN
LVHW020818061026
849530LV00003B/24
* 9 7 9 8 3 4 8 1 7 0 7 0 7 *